சிறகை விரிப்போம்

தென்கச்சி கோ. சுவாமிநாதன்

சிக்ஸ்த்சென்ஸ் பப்ளிகேஷன்ஸ்
10/2 (8/2) போலீஸ் குவார்ட்டர்ஸ் சாலை
(தியாகராயநகர் பேருந்து நிலையத்திற்கும் காவல் நிலையத்திற்கும் இடைப்பட்ட சாலை)
தியாகராயநகர், சென்னை - 600 017
Phone: 2434 2771, 29860070 Cell: 72000 50073
Sixthsense Publications   6 th sense_karthi
e-mail : sixthsensepub@yahoo.com
Website: www.sixthsensepublications.com

Publisher
K.S. Pugalendi

Managing Editor
P. Karthikeyan

Layout
M.Magesh

Title:
SIRAGAI VIRIPPOM

Author:
Thenkachi Ko. Swaminathan

Address:

Sixthsense Publications
10/2(8/2) Police Quarters Road,
(Between Thiyagaraya Nagar Bus Stop & Police Station)
Thiyagaraya Nagar, Chennai - 17
Phone: 2434 2771, 29860070
Cell: **72**000 **50073**

Sixthsense Publications
6 th sense_karthi
e-mail : sixthsensepub@yahoo.com
Website: www.sixthsensepublications.com

Edition:
New Edition : **April, 2025**

Pages : 208
Price   : ₹333

No part of this book should be reproduced or transmitted in any form without permission in writing from the author or publisher

நீங்கள் Smart Phone உபயோகிப்பவராக இருந்தால் QR Code Reader Application மூலம் இதை Scan செய்தால் நேரடியாக எமது இணையதளத்திற்கு சென்று மேலும் எங்கள் வெளியீடுகள் பற்றிய விவரங்களைப் பெறலாம்.

A1 ISBN : 978-93-82577-31-7

தலைப்பு   : சிறகை விரிப்போம்
நூலாசிரியர் : தென்கச்சி கோ. சுவாமிநாதன்

பக்கங்கள் : 208
விலை   : ரூ. 333

புதிய பதிப்பு : ஏப்ரல், 2025

சிக்ஸ்த்சென்ஸ் பப்ளிகேஷன்ஸ்
10/2 (8/2) போலீஸ் குவார்ட்டர்ஸ் சாலை
(தியாகராயநகர் பேருந்து நிலையத்திற்கும் காவல் நிலையத்திற்கும் இடைப்பட்ட சாலை)
தியாகராயநகர், சென்னை – 600 017
தொலைபேசி : 24342771, 29860070
கைபேசி: **72**000 **50073**
மின்னஞ்சல்: **sixthsensepub@yahoo.com**
Website: www.sixthsensepublications.com

இந்தப் புத்தகத்திலுள்ள எந்த ஒரு பகுதியையும் பதிப்பாளர் மற்றும் எழுத்தாளர் அனுமதியை எழுத்து மூலம் பெறாமல் பதிப்பிக்கக் கூடாது

பதிப்புரை

தினம் தினம் புதுப்புதுத் தகவல்களைச் சொல்லி நம் அனைவரின் இதயத்திலும் ஆசனமிட்டு அமர்ந்து, ஆட்சி செலுத்துபவர் திரு.தென்கச்சி கோ.சுவாமிநாதன் அவர்கள்.

விடியும் ஒவ்வொரு நாளையும், இந்த நாள் இனிய நாள் என்று சொல்லி நம்மை அன்றைய தினத்தை உற்சாகத்துடன் தொடங்கச் செய்யும் இவரை யாரும் உங்களுக்கு அறிமுகப்படுத்தத் தேவையிருக்காது.

எந்த ஒரு தகவலும் அது எவ்வளவுதான் ஒருவருடைய வாழ்க்கைக்கு தேவையானதாயிருந்தாலும் எந்த விதமாகச் சொல்லப்படுகிறது என்பதைப் பொருத்துதான். அது ஒருவரது மனதில் பதியும்; கேட்பவரது மனத்தில் பாதிப்பை ஏற்படுத்தி ஆக்க வழியில் அவரைச் செல்லத் தூண்டும். தான் சொல்ல வரும் செய்தியைக் கேட்பவர் மனதில் பதிய வைப்பதற்காக தனக்கேயுரிய நகைச்சுவை உணர்வுடன் இவர் அந்தச் செய்தியைச் சொல்லும் நேர்த்தியைக் கண்டு வியக்காதவர்களே இல்லை.

இவரது வானொலித் தொடரான இன்று ஒரு தகவலையும் தொலைக்காட்சித் தொடரான இந்த நாள் இனிய நாள் நிகழ்ச்சியையும் தங்கள் நேரத்தை ஒதுக்கி கேட்டு விட்டுத்தான் சமுதாயத்தில் மிக உயர்ந்த நிலையிலிருப்பவர்களில் பலரும் தங்கள் அன்றாட அலுவல்களில் ஈடுபடுகிறார்கள் என்பதை நான் பார்த்திருக்கிறேன்.

மக்களுக்குத் தேவையான கருத்துக்களைச் சொல்பவர்கள் இரண்டு வகையினர். ஒரு வகையினர் பணத்தை சம்பாதிப்பது எப்படி? உயர் பதவிகளை அடைவது எப்படி? என்று ஒரு மனிதன் தன் பொருளாதார பலத்தை- சமுதாயத்தில் தன் மதிப்பை எப்படி உயர்த்திக் கொள்வது என்பதற்கான வழிமுறைகளைத் தங்கள் கருத்துக்களின் மூலம் வலியுறுத்துபவர்கள்.

இரண்டாம் வகையினர் அமைதியான, ஆனந்தமான வாழ்வை- எப்படி அடைவது என்பதற்கான வழிக்கான கதவை நமக்குத் திறந்து விடுபவர்கள்.

இவர்கள் இருவரில் எவர் சிறந்தவர். இவர்களில் எவர் சொல்வதை நாம் பின்பற்றுவது என்று நீங்கள் கேட்கலாம். இருவர் வழிகளும் தனித்தனி வழியாக இருந்தாலும் இரண்டு வழிகளுமே உங்கள் வாழ்வில் நீங்கள் உன்னத நிலையை அடையச் செய்வதற்கான குறிக்கோளுக்கு உதவுபவைதான்.

இந்த இரண்டில் திரு.தென்கச்சி கோ.சுவாமிநாதன் அவர்கள் இரண்டாம் வகையைச் சேர்ந்தவர். எளிமையான, அமைதியான வாழ்வை அமைத்துக் கொண்டவர். பழகுவதற்கு இனிமையானவர்.

தினமணியில் சிறவை விரிப்போம் என்ற தலைப்பில் வெளிவந்து கொண்டிருக்கும் தொடரைப் புத்தகமாக வெளியிட வேண்டும் என்று திரு.தென்கச்சி கோ.சுவாமிநாதன் அவர்களைச் சந்தித்துக் கேட்டபோது அவர்கள் மகிழ்ச்சியுடன் ஒப்புதல் தந்தார்கள். இதைப் புத்தகமாக வெளியிடுவதில் நாங்கள் மிகவும் பெருமையடை கிறோம்.

தினமணியில் தொடராக வெளிவந்த தொடரைப் புத்தகமாக வெளியிட அனுமதியளித்ததற்கு தினமணி நிறுவனத்திற்குப் பிரத்தியேகமான நன்றி கூறக் கடமைப்பட்டுள்ளோம்.

இந்தப் புத்தகம் சிறகை விரித்து சிகரங்களைத் தொடத் துடிப்புடன் காத்திருக்கும் வாசகர்களின் சிறகுகளைத் தடவிக் கொடுத்து அதற்கு அவர்களைத் தயார்ப்படுத்தும். வானத்தையே எல்லையாக நிர்ணயித்துக் கொண்டு தன் வெற்றிப் பயணத்தைத் தொடங்க இருக்கும் வாசகர்களுக்கு எங்களது வாழ்த்துக்கள்.

பதிப்பகத்தார்

பொருளடக்கம்

1. மனித நேயமும் ஒரு மருந்துதான்............... 7
2. மனசைக் கவனியுங்கள்............................... 10
3. எந்த நட்பு எப்போது உதவும்?.................... 13
4. அறிவால் வெல்லுங்கள்.............................. 17
5. போப்பாண்டவருக்குக் கடிதம் எழுதிய சிறுவன்....... 20
6. உள்ளே இருக்கிற நல்லவன்......................... 24
7. எப்போதும் மகிழ்ச்சியாக இருக்க வேண்டுமா?....... 28
8. வாய்மையே வெல்லும்............................... 32
9. நிதானம் தவறலாமா?................................ 37
10. ஒரு சட்டையின் கதை............................... 41
11. படித்தால் மட்டும் போதுமா?..................... 45
12. மனிதன் மனசு வைச்சா?............................ 48
13. முட்டாளின் அடையாளம் எது?..................... 52
14. பார்வை மாற வேண்டுமா?......................... 56
15. அது என்ன வசிய வித்தை?......................... 59
16. எது உல்லாசம்? எது ஆனந்தம்?.................. 64
17. வெளிச்சத்தின் விலை............................... 67
18. கடன் தீருமா?...................................... 70
19. பாராட்டுக்குப் பலன் உண்டு!..................... 74
20. நல்லதொடு குடும்பம்!............................. 77
21. இதுதான் மனச்சான்று............................. 80
22. நன்மைக்கும் தீமைக்கும் நாமே காரணம்!.......... 83
23. பக்தி போகிற பாதை............................... 87
24. உங்களை மாதிரி உண்டா?......................... 90
25. வலது கை கொடுப்பது............................. 93
26. கொண்டு வா அந்தக் கத்தியை................... 96
27. பொய் சொல்லும் குழந்தைகள்.................... 99
28. மதுவை மறக்கலாம்................................ 102
29. யாருக்கு எதுவோ?................................. 102

30. யார் அந்த நாலு பேர்?................................ 110
31. வெற்றிக்கு வழி எது?................................ 114
32. தவறான பாடம்....................................... 118
33. அடித்தவருக்கு உதவலாமா?...................... 121
34. பரலோகம் என்றால் என்ன?...................... 125
35. அது என்னவாக இருக்கும்?....................... 129
36. ஒரு தலைவர் எப்படி இருக்க வேண்டும்...... 133
37. கதவுகளைத் திறந்து விடுங்கள்................. 137
38. அது என்ன ரகசியம்?.............................. 141
39. மகிழ்ச்சியின் இரகசியம்........................... 145
40. பார்வை உள்ளவர் யார்?........................... 149
41. எங்கே அந்தப் பரிவு?............................. 152
42. எது புனிதமான இடம்?........................... 155
43. எல்லாம் முடியும்!................................. 158
44. தேர்தல் பண்பாடு................................. 161
45. இயேசுவின் இருப்பிடம்........................... 166
46. ஓர் அற்புத மருந்து................................ 169
47. விலங்குகளிடமிருந்து கற்போம்................ 173
48. ஒரு மனிதரின் வெற்றி........................... 177
49. கழுதை மீது ஊர்வலம்............................ 180
50. வேலை பிடிச்சிருக்கா?............................ 184
51. ஓர் அதிசய மோசடி............................... 187
52. பாவம் விருத்தினர்கள்............................. 190
53. மூன்று நண்பர்கள்................................. 193
54. வாழ்க்கையில் உயர வேண்டுமா?............... 196
55. எது முக்கியம்?..................................... 199
56. நன்னயம் நல்லது செய்யும்....................... 203
57. நல்ல பண்புகள்..................................... 206

மனித நேயமும் ஒரு மருந்துதான்

நோயற்ற வாழ்வே குறைவற்ற செல்வம். நோயுள்ள வாழ்க்கையை ஒருவர் வாழ்ந்து கொண்டிருந்தாரென்றால் குறைவில்லாத செல்வம் அவரிடம் இருந்தாலும் அதனால் அவருக்கு ஒரு பலனுமில்லை. நம் உடம்பு நல்லபடியாக இருக்கவேண்டும். இதுதான் எல்லோருடைய விருப்பமும். சரி இதற்கு என்ன வழி? மூன்று வழிகளைச் சொல்லுகிறார்கள், விவரம் தெரிந்தவர்கள்.

ஒன்று - நல்ல உணவு.
இரண்டு - தேவையான உடற்பயிற்சி.
மூன்று - கவலை இல்லாத மனம்.

இந்த மூன்றும் சரியாக இருந்தால் எந்த நோயும் நம்மை நெருங்காது என்று வல்லுநர்கள் சொல்கிறார்கள்.

இதுவரைக்கும் சரி.

இப்போது நான்காவதாக ஒன்றையும் அந்தப் பட்டியலில் சேர்க்கிறார்கள். அதுதான் கொஞ்சம் வேடிக்கையாக இருக்கிறது.

அது என்ன தெரியுமா?

மனித நேயம்!

மற்றவர்களை நேசியுங்கள்.

அடிக்கடி மற்றவர்களுக்கு உதவி செய்யுங்கள். அது உங்கள் உடல் நலத்துக்கு நல்லது என்று சொல்கிறார்கள்.

அடுத்தவர்களை நேசிப்பதற்கும் நம்ம உடம்பு நல்ல விதமாக இருப்பதற்கும் என்ன சம்பந்தம்?

கலிபோர்னியா பல்கலைக் கழகம். அங்கே இருக்கிற மருத்துவத் துறைப் பேராசிரியர் டாக்டர் கென்னத் பிரிடியர் இதற்கு விளக்கமும் கொடுக்கிறார்.

அவர் என்ன சொல்லுகிறார் தெரியுமா?

□ □
அடிக்கடி
மற்றவர்களுக்கு
உதவி செய்யுங்கள்.
அது உங்கள் உடல்
நலத்துக்கு நல்லது.
□ □

பொதுவாக நாம் மற்றவர்களுக்கு உதவி செய்யும்போது அல்லது மற்றவர்களை நாம் நேசிக்கிறபோது நாம் மகிழ்ச்சியோடு இருக்கிறோம். அந்தச் சமயத்தில் நமது உடம்பில் இருக்கக் கூடிய நோயை எதிர்க்கும் செல்கள் (Cells of Immune System) முழுச் சக்தியோடு இயங்குகிறது. அப்படி அவையெல்லாம் இயங்கும்போது நமது உடம்பில் நோய் ஏதும் வருவதில்லை.

ஆனால் அதே சமயம்... நாம் கவலையோடு இருக்கும்போதோ, தனிமையாக வாழும்போதோ... நோய்த் தடுப்பு செல்கள் உடம்பில் குறைவாகவே இருக்கின்றன என்ற உண்மை இப்போது கண்டு பிடிக்கப்பட்டிருக்கிறது. அதன் காரணமாக இப்படிப்பட்டவர்களுக்குப் பிணிகள் ஏற்பட வாய்ப்பு அதிகம் என்பது அந்த டாக்டரின் கருத்து.

இது தொடர்பாக சான்பிரான்சிஸ்கோவில்கூட ஓர் ஆராய்ச்சி செய்து பார்த்திருக்கிறார்கள். எப்படித் தெரியுமா? குடும்பத்தை விட்டுப் பிரிந்து தனியே வாழ்ந்து கொண்டிருக்கிற முதியவர்களைத் தேடிக் கண்டுபிடித்தார்கள். அவர்களுக்கு உடம்பில் என்னென்ன நோய்கள் இருக்கின்றன என்பதை விவரமாகக் குறித்து வைத்துக் கொண்டார்கள்.

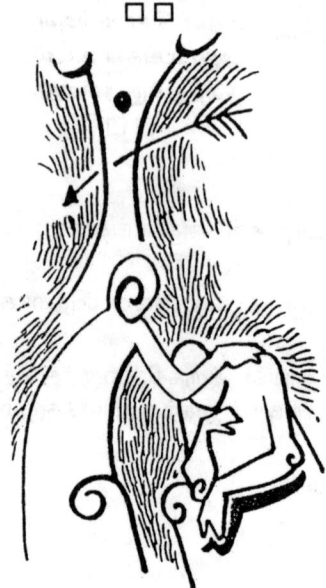

□□

அடுத்தவர்களுக்கு உதவுவது புண்ணியம் என்பதை அறிவியலும் ஒப்புக் கொள்கிறது.

□□

அந்த முதியவர்களையெல்லாம் ஒன்றாகத் திரட்டி ஒரே இடத்தில் தங்க வைத்தார்கள். அவர்களை மூன்று குழுவாகப் பிரித்தார்கள். ஒவ்வொரு பிரிவுக்கும் மற்றவர்களுக்கு உதவி செய்கிற மாதிரியான பொறுப்புக் களைக் கொடுத்தார்கள்.

உதாரணமாக ....

ஒரு குழுவினர் சிறைச்சாலைக்குப் போய் அங்குள்ளவர்களுக்கு அன்பான அறிவுரைகளைச் சொல்ல வேண்டும்.

இன்னொரு குழுவினருக்கு ... சின்னப் பிள்ளைகளுக்குப் பாடம் சொல்லிக் கொடுக்கிற வேலை.

இது மாதிரியான பொறுப்புகளைக் கொடுத்தார்கள். அதற்குப் பிறகு பார்த்தால் அந்தத் தாத்தாக்கள் எல்லாம் ரொம்ப சுறுசுறுப்பாகச் செயல்பட ஆரம்பித்து விட்டார்கள்.

ஆறு மாதம் கழித்து அவர்கள் எல்லோரும் உடல் பரிசோதனைக்கு

உட்படுத்தப்பட்டார்கள். அந்தப் பரிசோதனை முடிவில் அவர்கள் தெரிந்து கொண்ட உண்மை...

அவர்களில் பாதிப் பேருக்கு நோயின் தன்மை வெகுவாகக் குறைந்திருந்தது!

அடுத்தவர்களுக்கு உதவுவது என்பது ஒரு வகையான மனித நேயம். அதை ஆங்கிலத்தில் Amuism என்று சொல்கிறார்கள். நம்ம ஊரில் பெரியவர்கள் எல்லாம் அடுத்தவர்களுக்கு உதவுவது புண்ணியம் என்று சொல்லி வருகிறார்களே... அதை இப்போது அறிவியலும் ஒப்புக் கொள்கிறது.

எனவே நண்பர்களே...

அடுத்தவர்களுக்கு உதவுவோம். மனித நேயத்தையும் ஒரு மருந்தாகப் பயன்படுத்துவோம். இன்றைக்கு நாம் எந்த அளவுக்கு அடுத்தவர்கள் பேரில் அக்கறை செலுத்துகிறோம் என்பதை எண்ணும் போது சிரிப்புத்தான் வருகிறது...

ஓர் உதாரணம் சொல்கிறேன் கேளுங்கள்...

ஒரு மாநகரப் பேருந்து ஏராளமான மக்களை அமர்த்திக் கொண்டு மெல்ல நகர்கிறது.

ஒரு ஆசாமி உட்கார இடமில்லாததால் ஒரு பெரிய மூட்டை மீது அமர்ந்து பயணம் செய்து கொண்டிருக்கிறார். நெருக்கடியான சூழ்நிலை. நின்று கொண்டு பயணம் செய்கிறவர்களுக்கு அது இடைஞ்சலாக இருக்கிறது. கண்டக்டர் கத்திப் பார்த்தார். அந்த ஆசாமி அசையவே இல்லை.

அவர் பாட்டுக்கு அந்தப் பெரிய மூட்டை மீது சாவகாசமாக உட்கார்ந்திருந்தார். ஓர் இடத்திலே பேருந்து நின்றது. கண்டக்டருக்குக் கோபம் எல்லை மீறியது. அவரை எழச்சொல்லி அந்த மூட்டையை உருட்டி வெளியே தள்ளிவிட்டார். அப்போதும் அந்த ஆசாமி அசரவேயில்லை. கீழே இறங்குவதற்கு எந்தவிதமான முயற்சியும் செய்யவில்லை. ஒன்றுமே நடக்காதது மாதிரி சாவகாசமாக நின்று கொண்டிருந்தார்.

பக்கத்திலிருப்பவர் கேட்டார்:

"என்ன சார் ..... உங்களுக்குக் கோபமே வரவில்லையா?"

அந்த ஆசாமி சொன்னார் : "நான் எதுக்குக் கோவப்படணும்? அந்த மூட்டை என்னுடையதில்லையே ..."

மனசைக் கவனியுங்கள்!

உடம்பும் மனசும் சரியாக இருந்தால்தான் வாழ்வில் உயர முடியும். ஆகவே இவை இரண்டையும் சரியாக வைத்துக் கொள்ள வேண்டியது அவசியம்.

□□

மனசில் வியாதி என்றால் அதைக் கண்டுபிடிப்பதற்கு அதிக சாமர்த்தியம் வேண்டும்

□□

உடம்புக்கு ஒரு வியாதி வந்தால் அதைக் கண்டுபிடிக்க எவ்வளவோ வசதிகள் வந்திருக்கின்றன.

உடம்புக்குள்ளே என்ன கோளாறு என்பதை வெளியில் இருந்துகொண்டே பார்த்துவிட முடியும்.

ஆனால் மனசில் வியாதி என்றால் அதைக் கண்டுபிடிப்பதற்கு அதிக சாமர்த்தியம் வேண்டும்.

உடல் நோய் என்றால் நோயாளியே அதைச் சொல்ல முடியும். எனக்கு வயிற்றில் வலி... காலில் வலி... என்று உணர்த்த முடியும்.

ஆனால் மன வியாதி உள்ளவர் அவராகவே மருத்துவரை நாடி வந்து, 'டாக்டர்! எனக்கு மனசிலே நோய் வந்திருக்கு.... அதுக்கு மருந்து கொடுங்க!' என்று கேட்டுக் கொண்டிருக்க மாட்டார்.

பக்கத்திலே இருக்கிறவர்கள்தாம் அதைக் கவனித்துப் பார்த்துக் கண்டுபிடிக்க வேண்டும். ஆள் ஒரு மாதிரியா இருக்காரே... என்னவா இருக்கும்? என்று அக்கறையாகக் கவனிக்க வேண்டும்.

மன நோய்க்கு என்று சில அறிகுறிகள் உண்டு. அதைத் தெரிந்து வைத்துக் கொள்வது நல்லது. அடுத்திருப்பவர்களைக் கவனித்துப் பார்ப்பதற்காவது அது உதவியாக இருக்கும்.

அது மட்டுமல்ல. ஆரம்பத்திலேயே கண்டுபிடித்து அதுக்குத் தகுந்த மாதிரி வைத்தியம் செய்து குணப்படுத்திக் கொள்ளலாம்.

சரி... மனநோய்க்கு முதல் அறிகுறி என்ன தெரியுமா? உறக்கமின்மை.

மன உளைச்சல், மன இறுக்கம், மனக் கவலையெல்லாம் தூக்கம் வராமல் இருப்பதற்குக் காரணங்கள்.

அதன் விளைவு என்ன தெரியுமா? நரம்புத் தளர்ச்சி வந்துவிடுகிறது. எதற்கெடுத்தாலும் கோபம் வருகிறது. எரிந்து விழச் செய்கிறது. வேலை செய்வதில் உற்சாகம் இல்லாமல் போய்விடுகிறது. சில பேர் திரும்பத் திரும்ப ஒரே காரியத்தைச் செய்து கொண்டிருப்பார்கள்.

உதாரணத்துக்கு....

கை சுத்தமாக இல்லை என்று நினைத்துக்கொண்டு ஒருவன் திரும்பத் திரும்பக் கை கழுவிக் கொண்டிருப்பான். அவனுக்குக் கூடத் தெரியும்...

'என்ன இது முட்டாள்தனமாக இருக்கிறதே!' என்று.... ஆனாலும் அதை விட முடியாமல் ஒரு விதமான தவிப்புக்கு உள்ளாகி விடுகிறான். 'நாம எதுக்கும் லாயக்கில்லே...' என்கிற ஒரு விரக்தி எண்ணம் அதிகமாகிறது. கவலைப்பட ஆரம்பிக்கிறான். இதுகூட மனநோய்க்கு ஓர் ஆரம்ப அறிகுறிதான்!

சில பேர் குடும்பத்தை விட்டும், நண்பர்களை விட்டும், விலகித் தனியாக இருப்பதில் ஆர்வம் காட்டுவார்கள். இதுகூட மன நோயின் ஆரம்ப நிலையாக இருக்கலாம்.

எதிர்காலத்தைப் பற்றிய பயம்... அவநம்பிக்கை.... அழிவு ஏற்படப் போகிறது என்கிற உள் உணர்வு காரணமாகத் துயரப்படுவது... அழிவை நோக்கக்கூடிய ஓர் எதிர்பார்ப்பு எண்ணம்... இவை யெல்லாம் கூட மனநோய்க்கான அறிகுறிகள்தாம்!

சில பேருக்கு எப்படித் தெரியுமா? அடுத்தவர்கள் நம்மைப் பற்றித் தப்பாக நினைக்கிறார்களா... என்கிற சந்தேகம் வந்துவிடும். அப்படி நினைக்கக் கூடாது என்பதற்கான முன் எச்சரிக்கை நடவடிக்கையாக ஏதாவது செய்யத் துடிப்பார்கள்!

சில பேர், பிரச்சினைகளைச் சமாளிப்பதற்கு, தவறுகளை மறைப்ப தற்கு... தனக்கு இல்லாத நோய்களை இருப்பதாகச் சொல்லிக் கொண்டு, மற்றவர்களுடைய அனுதாபத்தைப் பெற முயற்சி செய்வ துண்டு. அதைப் பெரிதுபடுத்தி மன எழுச்சியோடு வெளிப்படுத் துவது... இதெல்லாம்கூட ஹிஸ்டீரியா நோயின் அறிகுறிதான்.

சில பேருக்குத் தன்னிலையை வெளிப்படுத்தத் தெரியாது. எதிலே யும் ஆர்வம் இருக்காது. அளவுக்கு அதிகமாகப் பணிவாக நடந்து கொள்வார்கள். இது இன்னொரு வகையான மனநோயின் அறிகுறி.

அர்த்தமில்லாமல் பயப்படுவது, ஆட்டிப் படைக்கிற எண்ணங் களிலேயிருந்து விடுதலை பெற முடியாமல் போய்விடுவது, இதுவும் கூட மனநோயின் அறிகுறிகள்தான்.

இன்னொரு வகையான மனநோய் உண்டு.. அளவுக்கு அதிகமான கவனத்தோடு ஒரு திட்டத்தைத் தீட்டுவார்கள். வேலைகளைச் செய்வதிலே அதிக தீவிரத்தைக் காட்டுவார்கள். தனக்கு அதீத சக்திகள் இருப்பதாக உணர்வார்கள். வீணான சந்தேகம், விதண்டாவாதம்

செய்கிற மனப்போக்கு இருக்கும். இவையெல்லாம் அதற்கு ஆரம்ப அறிகுறி.

சில பேர் எப்படியென்றால், சுலபமாகக் கோபப்படுவார்கள். பணிவில்லாமல் நடப்பார்கள். திருடுவார்கள்... பொய் சொல்லுவார்கள்... ஒத்துழைக்க மறுப்பார்கள்... எந்தக் காரியத்தையும் எதிர்மறையாகவே செய்வார்கள்... இது மாதிரி குழந்தைத்தனமாக இருப்பார்கள்.

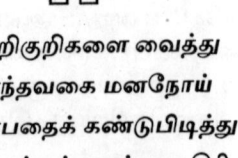

□ □
அறிகுறிகளை வைத்து
எந்தவகை மனநோய்
என்பதைக் கண்டுபிடித்து
அதுக்குத் தகுந்த மாதிரி
சிகிச்சை கொடுக்க
வேண்டும்
□ □

தம்முடைய கருத்துக்களைத் தவறான ஆதாரங்களோடு அடித்துப் பேசுகிறவர்களைப் பார்த்திருக்கிறீர்களா? அதுகூட மனநோயின் ஓர் ஆரம்ப அறிகுறிதான்.

எனவே இது மாதிரி அறிகுறிகளை வைத்து எந்த வகை மனநோய் என்பதைக் கண்டுபிடித்து அதுக்குத் தகுந்த மாதிரி சிகிச்சை கொடுக்க வேண்டும்.

மனதைத் தளர விடக் கூடாது. அதுவே மகிழ்ச்சியான வாழ்க்கைக்கு வழி.

இன்னொரு சம்பவம் சொல்கிறேன். அவரை எந்த வகையில் சேர்க்கலாம் என்பதை நீங்களே முடிவு செய்து கொள்ளுங்கள்.

ஒருத்தன் ஓர் ஆழமான கிணற்றுக்குப் பக்கத்தில் உள்ள பெரிய கல்லின் மீது நின்று கொண்டு, கிணற்றை குனிந்து பார்த்து, பதினெட்டு பதினெட்டு... என்று திருப்பித் திருப்பிச் சொல்லிக் கொண்டிருந்தான்.

அந்த வழியாக வந்த ஒரு பெரிய மனிதர் அதைக் கவனித்தார். உடனே அந்த ஆசாமியை நெருங்கி... ''என்னங்க இது... எதை எண்ணிக்கிட்டிருக்கீங்க?'' என்று கேட்டுக் கொண்டே கிணற்றுக்குள் எட்டிப் பார்த்தார்.

உடனே அவன் அவரைத் திரும்பிப் பார்த்தான். பதில் எதுவும் சொல்லவில்லை. அவரை கிணற்றில் தள்ளிவிட்டு விட்டு இப்போது பத்தொன்பது... பத்தொன்பது... என்று எண்ண ஆரம்பித்து விட்டான்!

எந்த நட்பு எப்போது உதவும்?

இந்த உலகத்திலே உள்ளவர்களெல்லோரும் ஒருவருக்கொருவர் நண்பர்களாக நடந்து கொள்வது நல்லதுதான். அது அவசியமும்கூட.

நல்ல நட்புகூட அது நல்லவிதமாக உபயோகப்பட வேண்டுமானால் அதற்குப் புத்திசாலித்தனம் தேவைப்படுகிறது.

இந்தக் கருத்து உங்களுக்குக் கொஞ்சம் வித்தியாசமாகப்படலாம். இருந்தாலும் அதிலே உள்ள நியாயத்தைப் புரிந்து கொள்ள வேண்டுமானால்... இந்தக் கதையை நீங்கள் கேட்க வேண்டும்.

ஓர் ஊரிலே இரண்டு நண்பர்கள் இருந்தார்கள். அவர்கள் யார் தெரியுமா? ஒருவர் - ஒரு காய்ந்து போன இலை! இன்னொருவர் - ஒரு மண்ணாங்கட்டி!

ஆமாம். இலையும் மண்ணாங்கட்டியும் இணைபிரியாத நண்பர்கள். எங்கே போனாலும் இவர்கள் சேர்ந்துதான் போவார்கள்... வருவார்கள்.

ஒரு நாள் ஒரு மரத்தடியில் அவர்கள் இருவரும் சந்தித்துப் பேசிக் கொண்டிருந்தார்கள். "நாம இப்படியே இருக்கோமே... போகிற வழிக்குப் புண்ணியம் தேடிக் கொள்ள வேண்டாமா?" என்றது இலை.

"தேடிக்கொள்ள வேண்டியதுதான்... அதுக்கு என்ன பண்ணலாம்?" என்றது மண்ணாங்கட்டி.

"வேறே என்ன பண்றது? மனிதர்கள் எல்லாம் புண்ணியம் தேடிக்கொள்ள என்ன பண்ணுகிறார்கள்? காசிக்குப் போகிறார்கள். அதே மாதிரி நாமும் காசி யாத்திரை புறப்பட வேண்டியதுதான்!"

இலையின் இந்த யோசனை சரியென்றே பட்டது மண்ணாங் கட்டிக்கு... இருந்தாலும் அது கொஞ்சம் தயங்கியது.

"சரி புறப்படலாம்... ஆனால் நாம் இரண்டு பேரும் காசிக்குப் போவது என்றால்... வழியிலே நிறையத் தொந்தரவுகளைச் சந்திக்க வேண்டியிருக்குமே...?"

"அதுவும் உண்மைதான்..." என்றது இலை. இருவரும் சேர்ந்து கொஞ்சம் நேரம் யோசித்தார்கள். அதன் பிறகு ஒரு முடிவுக்கு வந்தார்கள்.

அதாவது...

போகிற வழியில் ஏதாவது துன்பம் வந்தால் ... அவர்கள் இருவரும் ஒருவருக்கொருவர் ஒத்தாசையாகச் செயல்பட வேண்டும்! இதுதான் அந்த முடிவு.

□ □
நட்பின் பெருமை ஒருவருக்கொருவர் உறுதுணையாக இருப்பது
□ □

இப்படியாக ஓர் ஒப்பந்தம் செய்துகொண்டு அவர்கள் இருவரும் காசி யாத்திரை புறப்பட்டார்கள். கொஞ்ச நாள் அவர்கள் பயணத்தில் எந்த இடையூறும் இல்லை.

ஒரு நாள் திடீரென்று கடுமையான காற்று வீச ஆரம்பித்தது. இது அவர்களுக்குத் தொந்தரவாகப் போயிற்று. மண்ணாங்கட்டி பார்த்தது... உடனே ஒப்பந்தப்படி அந்த இலையின் மீது ஏறி உட்கார்ந்து கொண்டது. அதன் காரணமாகக் காற்றால் அந்த இலையை அடித்துக் கொண்டுபோக முடியவில்லை. மண்ணாங்கட்டியின் உதவி இலையைக் காப்பாற்றியது. காற்று ஒரு வழியாக நின்றது. மறுபடியும் அந்த நண்பர்கள் தங்கள் பயணத்தைத் தொடர்ந்தார்கள். கொஞ்ச நாள் ஆயிற்று. திடீர் என்று ஓர் இடத்தில் மழைபெய்ய ஆரம்பித்து விட்டது. இது மண்ணாங்கட்டிக்கு இடைஞ்சல்.

இப்போது இலை அந்த மண்ணாங்கட்டியின் மேலே ஏறி உட்கார்ந்து கொண்டது. அதன் மீது மழைத்துளி விழாமல் பார்த்துக் கொண்டது.

எனவே அது கரைந்து போகாமல் இது காப்பாற்றி விட்டது. இருவருக்கும் ரொம்ப மகிழ்ச்சியாக இருந்தது. மன நிறைவாகவும் இருந்தது.

இதுதான் நட்பின் பெருமை. ஒருவருக்கொருவர் உறுதுணையாக இருப்பது எவ்வளவு சௌகரியம்?

இருவரும் உற்சாகமாகப் பேசிக்கொண்டே மேற்கொண்டு பயணத்தைத் தொடர்ந்தார்கள்.

கொஞ்ச நாள் ஆயிற்று.

ஒரு நாள் என்ன நடந்தது தெரியுமா? காற்றும் மழையும் சேர்ந்து அடிக்க ஆரம்பித்து விட்டது. காய்ந்த இலை காற்றில் பறந்து போயிற்று. மண்ணாங்கட்டி மழையில் கரைந்து போயிற்று.

காற்றிலே அடித்துக் கொண்டு போன அந்த இலை ஒரு கற்குவியல் மேலே போய் விழுந்தது. சாலை போடுவதற்காகக் கொட்டி வைக்கப்பட்டிருந்த கற்குவியல் அது.

இலை கலங்க ஆரம்பித்தது. அங்கேயிருந்த ஒரு சிறு கருங்கல் துண்டு கேட்டது ''ஏன் கலங்குகிறாய்?''

இலை தங்கள் கதையைச் சொன்னது.

''மண்ணாங்கட்டி இப்படிக் கரைந்து போயிற்றே...'' என்று சொல்லி வருத்தப் பட்டது.

இப்போது அந்தக் கருங்கல் துண்டு சொல்கிறது: ''உங்க நட்பு சரிதான்! அதில் ஒன்றும் குறையில்லை. இருந்தாலும் காசிக்குப் போக வேண்டும் என்கிற உன்னுடைய நோக்கம் நிறைவேற வேண்டுமானால் நீ என்னை மாதிரி ஒரு கருங்கல்லைத்தான் அதற்குத் துணைவனாகத் தேர்ந்தெடுக்க வேண்டும்.''

□ □
எந்த நட்பு
எந்தச் சமயத்தில்,
எப்படி உதவும்
என்பதைப் புரிந்து
கொள்வது
முக்கியம்
□ □

இதுதான் நாம் தெரிந்து கொள்ள வேண்டிய உண்மை. எந்த நட்பு எந்தச் சமயத்தில், எப்படி உதவும் என்பதைப் புரிந்து கொள்வது முக்கியம்.

ஒரு ரயில் சென்னையிலேயிருந்து புறப்பட்டுத் திருச்சிக்குப் போய்க் கொண்டிருக்கிறது. அதில் முதல் வகுப்புப் பெட்டியில் இரண்டே இரண்டு பேர்தான் இருக்கிறார்கள்.

அவர்களில் ஒருத்தர் இன்னொருவரைப் பார்த்துச் சொன்னார்: ''நல்ல வேளை நீங்கள் எனக்குத் துணையா வர்றது சௌகரியமாப் போச்சு... நாம் ஒருத்தருக்கொருத்தர் துணையா இருக்கலாம்... நான் தனியாகப் போறதுக்குப் பயந்தேன்... ஏன்னா என்கிட்டே 10,000 ரூபாய் பணம் இருக்கு... அதைப் பத்திரமாக் கொண்டு போகணு மேன்னு கவலைப்பட்டேன். நீங்க துணையாக இருக்கறது நல்லதாப் போச்சு!''

அடுத்த ஆள் இதைக் கவனமாகக் கேட்டுக் கொண்டார். மனசுக்குள் முடிவு செய்து கொண்டார். 'இந்த ஆள் தூங்கும்போது எப்படியாவது அந்தப் பணத்தை எடுத்துவிட வேண்டும்.'

ரயில் போய்க்கொண்டிருந்தது. பணம் வைத்திருந்தவர் லேசாகக் கண்ணை மூடினார். இவருக்கோ ஆச்சர்யம். என்ன ஆள் இவன் இப்படித் தூங்குகிறானே என்று. இருந்தாலும் ஆச்சரியத்தை அடக்கிக் கொண்டு பரபரப்பாகச் செயல்பட ஆரம்பித்தார். மெல்ல அவர் பெட்டியைத் திறந்தார். ஆவலோடு உள்ளே தேடிப் பார்த்தார். அங்கே பணத்தைக் காணவில்லை.

'சரி... ஆசாமி நம்மகிட்டே பொய் சொல்லியிருக்கான்!' என்று நினைத்துக் கொண்டார். அதற்குப் பிறகு அவருக்குத் தூக்கமே வரவில்லை.

மறுநாள் விடிந்தது. திருச்சி ரயில் நிலையம்.

அசந்து நிம்மதியாகத் தூங்கிக் கொண்டிருந்த ஆசாமி எழுந்தார். மிகவும் சாவகாசமாக, ''அப்பாடா! பணத்தைப் பத்திரமாக் கொண்டு வந்து சேர்த்துவிட்டேன் சார்''என்றார்.

இவருக்கு ஆச்சரியம்... ''எங்கே சார் வச்சிருந்தீங்க உங்கள் பணத்தை...?'' ஆவலை அடக்க மாட்டாமல் கேட்டு விட்டார்.

அவர் சொன்னார்... ''நீங்க பாத்ரூம் போயிருந்த சமயத்திலே... என்னோட பணத்தை எடுத்து உங்க பெட்டியிலே வச்சுட்டேன் சார்... பத்திரமா இருக்கட்டுமேன்னு! இப்போ அதை எடுத்துக்கிறேன்... நீங்களும் தூங்காம முழிச்சிருந்து அதைப் பாதுகாத்ததுக்கு ரொம்ப நன்றி!''

■

அறிவால் வெல்லுங்கள்

ஒரு பள்ளிக்கூடம். வகுப்புகள் முடிந்தன. மணியடித்தார்கள். மாணவர்கள் உற்சாகமாக வெளியே ஓடிவந்தார்கள்.

ஒரு பெரியவர் அந்த வழியாக நடந்து வந்து கொண்டிருந்தார். அவரது காலில் புதிய செருப்பு போட்டிருந்தார். அது பார்ப்பதற்கு அழகாக இருந்தது.

ஒரு குறும்புக்காரப் பையன் அதைக் கவனித்தான். அந்தப் பெரியவரை எப்படியாவது ஏமாற்றி... அந்தச் செருப்பை எடுத்துக் கொண்டு ஓடிவிட வேண்டும் என்று நினைத்தான்.

உடன் வந்த நண்பர்களிடமும் இந்த ஆவலைச் சொன்னான். அவர்களும் சில யோசனைகளைச் சொன்னார்கள்.

எல்லாருமாகச் சேர்ந்து ஒரு திட்டம் தீட்டினார்கள். கூட இருந்த பையன்தான் அந்த யோசனையைச் சொன்னான். அது என்ன யோசனை தெரியுமா?

அதாவது... அந்தப் பெரியவரை ஒரு மரத்தின் மீது ஏறச் சொல்லுவோம். அவர் தமது செருப்புகளைக் கீழே கழற்றிப் போட்டுவிட்டு மேலே ஏறுவார். அந்தச் சமயம் பார்த்து நாம் அதைத் தூக்கிக் கொண்டு ஓடிவிடலாம்.

இந்தத் திட்டத்தை எல்லோரும் ஏற்றுக் கொண்டார்கள். உடனே அவர்கள் எல்லோரும் ரொம்ப நல்ல பிள்ளைகள் மாதிரி சாதுவாக அந்தப் பெரியவரை நெருங்கினார்கள்.

"ஐயா...! எங்களாலே இந்த மரத்துலே ஏற முடியலே... நீங்கள் பெரியவர்... உங்களுக்கு அனுபவம் இருக்கும். நீங்க ஒரு தரம் இந்த மரத்துலே ஏறிக் காட்டினீங்கன்னா நாங்க அதைப் பார்த்துக் கத்துக்குவோம்."

□ □
உடல் பலம் மட்டும் இருந்தால் போதாது... அறிவு பலமும் வேணும். அறிவின் பலம் படிப்பிலே மட்டும் இல்லை. பண்பிலேயும் இருக்கிறது.
□ □

அந்தப் பெரியவரும் இதைக் கேட்டவுடனே சரி என்று ஒப்புக் கொண்டார். ஆனாலும் அவர் மனதுக்குள்ளே ஒரு சந்தேகம். என்னத்துக்காக இப்படித் திடீர்னு வந்து இந்தப் பசங்க நம்மகிட்டே இப்படிக் கேக்கறாங்க...

அவர்கள் முகத்தைக் கூர்ந்து கவனித்தார். ஒரு பொடியன் தன் காலில் இருக்கிற செருப்பையே கவனிப்பதை அவர் கவனித்துக் கொண்டார்.

'சரி இருக்கட்டும்' என்று தனக்குள் சொல்லிக் கொண்டார்.

"சரி பிள்ளைங்களே... நான் உங்களுக்கு மரம் ஏறிக்காட்ட வேண்டும். அவ்வளவு தானே... இதோ பார்த்துக் கொள்ளுங்கள்..." என்று சொல்லி விட்டு அந்த மரத்தை நெருங்கினார்.

இவர்களுக்கு மனதுக்குள் உற்சாகம். ரொம்பவும் அக்கறையாக இருப்பதுபோல அவரைக் கவனித்தார்கள். பெரியவர் ஏமாறப்போகிறார் என்கிற எண்ணம் அவர்கள் மனதில். பெரியவர் என்ன செய்தார் தெரியுமா?

மரத்தடிக்குப் போய் தம்முடைய கால்களிலிருந்து மெதுவாக செருப்பைக் கழற்றினார். தம் இடுப்பிலே அவற்றை சொருகிக் கொண்டார். மரத்திலே ஏற ஆரம்பித்தார்.

இவர்கள் திகைத்துப்போய் நின்றுவிட்டார்கள்.

ஒருவன் மெல்ல ஆரம்பித்தான்...

"ஐயா பெரியவரே... மரத்து மேலே ஏறும்போது என்னத்துக்காக அந்தச் செருப்பையும் கூடவே எடுத்துக்கிட்டுப் போறீங்க? அங்கே என்ன நடைபாதையாயிருக்கு? இல்லையே! அதனாலே செருப்பைக் கீழேயே போட்டுட்டுப் போங்களேன்!'', ''தம்பி! நீ சொல்ற மாதிரி செருப்பைக் கீழே

போட்டுட்டுப் போகலாம்... ஒருவேளை மரத்து மேலே நடைபாதை இருந்தா என்ன பண்றது? அதுக்காகத்தான் எதுக்கும் இருக்கட்டுமேன்னு முன் ஜாக்கிரதையா இதை எடுத்துக் கிட்டுப்போறேன்.'' அந்த சிறுவர்கள் முகத்தில் ஏமாற்றம்!

□□

இளைஞர்கள் தங்கள் புத்திசாலித்தனத்தை நல்லவிதமாகப் பயன்படுத்தவேண்டும். அதுதான் முன்னேறுவதற்கு வழி.

□□

மரத்தின் மேலே ஏறிய பெரியவர் சிரித்துக் கொண்டே கீழே இறங்கி வந்தார். பிறகு சொன்னார்:

''பிள்ளைகளே உங்களுக்கு உடல் பலம் மட்டும் இருந்தால் போதாது... அறிவு பலமும் வேணும். அறிவின் பலம் படிப்பிலே மட்டும் இல்லை. பண்பிலேயும் இருக்கிறது... அதையும் வளர்த்துக் கொள்ளுங்கள்!''

இப்படிச் சொல்லிவிட்டு செருப்பை மாட்டிக் கொண்டு அந்தப் பெரியவர் நடந்து போனார்.

இளைஞர்கள் தங்களுக்கு இருக்கிற புத்திசாலித்தனத்தை நல்லவிதமாகப் பயன்படுத்த வேண்டும். அதுதான் முன்னேறுவதற்கு வழி.

''ஒரு குரங்கு ஒரு மரத்தின் மீது உட்கார்ந்திருந்தது. அந்த மரத்துக்கு அடியிலே ஒரு சிங்கம் நின்று கொண்டிருந்தது. சிங்கத்துக்கு ரொம்பப் பசி. குரங்குக் கறி சாப்பிட வேண்டும் என்று அதற்கு நீண்ட நாட்களாக ஆசை. அதன் நாக்கில் எச்சில் ஊறியது. அதனால் அது ரொம்பவும் சாமர்த்தியமாக அந்தக் குரங்கைப் பார்த்து, ஏன் அங்கேயே உட்கார்ந் திருக்கே? கீழே இறங்கி வாயேன்... விளையாடலாம்!'' என்றது.

குரங்கு பார்த்தது. அது கொஞ்சம் கெட்டிக்காரக் குரங்கு.

''நான் கீழே இறங்கி வந்தா நீ என்னைத்தின்னுடுவே... அதனாலே உன் வாயை மூடிக் கட்டிக் கொள்... உன் கால்களையும் சேர்த்துக் கட்டிக் கொள். அதுக்கப்புறம் வேணும்னா இறங்கி வர்றேன்...'' என்றது.

சிங்கமும் ''சரி'' என்று சொல்லி விட்டு பக்கத்தில் வேடிக்கை பார்த் துக் கொண்டிருந்த அந்த சுண்டெலியைப் பார்த்துத் தன்னைச் செடி, கொடிகளைக் கொண்டு கட்டிப் போடச் சொன்னது. அதுவும் பயந்து நடுங்கியபடியே அவ்வாறே சிங்கத்தைக் கட்டியது. அதன் பிறகுதான் குரங்கு கீழே இறங்கி வந்தது. மெதுவாகச் சிங்கத்தை நெருங்கியது. அப்போது அதன் உடம்பு நடுங்கியது.

''ஏன் பயந்து நடுங்கறே?'' என்று கேட்ட்து சிங்கம்.

''நான் நடுங்கலே... உணர்ச்சி வசப்படறேன்!'' என்றது குரங்கு.

''ஏன்?'' என்று கேட்டது சிங்கம்.

குரங்கு சொன்னது: ''முதல் தடவையா இன்றைக்குத்தான் சிங்கத்தின் கறியைத் தின்று பார்க்கப் போறேன்! அதனாலேதான்.''

■

போப்பாண்டவருக்குக் கடிதம் எழுதிய சிறுவன்

ஒரு சிறுவன். அவன் அம்மாவுக்கு உடம்பு சரியில்லை. அவனோ ஏழைச் சிறுவன். எனவே மருந்து வாங்கக் கையில் அவனிடம் பணமில்லை. என்ன செய்வது என்று யோசித்தான்.

இது நடந்தது இத்தாலியில். அந்தச் சிறுவன் இருந்தது ரோம் நகரில். அவனுக்குத் தேவைப்பட்டது 37 லிரா. லிரா என்பது இத்தாலிய நாணயம். 37 லிரா கிடைத்தால் அம்மாவுக்கு மருந்து வாங்கிக் கொடுத்து விடலாம். யாரிடம் கேட்பது? அவனுக்கு ஒன்றும் புரியவில்லை. ஆனாலும் திடீரென்று ஓர் எண்ணம் உதயமானது. போப்பாண்டவரிடம் கேட்டுப் பார்க்கலாம் என்று! அப்போது போப்பாண்டவராக இருந்தவர் ஒன்பதாவது பயஸ். சிறுவன் தன் தாயாரிடம் ஓடினான். ''அம்மா... போப்பாண்டவருக்குக் கடிதம் எழுதப் போகிறேன்...''

இதைக் கேட்டதும் அம்மாவுக்குப் பதற்றம்.

''என்னப்பா சொல்றே? போப்பாண்டவருக்கா? நீயா? அவருக்கு நீ கடிதம் எழுதுவதா? இது சரியா இருக்குமா?''

''ஏன் எழுதினால் என்ன? நமக்கு அவர்தானே குரு. நம்மைக் காப்பாற்ற வேண்டியவர் அவர்தானே?''

''நீ சொல்றது சரி... இருந்தாலும்...''

''நான் எழுதத்தான் போறேன்.''

அந்தச் சிறுவன் ஒரு தாளை எடுத்தான். அவனுக்குத் தெரிந்த வரையில் கிறுக்கிக் கிறுக்கி அந்தக் கடிதத்தை எழுதி முடித்தான். ஏகப்பட்ட எழுத்துப் பிழைகள். ஒரு வழியாக அந்தக் கடிதத்தைப் போப்பாண்டவருக்கு அனுப்பி வைத்தான்.

கடிதம் போப் ஆண்டவருக்குப் போய்ச் சேர்ந்தது. பிரித்துப் பார்த்தார்.

சிறுவனின் துணிச்சல் அவருக்குப் பிடித்திருந்தது. மகிழ்ந்தார். உடனே ஒரு பதில் எழுதினார் - ''தம்பி நேரில் வந்து என்னைப் பார்'' என்று.

தென்கச்சி கோ. சுவாமிநாதன் **21**

சிறுவன் கடிதத்தை எடுத்துக்கொண்டு புறப்பட்டான். போப்பாண்டவர் இருக்குமிடம் சென்றான். வாசலில் நின்றவர்களிடம் கடிதத்தைக் காட்டினான். அவர்களுக்கு ஆச்சரியம்.

'இந்தச் சிறுவனை எதற்காகப் போப்பாண்டவர் அழைத்திருப்பார்?' என்று அவர்களுக்குள் பேசிக் கொண்டார்கள்.

என்றாலும் கடிதம் கையில் இருக்கிறதே!

வேறுவழியின்றி அந்தச் சிறுவனை உள்ளே போக அனுமதித்தார்கள்.

சிறுவன் போப்பாண்டவரைக் கண்டான். வணங்கினான். அவர் தம் ஆடைக்குள் கையை விட்டார். ஒரு நாணயத்தை எடுத்தார். சிறுவனிடம் கொடுத்தார். அவன் அதை வாங்கிப் பார்த்தான்.

அது 20 லிரா நாணயம்.

சிறுவன் தயங்கினான்.

□ □
சிறுவனின் துணிச்சலும் கபடமில்லாத உள்ளமும் போப்பாண்டவரை வியக்க வைத்தது.
□ □

"ஏன் தம்பி தயங்குகிறாய்?"

"ஐயா.... நான் கேட்டது 37 லிரா. தாங்கள் கொடுத்திருப்பது 20 லிரா. அம்மாவுக்கு மருந்து வாங்க 37 லிரா வேண்டுமே."

"ஓ அப்படியா? நான் மறந்து விட்டேன். இந்தா என்று சொல்லி மறுபடியும் தன் உடைக்குள்ளிருந்து இன்னொரு 20 லிரா நாணயத்தை எடுத்துக் கொடுத்தார்.

அதை வாங்கிக் கொண்ட சிறுவன் சற்று யோசித்தான். பிறகு சரி வருகிறேன் என்று போப்பாண்டவரிடம் விடை பெற்றுக் கொண்டு ஓடிப் போய்விட்டான்.

சிறுவனின் துணிச்சலும் கபடமில்லாத உள்ளமும் போப்பாண்டவரை வியக்க வைத்தது. ஆனாலும் அந்தச் சிறுவன் 40 லிரா பெற்றுக் கொண்ட பிறகும் ஏன் தயங்கினான்? இன்னும் கொஞ்சம் பணம் தேவைப்பட்டிருக்குமோ...?

அவன் தயங்கியது எதனால் என்று அப்போது போப்பாண்டவருக்கு விளங்கவில்லை.

அந்தச் சிறுவனின் தயக்கத்துக்கான காரணம் அடுத்த நாள்தான் அவருக்கு விளங்கியது.

மறுநாள் காலை மறுபடியும் போப்பாண்டவரைத் தேடி வந்தான் அந்தச் சிறுவன்.

'இன்னும் ஏதாவது தேவையா?' என்பது போல் இவர் அந்தப் பையனின் முகத்தைக் கவனித்தார்.

'இல்லை ஐயா... இதைக் கொடுத்துவிட்டுப் போகத்தான் வந்தேன்' என்பது போல அந்தச் சிறுவன் கையை நீட்டினான்.

அந்தப் பிஞ்சுக் கரத்தில் மூன்று லிரா சில்லறை இருந்தது.

"என்ன இது?"

"ஐயா... என் அம்மாவுக்கு மருந்து வாங்க எனக்குத் தேவைப் பட்டது 37 லிரா. அதை மட்டும் கேட்டுத்தான் தங்களுக்குக் கடிதம் எழுதினேன். தாங்கள் 40 லிரா கொடுத்தீர்கள். மீதிச் சில்லறை இது..."

போப்பாண்டவர் அந்தச் சிறுவனை அருகில் அழைத்தார். முதுகில் தட்டிக் கொடுத்தார். அவனது துணிவையும் பணிவையும் பாராட்டினார். அந்தச் சிறுவனை அவரே படிக்க வைத்தார். அதற்கான எல்லாச் செலவுகளையும் அவரே ஏற்றுக் கொண்டார். சிறுவன் சிறிது சிறிதாக உயர்ந்தான். வாழ்க்கை என்கிற வானத்தில் அந்தப் பறவை சிறகடித்துப் பறந்தது.

இதற்கு எது காரணமாக அமைந்தது?

சிறு வயதிலேயே அவனிடம் இருந்த நேர்மை. வேடிக்கையாக ஒரு கதை சொல்வதுண்டு.

ஒரு ஊரில் ஓர் ஆள் இருந்தான். அவனுக்குப் பணம் தேவைப் பட்டது. நாலு பேரிடம் கேட்டுப் பார்த்தான்.... யாரும் கொடுக்கிற மாதிரி இல்லை.

எல்லோரும் அவனைக் கண்டாலே விலகிப் போனார்கள். ஓடி ஒளிந்தார்கள். என்ன செய்வது? அவன் யோசித்தான்.

பிறகு ஒரு முடிவுக்கு வந்தான். ஓர் அஞ்சல் அட்டையை எடுத்தான். கடவுளுக்கு இப்படி ஒரு கடிதம் எழுதினான்.

அன்புள்ள கடவுளுக்கு, வணக்கம்.

''நீ படைத்த மனிதர்கள் யாரும் எனக்கு உதவமாட்டேன் என்கிறார்கள். எனக்கு ஒரு நூறு ரூபாய் மட்டும் கொடு. அதை வைத்து நான் பிழைத்துக் கொள்கிறேன்.''

கடிதத்தை எழுதி முடித்த பிறகுதான் கடவுளின் முகவரி என்ன என்று யோசித்தான்.

சரி, எல்லாருடைய முகவரியும் போஸ்ட் மாஸ்டருக்குத் தெரியுமல்லவா? அதனால் போஸ்ட் மாஸ்டருக்கு அதை அனுப்ப முடிவு செய்தான். கடவுள், c/o போஸ்ட் மாஸ்டர் என்று எழுதித் தபால் பெட்டியில் கடிதத்தைப் போட்டுவிட்டான்.

போஸ்ட் மாஸ்டர் கையில் கடிதம் கிடைத்தது.

'ஐயோ பாவம்! யாரோ ஒரு அப்பாவி இப்படிக் கடிதம் எழுதியனுப்பியிருக்கிறானே' என்று கவலைப்பட்டார் அவர். தன் சட்டைப் பையைத் தடவினார். அப்போதைக்கு அவரிடமிருந்தது 80 ரூபாய் மட்டுமே. சரி இதையாவது அனுப்பி வைப்போம் என்று சொல்லிக் கடவுள் அனுப்பிவைத்தது மாதிரியே அந்தப் பணத்தை மணியார்டர் மூலம் கடிதத்திலிருந்த அவனுடைய முகவரிக்கு அனுப்பி வைத்தார்.

அவன் பணத்தைப் பெற்றுக் கொண்டு மறுபடியும் கடவுளுக்கு ஒரு கடிதம் எழுதினான். இந்த முறை கடிதத்தைப் போஸ்ட் கார்டில் எழுதாமல் பேப்பரில் எழுதி கவர் வாங்கி அதில் போட்டுக் கவனமாக ஒட்டி அனுப்பினான். போஸ்ட் மாஸ்டர் பெயருக்குக் கடிதத்தை அனுப்பி விட்டால் அவர் அதைக் கடவுளிடம் சேர்ப்பித்து விடுவார் என்று முடிவு செய்துதான் அந்தக் கடிதத்தை அவன் அவருக்கு அனுப்பினான்.

போஸ்ட் மாஸ்டர் ஆவலுடன் அந்தக் கடிதத்தைப் பிரித்துப் பார்த்தார். அதில்,

''அன்புள்ள கடவுளுக்கு,

நீங்கள் அனுப்பி வைத்த பணம் கிடைத்தது. ஆனாலும் உங்களை ஒரு விஷயத்தில் எச்சரிக்கை செய்ய விரும்புகிறேன். அது என்னவென்றால்... இனிமேல் நீங்கள் நம்ம ஊர் போஸ்ட் மாஸ்டர் மூலமாகப் பணம் அனுப்பாதீர்கள். ஏனென்றால் அவர் அதில் 20 ரூபாயை எடுத்துக் கொண்டு விடுகிறார்!''

என்று எழுதியிருந்தது.

■

உள்ளே இருக்கிற நல்லவன்

நம்ம ஊர்க்காரர் ஒருவர் ஜப்பானுக்குப் போயிருந்தார். அங்கே ஒரு சாலை வழியாக நடந்து போய்க் கொண்டிருந்தார். அந்தச் சமயத்தில் திடீர் என்று மழை. தூறல் பலமாக விழ ஆரம்பித்துவிட்டது. அவர் அந்தச் சமயத்தில் ஒரு பாலத்தைக் கடந்து போய்க் கொண்டிருந்தார்.

மழை மெல்ல மெல்ல வலுக்க ஆரம்பித்தது. அந்த சமயத்தில் பாலத்தின் நடுவே இருந்த காரணத்தால் நம்மவருக்கு ஒதுங்க இடமில்லை. ஆகவே ஓட ஆரம்பித்தார்.

தொடர்ந்து அடுத்த முனைக்கு ஓடுவதா? திரும்பிப் புறப்பட்ட இடத்திக்கே வந்துவிடுவதா?

புறப்பட்ட இடமே சற்று நெருக்கத்தில் இருப்பதாகத் தோன்றுகிறது அவருக்கு. ஓட்டமும் நடையுமாகத் திரும்பி வருகிறார். அந்த சமயத்தில்தான் அது நடந்தது.

□□

அவர் குடை கொடுத்து உதவியது எனக்கல்ல; அவரின் தேசத்துக்கு!

□□

அந்த வழியாகப் பாலத்தில் வேகமாகப் போய்க் கொண்டிருந்த கார் ஒன்று இவரைத் தாண்டிச் சென்று திடீரென பிரேக் அடித்து நின்று... பிறகு பின்னால் நகர்ந்து வருகிறது. அவர் அருகே வந்ததும் நிற்கிறது. இவருக்கு ஒன்றும் புரியவில்லை.

அந்தச் சமயத்தில் காரின் கதவைத் திறந்துகொண்டு ஒரு ஜப்பான்காரர் இறங்குகிறார். அவருக்கு நாற்பது வயது இருக்கலாம்.

நம்ம ஊர்க்காரரை அவர் புன்னகையோடு நெருங்குகிறார் :

''பிளீஸ்...டேக் '' என்று எதையோ நீட்டுகிறார்.

மழை பலமாக இருந்ததால் அந்த நேரத்தில் அவர் எதைக் கொடுக்கிறார் என்பது புரியவில்லை. அதை அவர் அவசரமாகக்

கொடுத்து விட்டு எந்தப் பதிலையும் எதிர்பார்க்காமல் காரில் ஏறிப் புறப்பட்டுப் போய்விட்டார்.

அதன் பிறகுதான் இவர் தன் கையில் திணிக்கப்பட்ட அந்தப் பொருளைக் கவனிக்கிறார். அது என்ன... ஒரு அழகான குடை. இவருக்கு அந்த நேரத்தில் எது தேவையோ அது!

நம்ம ஊர் நண்பர் (து. கணேசன்) சொல்லுகிறார்:

''என் கையில் அவர் திணித்த அந்தப் பொருளைப் பார்த்து நான் அனுபவித்த உணர்ச்சியை வார்த்தைகளில் விவரிப்பது மிகவும் சிரமம்... அந்த மனிதர் தந்த ஆனந்த அதிர்ச்சியில் அந்தக் குடையைக்கூட விரிக்காமல்... நான் தூரத்தில் செல்லும் அந்தக் காரையேப் பார்த்துக் கொண்டு நின்றிருந்தேன்.

ஒருமனிதர் தன் நாட்டையே என் மதிப்பில் உயரச் செய்து விட்டார்... அவர் குடை கொடுத்து உதவியது எனக்கல்ல. அவரின் தேசத்துக்கு!''

நம் நண்பரின் கையிலிருந்த அந்தக் குடையின் சிறகுகள் இப்போது விரிகின்றன. அவர் சொல்கிறார் :

''இன்றும் அந்தக் குடையைப் பத்திரப்படுத்தி என்னுடன் வைத்திருக்கிறேன்!''

இந்த ஜப்பான் சம்பவம் என் ஞாபகத்துக்கு வந்ததற்கு ஒரு காரணம் உண்டு. சில நாள்களுக்கு முன்னால் பத்திரிகையில் பார்த்த செய்தி ஒன்றுதான் அதற்குக் காரணம்.

ஒரு வெளிநாட்டுப் பெண்மணி நம்ம ஊருக்கு வந்திருக்கிறார். சுற்றுலாப் பயணியாக ஓட்டல் ஒன்றில் தங்கியிருக்கிறார். அவர் கொண்டுவந்த பொருட்களை எல்லாம் இங்கே யாரோ திருடிக் கொண்டு போய்விட்டார்களாம். போலீஸ் ஸ்டேஷனுக்குப் போய் அந்தப் பெண் புகார் கொடுத்திருக்கிறார். போலீஸார் திருடனை வலைவீசித் தேடிக் கொண்டிருக்கிறார்கள் என்பதுதான் அந்தச் செய்தி.

இப்படி சொன்னதால் இங்கேயிருக்கிற நம்மவர்கள் எல்லாரும் மோசமானவர்கள் என்றோ, மற்ற நாடுகளில் இருக்கிற அத்தனை பேரும் உத்தமர்கள் என்றோ அர்த்தமல்ல.

எல்லா நாடுகளிலும் நல்லவர்களும் இருக்கிறார்கள்; கெட்டவர் களும் இருக்கிறார்கள்.

□ □
ஒவ்வொரு மனிதனுக்குள்ளேயும்
நல்லவனும் இருக்கிறான்;
தீயவனும் இருக்கிறான்.
தனக்குள்ளே இருக்கிற தீயவனை
அடக்கி வைத்திருக்க வேண்டியது
நல்லவனுடைய கடமை
□ □

ஒவ்வொரு மனிதனுக்குள்ளேயும் நல்லவனும் இருக்கிறான்; தீயவனும் இருக்கிறான். தனக்குள்ளே இருக்கிற தீயவனை அடக்கி வைத்திருக்க வேண்டியது நல்லவனுடைய கடமை. இன்றைக்கும் உலகத்திலே நல்லவர்கள் எண்ணிக்கைதான் அதிகம்.

அவர்களைப் பற்றிய செய்திகள் அதிகமாக வெளிவருவதில்லை. ஆகவே அவர்கள் குறைவு என்பது போல ஒரு தோற்றம் இருக்கிறது.

திருடினான் என்பதுதான் செய்தியாக வரும். திருடாமல் இருந்தான் என்பது செய்தியாக வருவதில்லை அல்லவா? அது போலத்தான்.

உலகப் புகழ் பெற்ற நகைச்சுவை நடிகர் பாப்ஹோப். அவர் ஒரு முறை இத்தாலிக்குச் சுற்றுலா சென்றாராம்.

ஊரைச் சுற்றிப் பார்க்க விரும்பினார் அவர். ஆகவே சுற்றுலாத்துறை வெளியிடுகிற குறிப்புப் புத்தகத்தை வாங்கிக் கையில் வைத்துக் கொண்டார். ஒரு வழிகாட்டியை (டூரிஸ்ட் கைடு) அணுகினார்.

"ஐயா... நான் இந்த ஊரைச் சுற்றிப் பார்க்க விரும்புகிறேன் உதவ முடியுமா?"

"ஓ தாராளமாக.... அதற்காகத்தானே நாங்கள் இருக்கிறோம்" என்றான் அவன்.

"ரொம்ப மகிழ்ச்சி..."

"நான் உங்களுக்கு ஊரைச் சுற்றிக் காட்டுகிறேன். ஆனால் ஒரு சிறு நிபந்தனை..."

"என்ன... சொல்லுங்கள்..."

"நான் ஊரைச் சுற்றிக் காட்டுவேன்...ஆனால் அந்த சமயத்தில் நீங்கள் இந்தக் குறிப்புப் புத்தகத்தை உபயோகப்படுத்தவே கூடாது."

"நான் ஏன் அந்தப் புத்தகத்தைப் பார்க்கக் கூடாது?"

"அதெல்லாம் சொல்ல முடியாது."

அவன் அப்படி சொன்னதும் இவருக்கு ஒரு மாதிரியாக ஆகிவிட்டது. இது சரிப்பட்டு வராது என்று சொல்லிவிட்டு வேறு ஒரு வழி காட்டியை அணுகினார்.

அவனும் அதே நிபந்தனையைப் போட்டான். வேறு வழியில்லாமல் அந்த நிபந்தனைக்கு சம்மதித்தார்.

அதன்பிறகு அந்தக் கைடு ஊர் முழுவதையும் சுற்றிக் காட்டினான். பிறகு 500 ரூபாய் (அந்த ஊர் நாணய மதிப்புப்படி) கட்டணம் பெற்றுக்கொண்டு போனான்.

பாப்ஹோப் அறைக்கு வந்த பிறகு புத்தகத்தைப் புரட்டினார்.

டூரிஸ்ட் கைடு ஏன் இந்தப் புத்தகத்தைப் படிக்கக் கூடாது என்று சொன்னான்...? புத்தகத்தில் உள்ள குறிப்புகளைத்தானே அவனும் சொன்னான். வேறு எதுவும் மாற்றிச் சொல்லவில்லையே. பிறகு எதற்கு அவன் பயப்பட்டான் என்று யோசித்துக் கொண்டே அந்தப் புத்தகத்தின் கடைசிப் பக்கத்தைப் புரட்டினார். அங்கே எழுதப் பட்டிருந்தது.

'டூரிஸ்ட் கைடுக்குக் கட்டணமாக 50 ரூபாய் தந்தால் போதுமானது' என்று.

எப்போதும் மகிழ்ச்சியாக இருக்க வேண்டுமா?

"இதயத்தை விசாலமாக மாற்றுங்கள்" என்றேன் நண்பர் ஒருவரிடம். அவருக்குக் கோபம் வந்துவிட்டது.

"உங்க பேச்சைக் கேட்டா நான் ஆஸ்பத்திரிக்குப் போக வேண்டியதுதான்" என்றார்.

□ □
இதயத்தில் சிறகு முளைக்கிறது என்றால் மனம் விசாலமாகிறது என்றுபொருள்.
□ □

ஒன்றும் புரியாமல் அவரைப் பார்த்தேன்.

"ஆமாம் அதுக்குப் பேரு Enlarged Heart" என்றார்.

அப்புறம்தான் நான் சொன்னது சரியான உபதேசம் அல்ல என்பது எனக்குப் புரிந்தது.

நான் மனசை விசாலமாக மாற்றுங்கள் என்று சொல்லியிருக்க வேண்டும்.

அன்பின் விரிவாக்கம் தேவை.

Expansion of Love

இதுதான் உண்மையான வாழ்க்கை என்பது பெரியவர்கள் நமக்குச் சொல்லிக் கொடுத்திருக்கிற பாடம்.

இதயத்தில் சிறகு முளைக்கிறது என்றால் மனம் விசாலமாகிறது என்று பொருள்.

ஒரு ஊரில் ஒரு சந்நியாசி இருந்தார். ஒரு நாள் அவரைத் தேடி ஒருவன் வந்தான். அவரை வணங்கினான்.

"சுவாமி... தாங்கள் எனக்காக ஒரு காரியம் செய்ய வேண்டும்" என்றான்.

சந்நியாசி நிமிர்ந்து பார்த்தார். "என்ன செய்ய வேண்டும் உனக்காக?"

"நானும் என் குடும்பமும் நன்றாக இருக்க வேண்டும்.''

"அவ்வளவுதானே…'' என்று சொல்லி, அந்த சந்நியாசி தன் வழிபாட்டைத் தொடங்கினார்.

"இறைவா… எல்லாரும் மகிழ்ச்சியாக வாழ வேண்டும். எங்குமே துன்பம் இல்லாமல் மறைய வேண்டும். உலகம் முழுவதும் அமைதி நிலவ வேண்டும். அனைவருக்கும் நிம்மதி வேண்டும்.''

சந்நியாசியின் இந்த வழிபாடு நம்ம ஆளுக்கு ஏமாற்றத்தைக் கொடுத்தது.

"சுவாமி என்ன இது? நான் எனக்காகவும் என் குடும்பத்துக்காகவும் பிரார்த்தனை செய்ய வேண்டுமென்று விரும்பினேன். நீங்களோ உலக மக்களுக்காகப் பிரார்த்தனை செய்கிறீர்கள். உங்கள் இறை வணக்கத்தில் ஒரு தடவைகூட என் பெயரையோ என் குடும்பத்தையோ குறிப்பிடவே இல்லையே?''

"மகனே… மன்னிக்க வேண்டும். நீ குறிப்பிடுவதுபோல என்னால் பிரார்த் தனை செய்யமுடியாது. அனைவருக் காகவும் அனைத்து உலக நன்மைக்காக வும் பிரார்த்தனை செய்வது பற்றித்தான் என் குருநாதர் கற்றுத்தந்தார். என் சந்நியாச தர்மமும் எனக்கு அதைத்தான் கற்றுத் தந்தது. எல்லாருக்குமாகப் பிரார்த்தனை செய்யும்போது கிடைக்கிற பலன் உனக்கும் உண்டு. அப்படி இருக் கும்போது ஏன் நீ கவலைப்படுகிறாய்?''

இவ்வளவு கூறியும் நம்ம ஆளுக்குத் தெளிவு ஏற்படவில்லை. சந்நியாசி பார்த்தார்.

"சரி இங்கே வா…'' என்று அருகே அவனை அழைத்தார்.

ஒரு வாளி நிறையத் தண்ணீரை நிரப்பி அவனிடம் கொடுத்தார்.

□ □

அன்பின் எல்லை
விரிவாகிறபோதுதான்
வாழ்க்கை நேசிக்கக்
கூடியதாக மாறுகிறது

□ □

"இதோ அந்தச் செடிக்கு இந்தத் தண்ணீரை ஊற்றி விட்டு வா" என்றார்.

அப்படியே செய்து விட்டு வந்தான்.

"தண்ணீரை எங்கே ஊற்றினாய்?" என்று கேட்டார்.

"அந்தச் செடியின் வேர் பாகத்தில் ஊற்றினேன்."

"இலைகள் தானே வாடியிருக்கின்றன. ஒவ்வொரு இலைக்குமாகத் தண்ணீரை விட்டுவிட்டு வரவேண்டியதுதானே."

இவன் சிரித்தான்.

"சுவாமி... வேருக்கு நீர் ஊற்றினால் அது எல்லாக் கிளைகளுக்கும் இலைகளுக்கும் போய்ச் சேர்ந்து விடுமே."

"நான் பிரார்த்தனை செய்வதும் அது மாதிரித்தான். உலக நன்மைக்காக வழிபாடு செய்யும்போது உனக்கும் அதன் பலன் வந்து சேரும்."

நம்ம ஆளுக்குக் கொஞ்சம் புரிகிற மாதிரி இருந்தது. என்றாலும் அவன் மனம் அமைதியடைய மறுத்தது.

மெதுவாக ஆரம்பித்தான்.

"சுவாமி" உங்கள் விருப்பப்படியே நீங்கள் பிரார்த்தனை செய்யுங்கள். அது உங்கள் இஷ்டம். அதில் நான் தலையிடவில்லை. ஆனால், அடுத்த வீட்டுக்காரனுக்காக மட்டுமாவது பிரார்த்தனை செய்யாமல் இருக்க முடியாதா?"

"சந்நியாசி நினைத்துக் கொண்டார்: இவர்கள் இதயத்தை விசாலப்படுத்துவது அவ்வளவு எளிதான காரியம் அல்ல."

மனசுக்கு சிறகு முளைப்பதில்தான் மகிழ்ச்சியின் ரகசியமே அடங்கியிருக்கிறது.

நண்பர் ஒருவர் மேசை மீது எழுதி வைத்திருந்த வரிகள் இவை:

'ஒரு மணிநேரம் மகிழ்ச்சி வேண்டுமா? தூங்குங்கள்.

ஒரு நாள் முழுவதும் மகிழ்ச்சி வேண்டுமா? சுற்றுலாச் செல்லுங்கள்.

ஒரு மாதம் மகிழ்ச்சி வேண்டுமா? திருமணம் செய்து கொள்ளுங்கள்.

ஒரு வருடம் மகிழ்ச்சி வேண்டுமா? சொத்து சேர்த்துக் கொள்ளுங்கள்.

வாழ்நாள் முழுவதும் மகிழ்ச்சி வேண்டுமா?

வாழ்க்கையை நேசிக்கப் பழகிக் கொள்ளுங்கள்.'

அன்பின் எல்லை விரிவாகிறபோதுதான் வாழ்க்கை நேசிக்கக் கூடியதாக மாறுகிறது.

ஓர் ஆலய வாசலில் நான் கண்ட வாசகம் இது:

''என்னை எவ்வளவு நேசிக்கிறீர்கள்? என்று இயேசுவிடம் வினவினேன். அவர் இரு கைகளையும் அகல விரித்து இவ்வளவு என்று கூறி சிலுவையில் உயிர் நீத்தார்.''

அன்பிற்கும் உண்டோ அடைக்கும் தாழ்? என்றார் வள்ளுவர்.

ஆனால் இன்றைக்கு அன்பின் பரிதாப நிலைமை எப்படி இருக்கிறது தெரியுமா?

ஒரு பெண் தன் கணவனை அழைத்துக் கொண்டு ஆஸ்பத்திரிக்குப் போனாள்.

''டாக்டர், என் கணவருக்கு இருதயம் விசாலமாகிவிட்டது என்று நினைக்கிறேன்...''

டாக்டர் சோதித்தார்.

''உண்மைதான். அறுவை சிகிச்சை செய்ய வேண்டியிருக்கும்.''

''செய்யுங்கள் டாக்டர்.''

''அதிகப் பணம் செலவாகுமே?''

''அதுபற்றிக் கவலை இல்லை. நீங்கள் ஆபரேஷன் செய்யுங்கள். அது முடிந்த பிறகு பணம் கட்டி விடுகிறேன்.''

''இங்கே ஆபரேஷன் செய்யும் முன்பே பணம் கட்ட வேண்டும்.''

''இப்போ கையில் பணம் இல்லையே டாக்டர்!''

''ஆபரேஷன் முடிந்த பிறகு மட்டும் எங்கேயிருந்து பணம் வரும்?''

''என் கணவரை நான் ஐந்து லட்ச ரூபாய்க்கு இன்ஷ்யூர் செய்திருக்கிறேன்.''

வாய்மையே வெல்லும்

அவர் ஓர் இளைஞர். அப்போது அவருக்கு வயது 18. படிப்பதற்காக பாக்தாத் நகரம் நோக்கிப் பயணம் செய்து கொண்டிருக்கிறார் அவர்.

இளம் வயது என்பதால் ஒரு வணிகர் கூட்டத்தோடு சேர்ந்து அவர் போய்க் கொண்டிருக்கிறார். ஜீச்லான் என்கிற நகரத்திலிருந்து அவர்கள் புறப்பட்டுப் போகிறார்கள்.

நீண்ட தூரப் பயணம். எனவே ஒவ்வோர் இடமாகத் தங்கி பிறகு பயணத்தைத் தொடர்ந்து கொண்டிருக்கிறார்கள்.

நீண்ட வழிப் பயணத்தின் நடுவே திடீர் என்று ஒரு கொள்ளைக் கூட்டம் வந்து அவர்களை வழி மறிக்கிறது. அவர்களின் கைகளிலே பயங்கரமான ஆயுதங்கள்.

''என்ன வச்சிருக்கீங்க... எடுங்க எல்லாத்தையும்'' என்று மிரட்டுகிறார்கள்.

வணிகர் கூட்டம் வைத்திருந்த எல்லாப் பொருள்களையும் அவர்கள் பறித்துக் கொண்டு விடுகிறார்கள்.

சில பேர் அவர்கள் கேட்பதற்கு முன்னாலேயே தாமாகவே தம்மிடம் இருப்பதை எடுத்துக் கொடுத்துவிட்டார்கள். இந்த இளைஞர் மட்டும் ஓர் ஓரமாக ஒதுங்கி நின்று நடப்பதையெல்லாம் பார்த்தபடி இருக்கிறார்.

இதை அந்தக் கொள்ளையர் கூட்டத்தில் ஒருவன் கவனிக்கிறான்.

''யார் அந்தச் சிறுவன்... இப்படி அனாதை மாதிரி ஒதுங்கி நின்று கொண்டிருக்கிறான்?'' என்று யோசித்துக் கொண்டே அவரை நெருங்குகிறான்.

மிகவும் அலட்சியமாகவும் கிண்டலாகவும், ''உன்கிட்டே ஏதாவது இருக்கா?'' என்று கேட்கிறான்... இவன் கிட்டே என்ன இருக்கப் போவுது...? என்கிற நினைப்பில்.

உடனே அந்த இளைஞர் சொல்கிறார்: ''ஓ... இருக்கிறதே... என்கிட்டே 40 தீனார் (பொற் காசுகள்) இருக்கு...''

இவர் இப்படிச் சொல்லியும் அந்தக் கொள்ளைக்காரனுக்கு நம்பிக்கை வரவில்லை.

''ஏய்! என்னிடம் விளையாடாதே! பொய் சொல்லாதே... உண்மையைச் சொல்லு.''

''உண்மையைத்தான் சொல்றேன். என்கிட்டே 40 தீனார் இருக்கு.''

''எங்கே வச்சிருக்கே?''

''என் சட்டையின் விலாப்புறத்திலே உள்ள பகுதியில் அது வச்சுத் தைக்கப்பட்டிருக்கு!''

கொள்ளைக் கூட்டத் தலைவன் உடனே... ''அந்தச் சட்டையைக் கத்தியாலே கீறிப் பார்!'' என்று உத்தரவு போடுகிறான்.

அப்படியே செய்கிறார்கள். அங்கேயிருந்த 40 பொற்காசுகளும் பொலபொலவென்று கீழே விழுகின்றன.

அதைப் பார்த்தவுடன் அந்தக் கொள்ளைக் கூட்டத் தலைவன் மலைத்துப் போய் நிற்கிறான். அந்த மலைப்புக்குக் காரணம்...

கீழே விழுந்தது பொற்காசுகள் அல்ல. பொய் பேசாத அந்த இளைஞரின் நேர்மை!

கொள்ளையர் தலைவன் மெல்ல அந்த இளைஞரை நெருங்குகிறான்.

''ஏம்ப்பா... நீ என்ன வசதியான வீட்டுப் பிள்ளையா?''

□□

நல்ல விளைவுகளை உண்டுபண்டுமானால் அதற்காகப் பொய் சொல்லுங்கள்... அதில் தவறில்லை. அது உண்மையாகவே கொள்ளப்படும் என்கிறார் வள்ளுவர்.

□□

''அப்படியெல்லாம் இல்லே... எனக்கு அப்பா இல்லே! அம்மா மட்டும்தான். எங்க அப்பா எனக்குன்னு விட்டுட்டுப்போன சொத்தே இந்த 40 தீனார்தான்.''

''அப்படி இருந்துமா உண்மை பேசணும்னு ஆசைப்பட்டே? என்கிட்டே ஒண்ணுமில்லேன்னு ஒரு வார்த்தை சொன்னா உன்னை விட்டிருப்போமே...!''

''அப்படி இல்லீங்க... நான் இறைவன் திருநாமத்தை அறியக்கூடியக் கல்வி ஞானத்துக்காக இப்பப் போய்க்கிட்டிருக்கேன். இறைவன் பெயரை உச்சரிக்க வேண்டிய நாவால் பொய் பேசக் கூடாதுன்னு எங்க

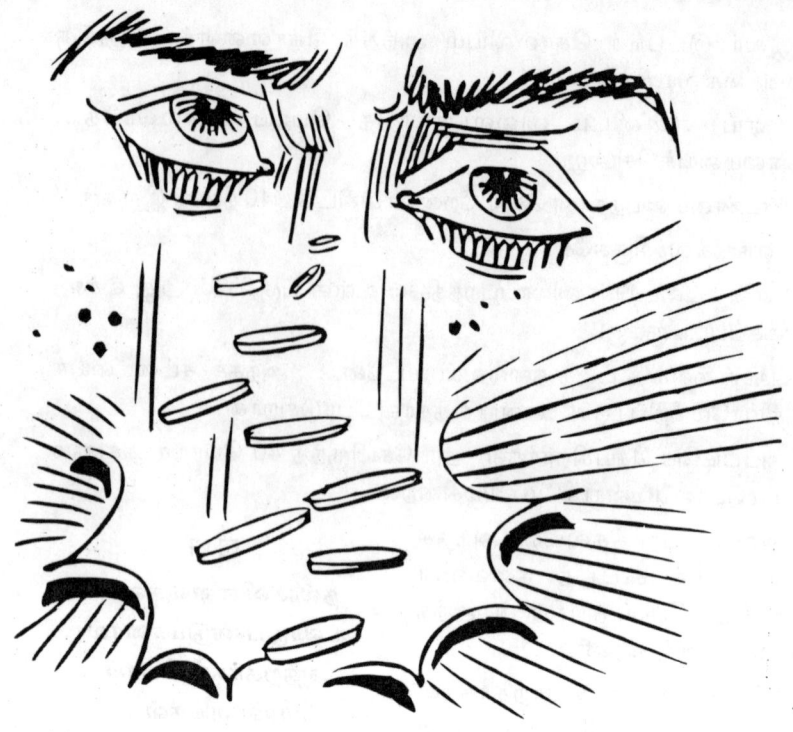

அம்மா சொல்லி இருக்காங்க. அதனாலே நான் எப்பவுமே பொய் சொல்லமாட்டேன்னு எங்க அம்மாவுக்கு வாக்குக்கொடுத்திருக்கேன்.''

அந்தக் கொள்ளையர்கள் ஆச்சரியத்தோடு அந்த இளைஞரைப் பார்க்கிறார்கள்.

வழிப்பறிக் கொள்ளையர்களையே வாயடைத்து நிற்க வைத்த அந்த இளைஞர் யார் தெரியுமா?

அவர்தான் முஹ்யித்தீன் ஆண்டகை. ஆன்மிகச் சாதனைகள் புரிந்த மகான்.

அந்தக் கொள்ளையர்கள் மனம் திருந்தி நல்லவர்களாக மாறுகிறார்கள்.

அந்தக் கொள்ளையர் தலைவன் பின்னாளில் ஒரு மகான் ஆக மாறுகிறார்.

வாய்மையே வெல்லும் என்பதற்கு இது ஓர் உதாரணம். அந்த வாலிபரின் வாய்மை வழிப்பறி செய்கிறவர்களை வென்றிருக்கிறது. அவர்கள் வழியையே மாற்றியிருக்கிறது.

இன்றைய இளைஞர்களுக்கு ஒரு சந்தேகம் வரலாம். ''இந்தக் காலத்தில் பொய் சொல்லாமல் காலம் தள்ள முடியுமா?'' என்று.

நல்ல விளைவுகளை உண்டு பண்ணுமானால் அதற்காகப் பொய் சொல்லுங்கள்... அதில் தவறில்லை என்கிறார் வள்ளுவர். அது உண்மையாகவே கொள்ளப்படும் என்பது அவர் கருத்து.

□ □
நாம் உயருவதற்கான படிக்கட்டுகளில் வாய்மையும் ஒன்று என்பதைப் புரிந்துகொண்டு அதைச் செயல்படுத்த ஆரம்பித்து விட்டால் வானில் பறப்பது சுலபமாக இருக்கும்
□ □

நாம் உயருவதற்கான படிக்கட்டுகளில் வாய்மையும் ஒன்று என்பதைப் புரிந்து கொண்டு அதைச் செயல்படுத்த ஆரம்பித்து விட்டால் வானில் பறப்பது சுலபமாக இருக்கும்.

இந்தக் காலத்துப் பிள்ளைகள் மிகவும் எச்சரிக்கையாகவே இருக்கிறார்கள்.

ஒரு சின்னப் பையன்.

பள்ளிக்கூடம் விட்டு அவன் வெளியே ஓடி வந்தான். கொள்ளையடிக்கிற ஒருவன் அவனை நெருங்கினான்.

''தம்பி வா, உனக்கு சாக்லெட் வாங்கித் தருகிறேன்'' என்றான்.

''சரி'' என்று அவன் வந்தான்.

''நான் உனக்கு இரண்டு சாக்லெட் வாங்கித் தருகிறேன். அதற்குப் பதிலாக நீ எனக்கு ஒரு உதவி செய்ய வேண்டும்.''

''என்ன செய்யணும்?''

''உங்க வீட்டுல உள்ள நகையெல்லாம் எங்கே வச்சிருக்காங்க தெரியுமா உனக்கு?''

''ஓ தெரியுமே...''

''அதை என்கிட்டே சொல்லணும். அவ்வளவுதான்... இந்தா சாக்லெட்!''

பையன் அதை வாங்கிச் சுவைத்துச் சாப்பிட்டான்.

''ம்... இப்ப சொல்லு''

"இன்னும் ரெண்டு சாக்லெட் வாங்கிக் கொடுத்தாத்தான் சொல்லுவேன்."

"ஓ... தாராளமா வாங்கித் தர்றேன்... இந்தா!"

அதையும் வாங்கிச் சாப்பிட்டான் பையன். திருடன் இப்போது கேட்டான்.

"இப்ப சொல்லுவியா...?"

"இல்லை. எனக்கு இன்னும் இரண்டு சாக்லெட் சாப்பிடணும் போல இருக்கு. நான் சாக்லெட் சாப்பிட்டு ரொம்ப நாளாகுது" என்றான் சிறுவன்.

கொள்ளைக்காரனுக்கோ அடங்கமாட்டாத கோபம். காரியம் ஆக வேண்டுமே! அதனால் பல்லைக் கடித்துக் கொண்டு,

"சரி. அதனாலென்ன வாங்கித் தரேன்" என்று சொல்லி நிறைய சாக்லெட் வாங்கித் தந்தான்.

பையன் சாக்லெட்டை வாங்கிப் பையில் பத்திரப்படுத்திக் கொண்டான்.

கொள்ளைக்காரன் இப்போது கேட்டான் அவசரமாக... "இப்போ சொல்லு உங்க வீட்டு நகைகள் எங்கே இருக்கு?" என்று.

"சொல்றேன்?"

"சீக்கிரம் சொல்லு... உங்க வீட்டுலே உள்ள நகையெல்லாம் எங்கே வச்சிருக்காங்க?"

பையன் அவன் காதோடு காதாகச் சொன்னான்:

"அடகுக் கடையிலே!"

நிதானம் தவறலாமா?

ஓர் இளைஞன். அவன் படித்து முடித்தான். வேலை தேடினான். பல நிறுவனங்களுக்கு விண்ணப்பித்தான். ஓர் இடத்திலிருந்து நேர்காணலுக்கு அழைப்பு வந்தது. அதற்கு தான் படித்துப் பெற்ற சான்றிதழ்களையெல்லாம் எடுத்துக் கொண்டு போனான்.

அவன் முதல் வகுப்பில் வெற்றி பெற்றிருந்தான். எல்லாப் பாடங்களிலும் அதிகமான மதிப்பெண்கள். எனவே மிகுந்த நம்பிக்கையோடு வாசலில் காத்திருந்தான்.

ரொம்ப நேரம் கழித்து உள்ளேயிருந்து அழைப்பு வந்தது. எழுந்து போனான். எதிரே போடப்பட்டிருந்த நாற்காலியில் உட்கார்ந்தான். உள்ளே உட்கார்ந்திருந்தவர்கள் மாறி மாறிக் கேள்வி கேட்டார்கள். எல்லாக் கேள்விகளுக்கும் உடனுக்குடன் சளைக்காமல் பதில் சொன்னான்.

□□

பதற்றமும் அவசரமும் பெரும் பதவிகளை வகிக்க நினைப்பவனுக்கு இருக்கக் கூடாத இரண்டு குணங்கள்!

□□

''சரி... நீ போகலாம்!'' என்றார்கள். புறப்பட்டு வந்துவிட்டான்.

நம்பிக்கையோடு காத்திருந்தான். சில நாட்களுக்குப் பிறகு அந்த நிறுவனத்திலிருந்து ஒரு கடிதம் வந்தது. ஆவலோடு அதைப் பிரித்துப் பார்த்தான்.

அந்தக் கடிதத்தில் இப்படியிருந்தன வாசகங்கள்:

'எங்களுடைய நிறுவனத்தில் உங்களுக்கு வேலை கொடுக்க இயலாமைக்கு வருந்துகிறோம். படிப்பறிவு தங்களிடம் நிறையவே இருக்கிறது. பாராட்டுகிறோம். ஆனாலும் இந்தப் பதவிக்கு முக்கிய மாகத் தேவைப்படுகிற பொறுமை, நிதானம் ஆகிய இரு தகுதிகளைத் தாங்கள் இன்னும் வளர்த்துக்கொள்ள வேண்டும் என்று எதிர் பார்க்கிறோம். நல்வாழ்த்துகள்.'

□□
வேலைவாய்ப்புக்கு மட்டும் அல்ல... வாழ்க்கைக்கும் பொறுமையும் நிதானமும் அவசியம் தேவை.
□□

இளைஞனுக்கோ பெரிய ஏமாற்றம்.

அந்த இளைஞன் உடனே இந்தக் கடிதத்தை எடுத்துக் கொண்டு அந்த அலுவலகத்துக்கே ஓடினான்.

''எப்படிச் சொல்கிறீர்கள் என்னிடம் பொறுமையும், நிதானமும் இல்லை என்று?'' என கேட்டான் கோபத்துடன்.

''முதலில் உட்காருங்கள்... பிறகு சொல்கிறேன்'' என்றார் அங்கிருந்த அதிகாரி.

உட்கார்ந்தான்.

''தம்பி! இரண்டு செய்கைகள் மூலம் நீங்கள் அதை வெளிப்படுத்தினீர்கள்... அன்றைக்கு நடந்த நேர்காணலின்போது அதை நாங்கள் கவனித்தோம்.

ஒன்று... நாங்கள் கேள்வி கேட்டு முடிப்பதற்குள் நீங்கள் பதில் சொல்ல ஆரம்பித்து விடுகிறீர்கள்! இது உங்கள் அவசர புத்தியைக் காட்டிக் கொடுத்தது.

இரண்டாவதாக... நீங்கள் அமர்ந்திருந்த விதம். நாற்காலியின் விளிம்பில் உட்கார்ந்திருந்தீர்கள். நன்றாகச் சாய்ந்து உட்காரவில்லை. இது உங்கள் பதற்றத்தைக் காட்டிக் கொடுத்தது. இந்தப் பதற்றமும் அவசரமும் இந்தப் பதவிக்கு இருக்கக் கூடாத இரண்டு குணங்கள்!''

இளைஞன் புரிந்து கொண்டான். நன்றி கூறிவிட்டு எழுந்து வந்தான். பொறுமையையும் நிதானத்தையும் வளர்த்துக்கொண்டான். அடுத்ததாக வேறு ஒரு நிறுவனத்தில் நடந்த நேர்காணலில் வெற்றி அவனைத் தேடி வந்தது.

வேலைவாய்ப்புக்கு மட்டும் அல்ல... வாழ்க்கைக்கும் இந்த இரண்டு குணங்களும் அவசியம் தேவை. வேடிக்கையாகக் கதை ஒன்று சொல்வார்கள்.

ஒரு காலத்தில் இரண்டு அரசர்கள் இருந்தார்கள். அந்த இருவருக்கும் பக்கத்துப் பக்கத்து நாடுகள்தான்... என்றாலும் நண்பர்கள். அவர் பிறந்த நாளுக்கு இவர் பரிசுப் பொருள்கள் அனுப்புவார். இவருடைய பிறந்த நாளுக்கு அவர் பரிசுப் பொருள்கள் அனுப்புவார். ஒருவருக்கொருவர் வாழ்த்துகளைப் பரிமாறிக் கொள்வார்கள். அந்த அளவுக்கு நண்பர்கள்.

ஒரு சமயம்... ஒரு மன்னர் இன்னொரு மன்னருக்கு ஒரு கடிதம் அனுப்பினார்.

''நண்பரே! எனக்கு இப்போது கறுப்பு நிற வால் கொண்ட வெள்ளை நிறக் குதிரை ஒன்று தேவைப்படுகிறது...! உடனடியாக அனுப்பி வையுங்கள்... இல்லையேல்...'' என்று கடிதத்தை முடிக்காமல் விட்டிருந்தார்.

இந்தக் கடிதம் கண்டதும் உடனடியாக அந்த மன்னரும், ஒரு பதில் அனுப்பியிருந்தார். எப்படித் தெரியுமா!

''என்னிடம் கறுப்புநிற வால் கொண்ட வெள்ளை நிறக் குதிரையும் இல்லை... வேறு நிறக் குதிரையும்... இல்லை... அப்படி இருந்தாலும்...'' இதுவும் முடிக்காமல் விடப்பட்டிருந்தது.

இந்தக் கடிதத்தைக் கண்டதும் முதல் அரசருக்குக் கோபம் வந்து விட்டது.

'இருந்தாலும் அனுப்ப மாட்டேன் என்றா பதில் அனுப்புகிறாய்... உன்னை என்ன செய்கிறேன் பார். யார் அங்கே...' என்று கையைத் தட்டினார்.

தளபதிகள் வந்து நின்றார்கள்.

"உடனடியாக அந்த அரசன் மீது போர் தொடுக்க வேண்டும். அதற்கு வேண்டிய ஏற்பாடுகளைச் செய்யுங்கள்" என்று உத்தரவிட்டார்.

போர் மூண்டது. நீண்ட காலம் அது நடந்தது. ஒரு கட்டத்தில் இருவரும் சந்திக்க நேர்ந்தது.

"இது நியாயமா?" என்றார் அவர்களில் ஒருவர்.

"எது நியாயமா?" என்றார் மற்றவர்.

"கறுப்பு நிற வால் கொண்ட வெள்ளை நிறக்குதிரை அனுப்புங்கள். இல்லையோ உன்னோடு சண்டைக்கு வருவேன்... என்கிற அர்த்தத்தில் கடிதத்தை முடிக்காமல் நீங்கள் அனுப்பலாமா?"

"ஐயையோ... நீங்கள் அப்படியா அர்த்தம் பண்ணிக் கொண்டீர்கள்...? இல்லையேல் வேறு எந்தக் குதிரையாக இருந்தாலும் பரவாயில்லை. அனுப்பி வையுங்கள் என்ற அர்த்தத்தில் அல்லவா நான் எழுதினேன்..."

"ஓ... அப்படியா?"

"அப்படித்தான். அது சரி... நீங்கள் மட்டும்... இருந்தாலும் அனுப்பி வைக்கமாட்டேன் என்கிற அர்த்தத்தில் பதில் அனுப்பலாமா?"

"ஐயையோ... அப்படியா நீங்கள் அர்த்தம் பண்ணிக் கொண்டீர்கள்? இருந்தாலும் உங்களுக்கு அனுப்பாமல் வேறு யாருக்கு அனுப்பி வைக்கப் போகிறேன்... என்கிற அர்த்தத்தில் அல்லவா நான் அப்படி எழுதினேன்!"

இளைஞர்களே!

இந்தக் கதையில் இருந்து என்ன தெரிகிறது?

வாழ்க்கையில் எதிர்ப்படுகிற சந்தர்ப்பங்களை அவசரப்படாமல் சந்தியுங்கள். பதற்றப்படாமல் சந்தியுங்கள்.

வாய்ப்புகளைத் தவறாக அர்த்தப்படுத்திக் கொள்ளாதீர்கள்! வழிதவறிப் போய் விடாதீர்கள்.

சிந்தியுங்கள்...

அதன் பிறகு சிறகை விரியுங்கள்!

ஒரு சட்டையின் கதை

மழை வரும் போலிருந்தது. கல்லூரிக்கு நேரமாகி விட்டது. அந்த இளைஞர் கொஞ்சம் வேகமாக நடக்க ஆரம்பித்தார்.

மெல்ல விழத் தொடங்கிய மழைத் துளிகள் கொஞ்ச நேரத்தில் வலுவாகப் பெய்ய ஆரம்பித்தன.

கையில் குடையில்லை. அதை வாங்குகிற அளவுக்கு அவரிடம் வசதியும் இல்லை. இந்தியாவை வெள்ளைக்காரர்கள் ஆண்டு கொண்டிருந்த காலம் அது. கல்லூரி முதல்வர் பில்டர்பெக் துரை கண்டிப்பானவர். இளைஞர் நனைந்த தன் சட்டையைக் கழற்றிப் பிழிந்து உலர்த்தி விட்டு சட்டை போடாமல் வகுப்பில் உட்கார்ந்து பாடம் கேட்டார்.

"வகுப்பில் இப்படிச் சட்டை போடாமல் வந்து உட்காருவது சரியில்லை. அது ஒழுங்கற்ற செயல். ஆகவே உனக்கு எட்டணா அபராதம் விதிக்கிறேன்" என்றார் முதல்வர்.

"எட்டணா இருந்தால் ஒரு புதிய சட்டை வாங்கிவிடுவேன்."

கண்ணில் நீர் பெருகச் சொன்னார் அந்த மாணவர்.

இந்தப் பதில் அந்தக் கல்லூரி முதல்வரையும் என்னவோ செய்தது. கொஞ்ச நேரம் யோசித்தார். பிறகு என்ன நினைத்தாரோ தெரியவில்லை.

அந்த அபராதத் தொகையை அவரே கட்டினார். அது மட்டுமல்ல. அந்த மாணவருக்குப் புதுச் சட்டையும் வாங்கிக் கொடுத்தார்.

அந்த மாணவர் பெயர் அப்போது சீனிவாசன். பின்னாளில் சில்வர் டங் ரைட் ஆனரபிள் சீனிவாச சாஸ்திரி. 'வெள்ளி நாக்குப் பேச்சாளர்' என்று வெள்ளைக்காரர்களால் வியந்து போற்றப்பட்டவர்.

□□

சீனிவாச சாஸ்திரி வெள்ளி நாக்குப் பேச்சாளர் என்று வெள்ளைக் காரர்களால் வியந்து போற்றப்பட்டார்.

□□

கும்பகோணம் அருகே உள்ள ஊர் வலங்கைமான். அங்கே சங்கரநாராயண சாஸ்திரி என்று ஒருவர் இருந்தார்.

பரம வைதீகர்.

அவருக்கு மூத்த மகனாகப் பிறந்தவர்தான் சீனிவாச சாஸ்திரி.

முதலில் கும்பகோணம் நேட்டிவ் உயர்நிலைப் பள்ளியில் படித்தார். பிறகு அங்கே இருக்கிற அரசினர் கல்லூரியிலே படித்தார்.

படிப்பு முடிந்ததும் பள்ளி ஆசிரியர் ஆனார். சென்னை ஹிந்து உயர்நிலைப் பள்ளியில் தலைமை ஆசிரியர் ஆனார். அந்தச் சமயத்தில் கோபால கிருஷ்ண கோகலே இந்திய ஊழியர் சங்கம் என்ற ஒன்றைத் தொடங்கினார். உடனே இவர் தமது ஆசிரியர் பதவியைத் துறந்தார். அந்தச் சங்கத்தில் சேர்ந்தார். கோகலேயின் சீடர் என்று தன்னைக் கூறிக் கொள்பவர் மகாத்மா காந்தி. காந்தியடிகள் சாஸ்திரியாருக்கு 10 நாட்கள் இளையவர். ஆகவே அன்புள்ள அண்ணா என்று தொடங்கித்தான் சாஸ்திரிக்கு காந்தி கடிதம் எழுதுவார்.

□ □
சீனிவாச சாஸ்திரி நடத்துகிற வகுப்புக்கு முதல் வரிசையில் இடம் பிடிக்க மாணவர்கள் மட்டுமல்ல. ஆசிரியர்களும் போட்டி போடுவார்களாம்.
□ □

அவர் சைதாப்பேட்டை ஆசிரியர் கல்லூரியில் படித்துக் கொண்டிருந்தபோது நடந்த நிகழ்ச்சி இது. அப்போது அந்தக் கல்லூரியின் முதல்வராக இருந்தவர் ஹால் துரை. அவர் ஏதோ ஓர் ஆங்கில வார்த்தையை உச்சரித்தார். அவர் உச்சரித்த விதம் தவறு என்றார் மாணவர் சீனிவாசன்.

முதல்வர் திகைத்தார். குழம்பினார். "நூலகத்திலே இருக்கிற அகராதிகளைக் கொண்டு வாருங்கள் என்றார். கொண்டு வந்தார்கள்." நான்கு டிக்ஷனரிகள் வந்து சேர்ந்தன. புரட்டிப் பார்த்தார்கள்.

மாணவர் சீனிவாசனின் உச்சரிப்பே சரி என்பது புரிந்தது.

முதல்வர் ஹால் துரை சொன்னார்.

இனி... சீனிவாசன் முன்னிலையில் யாருடைய உச்சரிப்பிலும் தப்புக் கண்டுபிடிக்க மாட்டேன். .

அந்த சீனிவாசன் பிற்காலத்தில் அண்ணாமலைப் பல்கலைக் கழகத் துணை வேந்தராகவும் ஆனார்.

அங்கு நாள்தோறும் பேச்சு மரபுகள் கற்பிப்பது அவர் வழக்கம். அவர் நடத்துகிற வகுப்புக்கு முதல் வரிசையில் இடம் பிடிக்க மாணவர்கள் மட்டுமல்ல. ஆசிரியர்களும் போட்டி போடுவார்களாம்.

உலக சமாதானம், ஆயுதக் குறைப்பு, நிற வெறி ஒழிப்பு, ஜனநாயகம் இவற்றுக்கெல்லாம் அவர் ஆற்றிய அரும்பணியைப் பாராட்டும் வகையில் பிரிட்டிஷ் அரசாங்கம் வழங்கியது தான் 'ரைட் ஆனரபிள்' பட்டம்.

இது பிரிட்டிஷ் மன்னரின் ப்ரிவீ கவுன்சிலர் பதவி.

அவருடைய அற்புதமான சொற்பொழிவுகளைக் கேட்டு மயங்கிய பிரிட்டிஷ் மக்கள் அவரை வெள்ளி நாக்குப் படைத்த சீனிவாச சாஸ்திரி என்று அன்புடன் அழைத்தார்கள்.

பல ஆண்டுகளுக்குப் பிறகு ஒரு நாள்... ரைட் ஆனரபிள் ப்ரிவீ கவுன்சிலராக இவர் லண்டனுக்குச் சென்றார். அப்போது தமது பழைய ஆசிரியரை லண்டனில் அவரது வீட்டில் சந்தித்தார்.

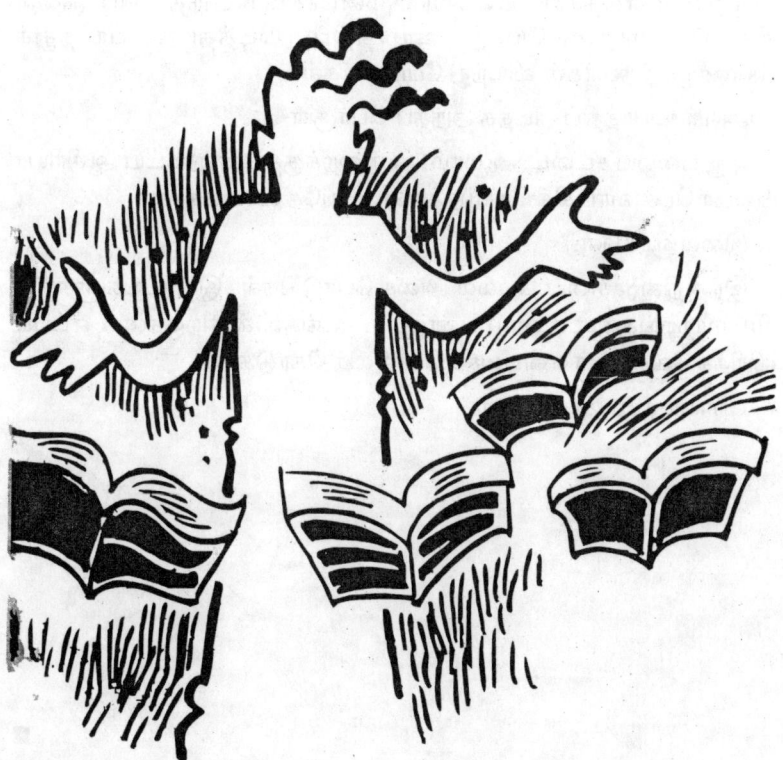

40 வருஷங்களுக்கு முன்னால்... கல்லூரியில் படித்த போது ஒரு நாள் மழையில் நனைந்து சட்டையின்றி வகுப்பில் இருந்தமைக்காக அபராதம் விதித்து, அந்த அபராதத் தொகையைத் தாமே செலுத்தி அதன் பிறகு ஒரு புதுச் சட்டையும் வாங்கிக் கொடுத்தாரே... அதே ஆசிரியர் பில்டர் பெக் வீட்டுக்கு.

பழைய மாணவர் இந்த அளவுக்கு உயர்ந்த பதவியில் இருப்பதைப் பார்த்து அவர் பூரித்துப் போனார். இந்த மகிழ்ச்சியைப் பகிர்ந்து கொள்ள ஒரு விருந்துக்கு ஏற்பாடு பண்ணினார். விருந்துக்கு வந்திருந்தவர்கள் மத்தியிலே அந்த வயதான ஆசிரியர் பேசினார்.

கும்பகோணம் கல்லூரியில் நடந்த அந்தச் சட்டை நிகழ்ச்சியை நினைவு கூர்ந்தார்.

"அன்றைக்கு ஏழையாய் இருந்த என் மாணவன் இன்றைக்கு ப்ரீவீ கவுன்சிலர். என் மகிழ்ச்சி கட்டுக்கடங்கவில்லை" என்றார்.

சீனிவாச சாஸ்திரியார் உடனே என்ன செய்தார் தெரியுமா? தான் கொண்டு வந்திருந்த ஒரு பெட்டியைத் திறந்தார். உள்ளே இருந்து ஒரு பொருளை எடுத்தார். எல்லோர் முன்பாகவும் அந்தப் பொருளை மிகவும் பெருமையோடு உயர்த்திப் பிடித்தார். பார்த்துக் கொண்டிருந்தவர்கள் வியந்து போனார்கள்.

அவர் உயர்த்திப் பிடித்த அந்தப் பொருள்...

ஒரு பழைய சட்டை. ஆமாம்! அன்றைக்குத் தன்னுடைய ஆசிரியர் பில்டர் பெக் வாங்கிக் கொடுத்தாரே... அதே சட்டைதான்.

இளைஞர்களே...

இந்த நிகழ்ச்சியை மெல்ல அசை போடுங்கள். இது உங்களுக்குள் சில மாற்றங்களை உண்டு பண்ணும். உங்களின் சிறகுகளை எப்படி விரிக்க வேண்டும் என்பதைச் சொல்லிக் கொடுக்கும்.

விரியுங்கள்! உயருங்கள்.

படித்தால் மட்டும் போதுமா?

ஓர் ஊரிலே ஒரு பெரியவர் இருந்தார். அவர் பெயர் சோமநாதர். மிகவும் நல்லவர். அவரிடம் பணமும் இருந்தது; நல்ல குணமும் இருந்தது. அடுத்தவருக்குத் தம்மால் ஆன உதவியைச் செய்ய வேண்டும் என்று நினைக்கிறவர் அவர். அவ்வப்போது அவரால் முடிந்த அளவுக்கு நல்ல செயல்களை செய்து கொண்டிருப்பார். ஒரு நாள் அவர் இரண்டு பண்டிதர்களைச் சந்தித்தார்.

ஒருவர் பெயர் ஞான பண்டிதர். இன்னொருவர் பெயர் இராம பண்டிதர்.

அந்த இரு பண்டிதர்களையும் தம் இல்லத்துக்கு அழைத்து விருந்து வைக்க வேண்டும் என்று விரும்பினார் சோமநாதர்.

"கொஞ்சம் எங்க வீட்டுக்கு நீங்க வந்துட்டுப் போகணும்..." என்று அவர்களிடம் கேட்டுக் கொண்டார். அவர்களும் உடனே சம்மதித்தார்கள்.

ஒரு நாள் அவர்கள் இருவரும் சோமநாதர் இல்லத்துக்கு வந்து சேர்ந்தார்கள். இவர் மிகவும் அன்போடு அவர்களை வரவேற்றார். விருந்துக்கு ஏற்பாடு பண்ணினார்.

இதற்கிடையே அந்த இரண்டு பண்டிதர்களில் ஒருவர், "நான் முதல்லே ஆற்றுக்குப் போய்க் குளிச்சுட்டு வர்றேன்..." என்று சொல்லிப் புறப்பட்டார்.

அவர் புறப்பட்டுப் போன பிறகு அங்கே இருந்த இன்னொரு பண்டிதரிடம் சோமநாதர் பேச்சுக் கொடுத்தார்.

"இப்ப குளிக்கப் போயிருக்காரே ஞானபண்டிதர்... அவர் ஒரு பெரிய தத்துவஞானி... அப்படின்னு ஊர் உலகமெல்லாம் பேசிக்கிறாங்களே..." என்றார்.

இப்படி இவர் அவரைப் புகழ்ந்து பேசியதை இராம பண்டிதரால் சகித்துக் கொள்ள முடியவில்லை. உடனே பொரிந்து தள்ளினார்.

''ஊரு உலகத்துக்கு என்ன தெரியும் அவரைப் பற்றி? அவர் ஒரு பெரிய வித்வான்னு சொல்லிக்கிற அளவுக்கு அவர் கிட்டே என்ன இருக்கு? ஒண்ணுமில்லே! எல்லாம் வெறும் வேஷம். உண்மையை சொல்லப் போனா அது ஒண்ணும் தெரியாத மாடு!''

சோமநாதருக்கு இது அதிர்ச்சியாக இருந்தது. அவர் இப்படிச் சொல்லுவார் என்று அவர் கொஞ்சமும் எதிர்பார்க்கவில்லை. மனம் நொந்து போய்ப் பேசாமல் உட்கார்ந்திருந்தார்.

கொஞ்ச நேரம் ஆயிற்று. குளிக்கப் போயிருந்த ஞான பண்டிதர் திரும்பி வந்தார். அவர் வந்த பிறகு இவர் குளிக்கப் புறப்பட்டார்.

இவர் போன பிறகு ஞான பண்டிதரிடம் மெல்லப் பேச்சுக் கொடுத்தார் சோமநாதர்...

''ஏங்க... உங்க கூட்டாளி இராம பண்டிதர் பெரிய ஞானி போல இருக்கே...?'' என்றார்.

அவ்வளவுதான். இதைக் கேட்டதும் அவர் முகம் வாடிப்போயிற்று. அப்புறம் சொன்னார்.

''யாருங்க ஞானி....? அவரா ஞானி...? அவரைப் பற்றி உங்களுக்கு ஒண்ணும் தெரியாது போல இருக்கு...! உண்மையைச் சொல்லணும்னா அது ஒரு மோசமான கழுதை!''

இதைக் கேட்டதும் சோமநாதர் இன்னமும் நொந்து போனார். பதில் எதுவும் பேச வில்லை. பேசாமல் இருந்து விட்டார்.

சாப்பாட்டு நேரம் வந்தது. குளிக்கப் போயிருந்தவரும் வந்து சேர்ந்தார். இரண்டு பண்டிதர்களையும் சோமநாதர் அழைத்துக் கொண்டுபோய் உட்கார வைத்தார். அவர்களுக்கு முன்னால் இரண்டு தட்டுகள் வைக்கப்பட்டன.

□□

இன்றைய மனிதர்களிடம் படிப்பு அதிகமாக இருக்கிறது. பண்பாடு குறைவாக இருக்கிறது. இதுதான் இன்றைய நெருக்கடிகளுக் கெல்லாம் மூல காரணம்.

□□

ஒரு தட்டிலே புல்லைக் கொண்டு வந்து வைத்தார். இன்னொரு தட்டிலே தவிட்டைக் கொண்டுவந்து வைத்தார். இதைப் பார்த்தவுடனே இந்தப் பண்டிதர்களுக்குக் கோபம் வந்து விட்டது.

''எங்களை என்ன மிருகம்னு நினைச்சுட்டீங்களா? எங்களை இப்படி அவமானப்படுத்துவதற்காகவா உங்க வீட்டுக்குக் கூப்பிட்டீங்க?'' என்று சத்தம் போட ஆரம்பித்து விட்டார்கள்.

''அய்யய்யோ... அப்படியெல்லாம் நினைச்சுடாதீங்க! உங்க வார்த்தைக்கு மரியாதை கொடுத்தேன். அவ்வளவுதான்.''

''என்ன சொல்றீங்க?''

"நீங்கதான் அவரை மாடுன்னீங்க! அவருதான் உங்களைக் கழுதைன்னார். மாடும் கழுதையும் என்ன சாப்பிடுமோ அதைத்தான் உங்க முன்னாடி வச்சேன். முதல்லே நான் உங்களைப் பண்டிதர்கள்னு நினைச்சி விருந்துக்கு ஏற்பாடு பண்ணினேன். நீங்க இங்கே வந்த பிறகுதான் நீங்க யாருங்கறதை உங்க மூலமாகவே புரிஞ்சுக்கிட்டேன். அதுக்குப் பிறகு அதுக்குத் தகுந்த மாதிரியான விருந்தை ஏற்பாடு பண்ணினேன். அவ்வளவுதான்.

பண்டிதர்கள் இருவரும் தலை குனிந்தார்கள்.

இப்படி ஒரு கதையைப் பெரியவர்கள் சொல்லக் கேள்விப் பட்டிருக்கிறேன்.

இளைஞர்களே! இந்த உலகத்திலே நாமெல்லாம் அதிகம் படித்து விட்டால் மட்டும் போதாது; பண்பாடு வேண்டும். அதுதான் முக்கியம்.

இன்றைய மனிதர்களிடம் படிப்பு அதிகமாக இருக்கிறது. பண்பாடு குறைவாக இருக்கிறது. இதுதான் இன்றைய நெருக்கடிகளுக்கெல்லாம் மூல காரணம்.

படிப்பு வளர வளரப் பண்பும் வளர வேண்டும். இப்படி வளர்ந்தால் இறக்கைகள் சுலபமாக விரியும்.

ஆனால் இன்றைய மனிதர்கள் அப்படியா இருக்கிறார்கள். இப்போதும் நம்மில் பல பேர் அடிக்கடி தங்களை சுற்றியுள்ளவர்களை மிருகங்களுடன் சம்பந்தப்படுத்திப் பார்க்காமல் இருப்பதில்லை.

இவர்கள் எப்படிப் பேசிக் கொள்கிறார்கள் பாருங்கள்...

"உன்னைக் கல்யாணம் பண்ணிக்கிட்டதுக்குப் பதிலா ஒரு எருமை மாட்டைக் கல்யாணம் பண்ணியிருந்திருக்கலாம்."

"பண்ணியிருந்திருக்கலாம்... ஆனா அதுக்கு அந்த எருமை மாடு சம்மதித்திருக்கணுமே..."

■

மனிதன் மனசு வச்சா?

ஒரு நாள் ஒரு பெரியவரைச் சந்தித்தேன். அவர் ஆழ்நிலைத் தியானம் எல்லாம் செய்கிறவர். ஒரு பெரிய மகானுடன் அவருக்குத் தொடர்பு உண்டு. அவருடன் கொஞ்ச நேரம் பேசிக் கொண்டிருந்தேன்.

> ◻◻
> மனிதன் மனசு வச்சா இந்தப் பூமியையே சொர்க்கமா மாத்த முடியும்.
> ◻◻

"என்ன சார் உலகம் இது…? எங்கே பார்த்தாலும் சண்டை சச்சரவு! கூச்சல் குழப்பம்! வருங்காலத்திலே மனிதன் நிம்மதியாவே வாழ முடியாதுபோல இருக்கே…!" என்றேன்.

"அதற்கு யார் காரணம் என்று நினைக்கிறீர்கள்?" என்றார்.

"தெரியலையே…!" என்றேன்.

அவர் சொன்னார். "மனிதன்தான் காரணம். மனிதன் மனசு வச்சா இந்தப் பூமியையே சொர்க்கமா மாத்த முடியும்!"

"கேக்கறதுக்கு நல்லாத்தான் இருக்கு…!"

"இது ஏதோ பேச்சுக்காகச் சொல்ற வார்த்தை இல்லே… உண்மை!"

ஆர்வமாக அவர் சொல்வதைக் காது கொடுத்துக் கேட்க ஆரம்பித்தேன். அவர் சில அறிவியல் உண்மைகளைச் சொன்னார்.

ஒரு சோதனை நடந்ததாம்.

ஒரே மாதிரியான இரண்டு தோட்டங்கள். ஒரு தோட்டத்தில்… அங்கேயிருந்த தோட்டக்காரர் அங்கிருந்த செடி கொடிகளிடம் அன்பாக நடந்து கொண்டாராம். மிகவும் கவனமாகக் கவனித்துக் கொண்டாராம்.

இன்னொரு தோட்டத்திலே உள்ள செடி கொடிகளை ரொம்ப வெறுப்பாகவும் எரிச்சலாகவும் கவனித்துக் கொண்டாராம்.

என்ன ஆயிற்று தெரியுமா? அன்பாகவும் கவனமாகவும் கவனித்துக் கொண்டு வந்த செடி கொடிகள் விரைவாக வளர்ந்தன. வலுவாக

□□
ஒரு மனிதனுடைய எண்ணம்- சொல்- செயல் இந்தப் பிரபஞ்சத்தில் ஒரு பாதிப்பை ஏற்படுத்த முடியும் என்பது உண்மை.
□□

வளர்ந்தன! வெறுப்பாகக் கவனித்து வந்த தோட்டம் அந்த அளவுக்கு வளரவில்லை.

பெரியவர் சொன்ன இந்தச் செய்தி எனக்கு வியப்பாக இருந்தது. அவர் இன்னொரு சோதனை பற்றிய விவரங் களையும் சொன்னார்.

ஒரு தோட்டம். அங்கே இருந்த தோட்டக்காரருக்குச் செடிகொடிகளை வெட்டி ஒழுங்குபடுத்துவது (prune) மட்டும்தான் வேலை. அதாவது ஒரு பெரிய கத்தரிக்கோலை இரண்டு கைகளாலும் பிடித்துக் கொண்டு தேவையில்லாத கிளைகளை வெட்டிச் சீர் செய்கிற வேலை.

இந்தத் தோட்டக்காரர் ஒரு நாள் இன்னொரு தோட்டத்துக்குப் போனார்... அங்கேயிருந்த தன்னுடைய நண்பர் ஒருவரை பார்ப்பதற்காக. இவர் அந்தத் தோட்டத்துக்குள் அடி எடுத்து வைத்த உடனே என்ன நடந்தது தெரியுமா?

அங்கேயிருந்த சில நுட்பமான செடிகள் இலைகளைச் சுருக்கிக் கொள்ள ஆரம்பித்தன. இவன் நம்மை வெட்டுவதற்காக வருகிறான் என்று உணர்ந்த மாதிரி அந்தச் செயல் அமைந்திருந்தது.

நான் வியப்போடு அந்தப் பெரியவரைப் பார்த்துக் கொண்டி ருந்தேன். அவர் தொடர்ந்து பேசினார்:

''தம்பி... உங்களால் நான் சொல்லுகிற செய்திகளை நம்ப முடிய வில்லை... அதனால்தான் இப்படி என்னை அதிசயமாகப் பார்க்கிறீர் கள். ஆனாலும் நான் சொல்லுவதெல்லாம் சோதித்து அறியப்பட்ட உண்மைகள்.

மனிதனுடைய எண்ண அலைகள் இன்னொரு பொருளையும் பாதிக்கும் என்பது உண்மை. ஒரு மனிதனுடைய எண்ணம் - சொல் - செயல் இந்தப் பிரபஞ்சத்தில் ஒரு பாதிப்பை ஏற்படுத்த முடியும் என்பது உண்மை. எல்லா மனிதர்களும் நல்ல விதமாக நினைத்தால் இந்த உலகத்திலே நல்லவை பெருகும்... தீயவை குறையும்!''

சரி நல்ல எண்ணம்னா என்ன?

இயற்கையின் விதிகளைப் புரிந்துகொண்டு அதை மீறாமல் அதோடு ஒத்துப் போகிற எண்ணம்தான் நல்ல எண்ணம் (Right thought). நம்ம வாழ்க்கை ஒரு சங்கிலித் தொடர் மாதிரி உணர்வுப்பூர்வமாக இணைக்கப்பட்டிருக்கு...! (Life energy vibration)

ஒருத்தருடைய மனசுக்கோ, உடம்புக்கோ ஒரு அதிர்ச்சியாலே பாதிப்பு ஏற்படுகிறது என்று வைத்துக் கொள்ளுங்கள். அது அவருடைய இரத்த சம்பந்தமுள்ள (Blood Related) அல்லது கடமை சம்பந்தமுள்ள (Duty Related) மற்றவர்களுடைய உடம்பி லேயும் மனசிலேயும் ஓரளவு பாதிப்பை ஏற்படுத்தும். இயற்கையின் இந்த விதிப்படிதான் எண்ண அலை கள் அடுத்தவர்களைப் பாதிக்கிறது. சில பேர் வாழ்த்தினாலும் திட்டினா லும் அது ஒரு கதிரியக்கச் செயல் மாதிரி அடுத்தவர்கள் மீது ஓர் அழுத் தத்தை உண்டு பண்ணுகிறது.

இன்றைய உலகத்திலே அங்கங்கே குழப்பங்கள், அழிவுகள் அடிக்கடி நிகழ்கின்றன. இது எதனால் என்று நினைக்கிறீர்கள்? மனிதர்களின் ஒட்டு மொத்தமான எண்ண அலைகள் மன இறுக்கம் (Tension) வெளியே விடப்படு கின்றன அல்லவா? அதனால்தான்!

இந்த அண்டவெளியால் ஒரு குறிப் பிட்ட அளவுக்குத்தான் கெட்ட எண்ணங்களைத் தாங்க முடியும். அது அளவுக்கு மீறிப் போனால் நெருக்கடி - கலவரம்-சண்டை இவைதான் ஏற்படும்.

'The atmosphere can bear negative thoughts only to a certain extent and finally bursts into crisis, riots and wars' என்று ஆய்வாளர்கள் கூறுகிறார்கள்.

வினை விதைத்தவன் வினை அறுப் பான் என்பது வெறும் திண்ணைப் பேச்சு அல்ல... அது விஞ்ஞானப் பூர்வமான உண்மை!

□□

வினை விதைத்தவன் வினை அறுப்பான் என்பது வெறும் திண்ணைப் பேச்சு அல்ல... விஞ்ஞானப்பூர்வமான உண்மை

□□

இவ்வளவு விவரங்களையும் நான் சந்தித்த அந்தப் பெரியவர் என்னிடம் சொன்னார். இன்னொன்றையும் அவர் சொன்னார்:

''இந்த விஞ்ஞான உண்மைகளையெல்லாம் எல்லாப் பள்ளிக் கூடங்களிலேயும் குறைந்தது மூன்றாவது வகுப்பிலேயிருந்தாவது குழந்தைகளுக்குப் போதித்தால் வருங்காலத்தில் நல்லவிதமான எண்ண அலைகள் இந்தப் பிரபஞ்சத்திலே பரவும். அப்புறம் இந்தப் பூமியே சொர்க்க மயமாகும்!''

இது சிந்திக்க வேண்டிய ஒரு கருத்துதான். உலக சமாதானத்துக்காக அணு ஆயுதங்களைக் குறைக்கிறோம் என்று ஒரு பக்கம் முடிவு பண்ணினாலும் குழந்தைகளை நல்லவிதமாக வளர்க்க வேண்டும் என்பது முக்கியம். எதிர் காலத்திலாவது இந்த உலகம் சொர்க்கமயமாக மாறட்டும்.

இந்தப் பூமியைச் சொர்க்கமயமாக்க வேண்டும் என்று கடவுளே ஒரு தடவை நினைத்தார். உடனே அவர் புறப்பட்டுப் பூமிக்கு வந்து சேர்ந்தார். மனிதனுக்கு இருக்கிற குறைகளை எல்லாம் தீர்த்து வைத்து விடுவோம் என்று எண்ணினார். முதலில் ஓர் ஆளைப் பார்த்தார். அவன் அழுது கொண்டிருந்தான்.

''ஏம்பபா அழறே?'' என்றார்.

''பத்து ரூபாயைத் தொலைச்சுட்டேன். அதான் அழறேன்!'' என்றான்.

''பரவாயில்லை... அதுக்காகக் கவலைப்படாதே! நான் பத்து ரூபா தருகிறேன்... இதை வச்சுக்கோ!'' என்று சொல்லிப் பத்து ரூபாயைக் கொடுத்தார்.

அவன் அதை வாங்கிக் கொண்ட பிறகு இன்னமும் பலமாகச் சத்தம் போட்டு அழ ஆரம்பித்தான்.

''மறுபடியும் ஏம்பபா அழறே?'' என்றார் கடவுள்.

''நான் தொலைச்ச பத்து ரூபாயும் இருந்தா இப்ப என் கையிலே இருபது ரூபாயா இருக்குமே...!'' என்று சொல்லி விட்டுத் தேம்பித்தேம்பி அழ ஆரம்பித்து விட்டான் அவன்!

■

முட்டாளின் அடையாளம் எது?

"**சா**ர் இந்த உலகத்திலே அறிவாளிகளைவிட முட்டாள்கள் கிட்டதான் அதிக எச்சரிக்கையா நடந்துக்க வேண்டியிருக்கு என்றார் அனுபவப்பட்ட ஒருத்தர்.

"அப்படிங்களா?" என்றேன்.

"ஆமாம்" என்றார்.

அவர் சொன்னார்:

"ஓர் அறிவாளி கிழிச்ச துணியை ஒரு முட்டாள்கூட சேர்த்துத் தச்சிட முடியும். ஆனா, ஒரு முட்டாள் கிழிச்ச துணியை முப்பது அறிவாளிகள் சேர்ந்தாக்கூடத் தைக்க முடியாது."

உண்மைதானே.... இவன் கன்னா பின்னாவென்று கிழித்து விடுவான் அல்லவா!

எல்லாம் சரி... ஒரு முட்டாளை எப்படி அடையாளம் கண்டு கொள்வது?

□ □

முட்டாளே நம் முன் வந்து நின்று, நான் ஒரு முட்டாள் என்று சொல்லிக் கொண்டிருக்க மாட்டான். நாமாகத்தான் அவன் எப்படிப்பட்டவன் என்று கண்டுபிடிக்க வேண்டும்.

□ □

முட்டாளே நம் முன் வந்து நின்று, நான் ஒரு முட்டாள் என்று சொல்லிக்கொண்டிருக்கமாட்டான். நாமாகத்தான் அவன் எப்படிப்பட்டவன் என்று கண்டுபிடிக்க வேண்டும்.

அதற்கு அவனுடைய சில நடவடிக்கைகள் நமக்கு உதவியாக அமையும்.

ஆறு வகையான அறிகுறிகளை வைத்து ஒரு முட்டாளை நாம் அடையாளம் காண முடியும் என்று பெரியவர்கள் சொல்லியிருக்கிறார்கள்.

அது என்ன ஆறு அடையாளம்?

1. காரணமில்லாத கோபம்
2. பயனில்லாத பேச்சு

3. முன்னேற்றமில்லாத மாறுதல்

4. பொருத்தமில்லாததைப் பற்றி ஆராய்தல்

5. அன்னியனை நம்புதல்

6. பகைவரை நண்பராகக் கருதுதல்.

இவைதானாம் அவர்களுக்கு அடையாளம்.

தொலைபேசி சரியில்லை என்றால் அதைத் தூக்கி எரிகிறவர்கள் அல்லது பொத்தென வைக்கின்றவர்கள்...

பேனாவில் மை தீர்ந்து போனால் அதை வேகமாக மேஜைமீது குத்துகிறவர்கள்...

யார் மீதோ இருக்கிற எரிச்சலில் வீட்டுக் கதவைப் படாரென்று சாத்துகிறவர்கள்...

இவர்களெல்லாம் அர்த்தமில்லாமல் கோபப்படுகிறவர்கள்... முதல் வகையை சேர்ந்தவர்கள்.

செருப்பு நம்மைக் கடித்தது என்பதற்காக பதிலுக்கு அதைப் போய்த் திருப்பிக் கடித்துக் கொண்டிருக்கலாமா? முதல் வகையினர் சிந்திக்க வேண்டும்.

சரி... இதை விடுங்கள். இன்னொரு வகை ஆசாமிகள் எப்படித் தெரியுமா?

பயனில்லாத பேச்சுப் பேசுகிறவர்கள்.

> ஒரு மனிதன் மாறியிருக்கிறான் என்று சொன்னால் அவன் முன்பு இருந்த நிலையிலிருந்து மாறி ஒரு படியாவது முன்னேறியிருக்கிறான் என்று இருக்க வேண்டும்.

"ஒற்றுமையாக வாழ வேண்டும் என்கிற தலைப்பில் ஒரு பேச்சாளர் ஒரு மணி நேரம் பேசினார் சார்!" என்றார் ஒருத்தர்.

"அப்படியா" என்று ஆச்சரியப்பட்டேன்.

"சரி... அப்புறம் என்ன ஆச்சு தெரியுமா?" என்றார்.

"என்ன ஆச்சு?" என்றேன்.

"கடைசியில கூட்டம் கலாட்டாவுல முடிஞ்சிது" என்றார்.

அப்படியானால் அவர் பேசிய பேச்சுக்கு என்ன பயன்?

சில பேர் எப்படித் தெரியுமா?

நேரம் காலம் தெரியாமல் நம் எதிரில் வந்து உட்கார்ந்து கொண்டு அவர்களுக்கு என்னவெல்லாம் தெரியுமோ அதைப் பற்றியெல்லாம் பேச ஆரம்பித்து விடுவார்கள். பயனில்லாத பேச்சு!

மூன்றாவது வகை எப்படி என்றால்... முன்னேற்றமில்லாத மாறுதல்.

"நம்ம ஆளு ஒருத்தன் திருடி விட்டு ஜெயில்ல இருந்தானல்லவா... அவன் இப்ப மாறிட்டான் சார்" என்றார் ஒருத்தர்.

"திருந்திட்டானா?" என்று கேட்டேன்.

"இல்லை சார். முன்ன அவன் கோயமுத்தூர் ஜெயில்ல இருந்தான். இப்ப அவன் வேலூர் ஜெயிலுக்கு மாறிட்டான்" என்று அதற்கு விளக்கம் கொடுத்தார்.

ஒரு மனிதன் மாறியிருக்கிறான் என்று சொன்னால் அவன் முன்பு இருந்த நிலையிலிருந்து மாறி ஒரு படியாவது முன்னேறியிருக்கிறான் என்று இருக்க வேண்டும். அதுதான் பெருமை.

நாலாவது வகை.

பொருத்தமில்லாததைப் பற்றி ஆராய்தல்.

"என்னடா தரையில் உத்துப் பார்த்துக்கிட்டிருக்கே?" என்று கேட்டால்... "ஒண்ணுமில்லை இந்த எறும்பு எங்கே போயிட்டிருக்குன்னு பார்த்துக்கிட்டிருக்கேன்" என்பான். இது பொருத்த மில்லாத ஆராய்ச்சி.

ஐந்தாவது அடையாளம்.

அன்னியனை நம்புதல்.

இது மாதிரி ஆசாமிகளைத் தொடர் வண்டி நிலையங்களில் பார்க்கலாம்.

''சார் இந்தப் பெட்டியில பத்தாயிரம் ரூபாய் வச்சிருக்கேன். கொஞ்ச நேரம் இதைப் பத்திரமாப் பாத்துக்குங்க. நான் போய் டிக்கெட் வாங்கிக்கிட்டு வந்துடறேன்'' என்பான். போய்விட்டு வந்து பார்த்தால் அவன் அந்த இடத்தில் இருக்கமாட்டான். முன்பின் அறிமுகமில்லாத நபர்களை நம்புவது முட்டாள்தனம்.

□□

முட்டாள்களை ஆறு வகையான செயல்பாடுகள் மூலமாக அடையாளம் காணலாம் என்பது பெரியவர்கள் நமக்குச் சொல்லிக் கொடுத்திருக்கிற உண்மை.

□□

ஆறாவது... பகைவரை நண்பராகக் கருதுவது.

விரோதிகளிடம் விசுவாசமாக இருப்பது என்றைக்கும் ஆபத்துதான்.

ஆக... முட்டாள்களை இந்த ஆறு வகையான செயல்பாடுகள் மூலமாக அடையாளம் காணலாம் என்பது பெரியவர்கள் நமக்குச் சொல்லிக் கொடுத்திருக்கிற உண்மை.

சிறகை விரிக்க ஆசைப்படுகிறவர்களிடம் இந்த வகையான செயல்பாடுகள் இருக்கக் கூடாது. இருந்தால் அவற்றை உடனடியாக விலக்கிவிட வேண்டும்.

நம் ஆள் ஒருத்தன்.

கையிலே பயணப் பெட்டி.

அதற்குள்ளே பணம். பயணம் செய்து கொண்டிருந்தான். தூங்கி எழுந்து பார்த்தால் பெட்டியைக் காணவில்லை. யாரோ தூக்கி கொண்டு போய்விட்டார்கள்.

இவன் பறி கொடுத்தவன்... பதற வேண்டும் அல்லவா?

பதறவில்லை. நிதானமாக இருந்தான்.

''பணப்பெட்டி போய்விட்டதே என்கிற கவலை இல்லையா உங்களுக்கு?'' என்று கேட்டார் பக்கத்தில் இருந்தவர்.

இவன் சொன்னான்....

''பெட்டி போனா என்ன சார்... அதைப் பத்திரமா பூட்டித்தான் வச்சிருக்கேன்... இதோ சாவி என்கிட்டதான் இருக்கு!''

■

பார்வை மாற வேண்டும்!

"என்ன சார் உலகம் இது! நடக்குற நடப்பு ஒண்ணும் சரியில்லை?" என்று அலுத்துக் கொண்டார் ஒருவர்.

"என்னங்க இது... இப்படி ஒரேயடியா அலுத்துக்கிறீங்களே?" என்று கேட்டேன்.

"பின்னே என்ன சார்... எந்தப் பக்கம் திரும்பினாலும் நல்ல விஷயமே கண்ணில் படமாட்டேங்குது... எல்லாம் மோசமா இருக்கு..." என்றார் அவர்.

"கொஞ்சம் இப்படி உக்காருங்க. உங்களுக்கு ஒரு கதை சொல்கிறேன்'' என்று ஆரம்பித்தேன். நம் முன்னோர்கள் சொல்லியிருக்கிற கதை ஒன்றை அவரிடம் சொன்னேன்.

ஓர் ஊரில் மன்னர் ஒருவர் இருந்தார். ஒரு நாள் அவருக்குத் திடீரென்று தலைவலி.

மன்னர் என்பதால் தலைவலி வராமல் இருந்துவிடுமா? பெரிய தலைவலியாக வந்து விட்டது.

அரண்மனையில் வைத்திய வசதிக்கு என்ன குறைச்சல்?

அங்கே நிறைய வைத்தியர்கள் இருந்தார்கள். ஒவ்வொருத்தராக வந்தார்கள். பார்த்தார்கள். ஒவ்வொரு விதமான மருந்தைக் கொடுத்தார்கள்.

ஆனாலும் மன்னருக்குத் தலைவலி குறைந்தபாடில்லை.

அந்தத் தலைவலிக்கு என்ன காரணம் என்பதை அவர்களால் சரியாகக் கண்டுபிடிக்க முடியவில்லை.

என்ன செய்யலாம என்று எல்லோரும் யோசித்தார்கள்.

அமைச்சர் ஒருவர் ஓர் ஆலோசனை சொன்னார்.

"காட்டிலே ஒரு முனிவர் இருக்கிறார். அவரை அழைத்துக் கொண்டு வந்து காட்டினால் ஏதாவது யோசனை சொல்வார்'' என்றார்.

உடனே போனார்கள்.

முனிவரை அழைத்துக் கொண்டு வந்தார்கள்.

அவர் பார்த்தார்.

"மன்னா... மருந்துகள் மூலமாக உன்னுடைய தலைவலியைக் குணப்படுத்த முடியாது. நீ எங்கே போனாலும் பச்சை வண்ணம் உன் கண்களில் படுகிற மாதிரி பார்த்துக் கொள். பச்சை நிறம் கண்ணுக்கு நல்லது. பச்சை வண்ணத்தை அதிகமாகப் பார்த்துக் கொண்டிருந்தால் உன் தலைவலி பறந்து போயிடும். இதுதான் அதற்கு வைத்தியம்'' என்று சொல்லிவிட்டு அவர் போய்விட்டார்.

அடுத்த நாளே அரசர் அமைச்சர்களைக் கூட்டி ஆலோசனை நடத்தினார்.

அரண்மனை முழுக்கப் பச்சை வண்ணம் பூச ஏற்பாடு செய்தார்கள். நாட்டிலே உள்ள மக்கள் அனைவரும் பச்சை வண்ண உடை தான் உடுத்த வேண்டும் என்று ஆணை பிறப்பிக்கப்பட்டது. வீடுகளுக்கெல்லாம் பச்சை வண்ணம் பூசப்பட வேண்டும் என்று உத்தரவிட்டார்கள். பச்சை நிறம் தவிர வேறு எந்த நிறமும் மன்னர் கண்ணில் பட்டு விடக் கூடாது என்பதில் அனைவரும் மிகுந்த எச்சரிக்கையோடு இருந்தார்கள்.

அவ்வளவுதான்.

கொஞ்ச நாளில் அந்த நாடு பூராவும் பசுமைப் புரட்சி.

ஆமாம், எந்தப் பக்கம் திரும்பினாலும் பச்சை வண்ணம்!

காட்டுக்குப் போன முனிவர் கொஞ்ச காலம் கழித்து மன்னனைப் பார்க்க வந்தார். அவருக்கு ஆச்சரியமாக இருந்தது. எங்கும் எதிலும் பசுமை.

அரண்மனை வாயிலுக்கு வந்து சேர்ந்தார். அவரைக் கண்ட காவலாளிகள் இருவர் கையில் வாளியோடு ஓடி வந்தார்கள். அந்த வாளியில் பச்சை வண்ணக் குழம்பு.

"முனிவரே... கொஞ்சம் நில்லுங்கள். உங்க உடம்பு பூராவும் பச்சை வண்ணத்தைப் பூசிய பிறகு, நீங்கள் உள்ளே போகலாம்''

முனிவர் திகைத்துப் போனார்.

என்ன இது... நம்ப யோசனை இந்த அளவுக்கு ஆகிவிட்டதே என்று கவலைப்பட்டார்.

அதன் பிறகு அந்தக் காவலாளிகளைப் பார்த்து, "ஐயா... கொஞ்சம் பொறுங்கள்'' என்று சொல்லி ஒருவாறாகச் சமாளித்து உள்ளே போனார். மன்னனைப் பார்த்தார்.

''மன்னா உனக்கு யார் இந்த வண்ணம் பூசுகிற யோசனையைச் சொன்னது?''

''பச்சை நிறத்தைப் பார் என்று நீங்கள்தானே சொன்னீர்கள்...''

''அதற்காக இப்படியா அரசாங்கப் பணத்தை வீணாக்குவது? உன்னுடைய பார்வையை மாற்றிக் கொண்டால் போதாதா?''

''என்ன சொல்கிறீர்கள்... பார்வையை மாற்றிக் கொள்வதா? அது எப்படி?''

''ஒரு பச்சை நிறக் கண்ணாடியைப் போட்டுக் கொண்டால், பார்க்கிறது பூராவும் பச்சையாகத் தெரியுமே. அதை விட்டுவிட்டு இதற்காக இத்தனை பணத்தை வீணாக்கியிருக்கிறாயே...''

முனிவர் சொன்ன பிறகுதான் அந்த அரசன் யோசித்துப் பார்த்திருக்கிறான்.

இளைஞர்களே...! இப்போது இந்தக் கதையை நாமும் கொஞ்சம் யோசித்துப் பார்ப்போம். சிறகை விரிக்க விரும்புபவர்கள் இந்த உலகத்தைப் பார்க்கிற பார்வையையும் மாற்றிக் கொள்ள வேண்டியிருக்கும்.

இந்த உலகம் பூராவுமே நமது உள்ளுணர்வின் வெளிப்பாடுகள்தான் என்கிற உண்மையைப் புரிந்து கொள்ளவேண்டும். அப்படிப் புரிந்து கொண்டால்... எல்லாமே மோசம் என்று அலுத்துக் கொள்ள வேண்டிய அவசியம் இருக்காது.

ஒரு நாள் என்னைத் தேடி ஒரு நண்பர் வந்தார்.

"சார்... எனக்குத் தலைவலி. கண்ணாடியை மாற்றலாமா?'' என்று கேட்டார்.

''அவசியம் மாத்தியாகணும்'' என்றேன் நான்.

''எதனாலே அப்படிச் சொல்றீங்க?'' என்று கேட்டார்.

நான் சொன்னேன்: ''இப்ப நீங்க போட்டுக்கிட்டிருக்கிறது என்னோட கண்ணாடிங்க. நேத்திக்கு இங்கே வந்தப்போ கை தவறுதலா அந்தக் கண்ணாடியை எடுத்துக்கிட்டுப் போயிட்டீங்க...!''

அது என்ன வசிய வித்தை?

அது பாரதியார் வாழ்ந்த காலம். அப்போது டாக்டர் சஞ்சீவி என்று ஒருத்தர் இருந்தார். உலகப் புகழ் பெற்ற மனோவசிய மருத்துவர் அவர்.

'இந்தியாவின் வசிய சாஸ்திரி' என்று அமெரிக்கர்களாலேயே போற்றப்பட்டவர் அவர்.

அப்பேர்ப்பட்ட அவரை இன்னொருவர் வசியப்படுத்தி வைத்திருந்தார்.

அவர்தான் பாரதியார்.

இவ்வளவுக்கும் டாக்டர் சஞ்சீவி இலக்கியத்தில் ஈடுபாடு கொண்டவர் அல்லர்.

ஆனாலும் பாரதியார் அவரைக் கவர்ந்தார்.

''பாரதியாரின் சாகித்தியமும், சங்கீதமும் அபார சக்தியோடு என்னைக் கவர்ந்து விட்டன. இது என்ன ஹிப்னாட்டிசமோ?'' என்று சொல்லி ஆச்சரியப்பட்டார் அவர்.

அந்த மருத்துவரின் மாளிகைக்குப் பாரதியார் அவ்வப்போது செல்வதுண்டு.

ஒரு நாள் அப்படிப் போனபோதுதான் அங்கே 'ஜயமுண்டு, பயமில்லை மனமே' என்ற பாடலைப் பாரதியார் பாடினாராம்.

அப்போது அங்கே பி.ஸ்ரீ.ஆச்சார்யாவும் இன்னும் சில பெரிய மனிதர்களும் இருந்திருக்கிறார்கள்.

பாரதியார் பாடிக்கொண்டிருக்கிறார்.

இவர்கள் மெய்மறந்து கேட்டுக் கொண்டிருக்கிறார்கள். அந்தப் பாட்டுக்கு அட்சர லட்சம் பெறுமானம் செய்யலாம் என்று இவர்களுக்குத் தோன்றியதாம்.

பாரதியார் பாடி முடித்திருக்கிறார்.

டாக்டர் சஞ்சீவி திடீரென்று எழுந்து உள்ளே போகிறார். கைப்பெட்டியைத் திறக்கிறார்.

ஒரு பத்து ரூபாய்த் தாளை அவசரமாகக் கையில் எடுத்துக் கொண்டு தொந்தி குலுங்கத் தடதடவென ஓடி வருகிறார்.

பாரதியாரிடம் அந்தப் பணத்தை நீட்டுகிறார்.

''தயவு செய்து சிற்றுண்டிச் சாலைக்குச் சென்று காபி சாப்பிட்டு வாருங்கள்.''

பாரதியாரின் முகம் பார்த்துக் குறிப்பறிந்து செய்த காரியம் அது.

அவர் கை பணத்தோடு காத்திருக்கிறது.

பாரதி அதைப் பார்த்தபடி இருக்கிறார். பெற்றுக் கொள்ளவில்லை.

டாக்டர் திகைத்துப் போனார்.

எதிரே இருந்தவர்களும் தங்களுக்குள் கிசுகிசுத்துக் கொள்கிறார்கள்.

''டாக்டர் சஞ்சீவிக்குத்தான் ஆயிரக்கணக்கில் வருகிறதே இவ்வளவுதானா கொடுக்கலாம்.''

இப்படி எண்ணியபடியே அவர்களும் இந்தக் காட்சியை வியப்போடு பார்த்துக் கொண்டிருக்கிறார்கள்.

பாரதியாரின் தயக்கத்துக்கு என்ன காரணமாக இருக்கும்?

அதற்கான காரணம் அடுத்த சில வினாடிகளிலேயே அவர்களுக்கு விளங்கியது.

பாரதியார் சொன்னார்:

''டாக்டர்... அந்த நோட்டைத் தங்கள் உள்ளங்கையில் வைத்துக் கொள்ளுங்கள்.''

கவிஞரின் இந்த வேண்டுகோள் ஒரு கட்டளை மாதிரி ஒலிக்கிறது.

டாக்டர் அப்படியே செய்கிறார்.

தன் இரு கைகளையும் அகல விரித்து அதன் மீது அந்தப் பத்து ரூபாய்த் தாளை வைத்துக் கொண்டு பாரதிக்கு முன் நிற்கிறார்.

இப்போது கவிஞர் சிரித்தபடியே அந்த ரூபாய்த் தாளை அவர் கையிலிருந்து எடுத்துக் கொள்கிறார்.

பிறகு வெகு கம்பீரமாகப் பேசுகிறான் அந்தக் கவிஞன்.

''தங்கள் கை என் கைக்கு மேலே வந்துவிடக் கூடாது என்றுதான் நீங்கள் கொடுக்க வந்ததை நான் பெற்றுக் கொள்ளவில்லை. ஒரு கை தனக்குக் கீழே இரண்டு தரித்திரக் கைகளைத் தாழ வைத்துக்

கொடுக்கிறதே அந்தக் கொடை எனக்குத் தேவையில்லை. இலட்சம் பொன், கோடி பொன் கொடுத்தாலும் அந்தக் கொடை எனக்கு வேண்டவே வேண்டாம். அன்போடு கவிஞருக்கு கொடுப்பது கவிதா தெய்வத்துக்கு பக்தியோடு கொடுக்கும் காணிக்கை.''

இந்த நிகழ்ச்சியை அருகிலிருந்து கவ்னித்த பி.ஸ்ரீ.சொல்லுகிறார்.

''அப்போது அவர் முகத்திலே பெருந்தன்மை... ஏன்... ஓர் அரச குல மாட்சியே தாண்டவமாடியது.''

பாரதியார் பணத்தை எடுத்துக் கொண்டு சிற்றுண்டி சாலைக்குப் போய்விட்டார்.

அங்கே இருந்த நண்பர்கள் பாரதியின் பாட்டைப் பற்றியும் அவருடைய செயல்பாடுகள் குறித்தும் வியந்து பேசிக் கொண்டிருக்கிறார்கள்.

கொஞ்ச நேரத்தில் பாரதி சிற்றுண்டிச் சாலையில் இருந்து திரும்பி வருகிறார்.

இவர்கள் பேச்சை நிறுத்திக் கொள்கிறார்கள்.

டாக்டர் சஞ்சீவி கவிஞரைப் பார்த்து மெல்ல வேண்டுகிறார்.

''அந்தப் பாட்டை மறுபடியும் கேட்க ஆசைப்படுகிறோம். பாடுவீர்களா?''

பாரதி உடனே பாட ஆரம்பித்தார்.

பாடிக்கொண்டே வந்தார்.

அது ஒரு ராணுவ கீதம் போல் ஒலிக்கிறது.

சஞ்சீவி சொல்கிறார்.

''இதைப் பாடிக் கொண்டே எங்கேயாவது போருக்குப் புறப்படலாம்'' என்று தோன்றுகிறது.

பாரதி சொல்கிறார்.

''ஆம்... சோர்வுடன் போர்... பயத்துடன் போர்... அவ நம்பிக்கை யுடன் போர்... மூட நம்பிக்கையுடன் போர்... வறுமையுடன் போர் ... செல்வச் செருக்குடன் போர்... இப்படி எத்தனையோ போர்களுக்குப் பட்டாளம் திரட்டி நடத்திக் கொண்டு போக வேண்டியிருக்கிறதே... அதுதான் என் தொழில்!''

அது நாள் வரை கவிதை என்றால் என்ன? அதன் பயன் என்ன என்று நண்பர்களிடம் கேட்டுக் கொண்டிருந்த டாக்டர் சஞ்சீவி இப்போது பாரதியாரிடம் சொல்கிறார்:

"தங்களது கவிதை என்னை வசீகரித்து விட்டதே!"

இதற்குப் பதில்:

"எனக்குத் தெரிந்து வசிய வித்தையெல்லாம் உள்ளத்தில் உண்மையொளி உண்டாயின் வாக்கினிலே ஒளி உண்டாகும் என்பதுதான்."

இப்படி இவர்கள் பேசிக் கொண்டிருக்கிற சமயத்தில் யாரோ ஒருவர் அங்கே வருகிறார். அவர் அங்கேயிருக்கிற பி. ஸ்ரீ. அவர்களிடம் வந்து சொல்லுகிறார்:

"கொஞ்ச நேரத்துக்கு முன்னால் பத்து ரூபாய் செலவு செய்து எங்களுக்கெல்லாம் சிற்றுண்டி வாங்கிக் கொடுத்தார் ஒருவர்... யாரோ தெரியவில்லை. புதுச்சேரியிலிருந்து வந்தவராமே?" என்று சொல்லிக் கொண்டே திரும்பியவர்... "ஆகா இவர்தான்" என்று பாரதியாரைச் சுட்டிக் காட்டுகிறார். அங்கே இருந்த வேதநாயகம் பிள்ளை பாரதியாரின் பொத்தான் இல்லாத கோட்டையும் கிழிந்த சட்டையையும் பார்த்துவிட்டுக் கண்ணீர் ததும்ப டாக்டர் சஞ்சீவியைப் பார்த்துச் சொல்கிறார்:

"இதுதான் பாரதியாரின் வசிய வித்தை..."

இளைஞர்களே…! அந்தப் பாட்டுக் குயிலின் வசிய வித்தையைப் புரிந்து கொள்ளுங்கள். அதுதான் பாரதி நமக்குச் சொல்லிக் கொடுக்கிற பாடம்! உங்கள் உள்ளங்களிலும் உண்மை ஒளி உண்டாகட்டும். அதன் விளைவாக வாழ்க்கை வசந்தமாகும்.

பாரதியார் ஒரு முறை தன் நண்பர்களுடன் ஒரு கிராமத்தில் நடந்த தெருக்கூத்தைப் பார்க்கப் போயிருந்தாராம். அந்தத் தெருக்கூத்தில் ஒருவன் பாடிக் கொண்டிருக்கிறான்.

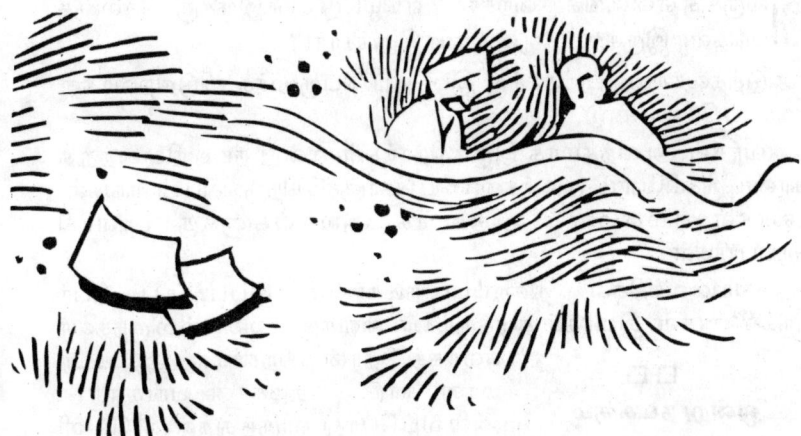

"வெத்திலை வச்சான்…
பாக்கு வச்சான்…
புகையிலை வச்சான்…
ஒண்ணுவைக்க
மறந்துட்டான்…
சுண்ணாம்பு இல்லே…!"

இதைக் கேட்ட பாரதியார் உடனே, நம் நாடு இந்த நிலையில் தான் இருக்கிறது என்று சொல்லிவிட்டு இப்படிப் பாடினாராம்.

"நீரு வச்சான் நிலமும் வச்சான்.
நிகரில்லாத பலமும் வச்சான்.
ஒண்ணு வைக்க மறந்துட்டான்.
புத்தி இல்லே… புத்தி இல்லே…!"

எது உல்லாசம்? எது ஆனந்தம்?

“அவருக்கு என்னங்க குறைச்சல்? ஏழெட்டு கார் இருக்கு...நாலஞ்சு பங்களா இருக்கு... ஆனந்தமா இருக்கார்!''

அடுத்தவர்களைப் பார்த்து இப்படிப் பெருமூச்சு விடுகிறவர்கள் நிறையப் பேர் உண்டு.

அவர்கள் ஆனந்தமாக இருக்கிறார்கள் என்று நாம் நினைத்துக் கொண்டிருக்கிறோம். அவர்களையே கொஞ்சம் நெருங்கிப் பாருங்கள். அவர்கள் நம்மைவிட அதிகமாக அல்லல்களுக்கு ஆளாகி யிருப்பார்கள்.

அரசியல்வாதிகள்... திரைப்பட நடிகர்கள்... இப்படிப் பல பேர் இருக்கிறார்கள். இவர்கள் தூரத்துப் பார்வைக்கு உல்லாசம் மிகுந்தவர் களாகத் தோன்றுகிறார்கள். ஆடம்பர மான கார்... அழகான பங்களா... அவ்வப்போது விருந்துகள்... வெளி நாட்டுப் பயணங்கள்...

□□

ஒன்று நடக்கும் பொழுதே அனுபவிப்பது உல்லாசம். அது நடந்த பிறகும் அனுபவிப்பது ஆனந்தம். ஆனந்தம் என்பது ஆழமான உணர்வு... உள்ளார்ந்த உணர்வு

□□

அவர்களைப் போல் நாமும் ஆக மாட்டோமா? என்று ஏங்குகிறோம்.

அவர்களின் இன்னொரு பக்கத்தை ஆராய்ந்து பாருங்கள்... மனத்தளர்ச்சி, போதைப் பழக்கம், மதுப் பழக்கம், இல்வாழ்க்கையில் சிக்கல்கள், சரியில் லாத பிள்ளைகள், தனிமை இப்படிப் பட்ட பிரச்சினைகள் இருக்கும்!

ஆடம்பரமாகவும் உல்லாசமாகவும் இருக்கிற ஒருவரைப் பார்த்து அவர் மிகவும் மகிழ்ச்சியாக இருப்பதாக நாம் நினைத்து விடுகிறோம். விவரம் தெரிந்தவர்கள் என்ன சொல்கிறார்கள் தெரியுமா?

உல்லாசம் வேறு; ஆனந்தம் என்பது வேறு என்று சொல்கிறார்கள்.

ஆங்கிலத்தில் fun என்று சொல்கிறோமே... அது உல்லாசம்.

அதுபோல Happiness என்று சொல்கிறோமே... அது ஆனந்தம்.

நம்மில் பலரும் இவை இரண்டும் ஒன்று என்று நினைத்துக் கொண்டிருக்கிறோம். அது தவறு.

சரி... இவை இரண்டுக்கும் என்ன வேறுபாடு? ஒன்று நடக்கும் பொழுதே அனுபவிப்பது உல்லாசம். அது நடந்த பிறகும் அனுபவிப்பது ஆனந்தம். ஆனந்தம் என்பது ஆழமான உணர்வு... உள்ளார்ந்த உணர்வு.

சினிமா பார்க்கிறோம்... தொலைக்காட்சி பார்க்கிறோம்... கிரிக்கெட் பார்க்கிறோம். பார்க்கிற வரைக்கும் நன்றாகப் பொழுதுபோகிறது. உல்லாசமாகவும் இருக்கிறது.

வண்டலூர் போகிறோம், மாமல்லபுரம் போகிறோம். சுற்றி வருகிறோம். சுற்றுகிறவரை உல்லாசம்.

அந்தச் சமயத்தில் நமது பிரச்சினைகளைத் தற்காலிகமாக மறக்கிறோம். மனம் இலேசாகிறது. சிரிக்கிறோம்.

எல்லாம் சரி. இருந்தாலும் இவையெல்லாம் உண்மையான மகிழ்ச்சியை ஏற்படுத்திவிடாது. ஏனென்றால்...

இவற்றின் பலன்கள் ... அதாவது Positive Effects நாம் பார்த்துக் கொண்டிருக்கும் வரைக்கும்தான் நமது உல்லாசம். நாம் அதைவிட்டு வெளியே வந்தவுடன் முடிந்து போகிறது. அதுதான் Fun என்பது.

ஆனால் Happiness அப்படி இல்லை. ஒரு நிகழ்ச்சி முடிந்த பிறகும் நீடிக்கிறது பாருங்கள்... அதுதான் ஆனந்தம். உண்மையான மகிழ்ச்சியை உல்லாசமான வழியிலே அடைந்து விட முடியாது. ஆனந்தத்தை அடைவதற்கு நாம் கொஞ்சம் சிரமப்பட

□ □
உண்மையான மகிழ்ச்சியை உல்லாசமான வழியில் அடைந்துவிட முடியாது. ஆனந்தத்தை அடைவதற்கு நாம் கொஞ்சம் சிரமப்பட வேண்டியிருக்கும்
□ □

> ☐ ☐
> உல்லாசம் உண்மையான மகிழ்ச்சியைக் கொண்டுவராது என்பதைப் புரிந்து கொண்டால் உண்மையான மகிழ்ச்சியின் வாசல் உங்களை இரு கதவுகளையும் திறந்து வரவேற்கும்
> ☐ ☐

வேண்டியிருக்கும். ஆகவே அதை அடைவதற்கு நாம் முயற்சி செய்வதில்லை. நழுவிப் போய் விடுகிறோம்.

உல்லாசமாக வாழவேண்டும் என்பதற்காகச் சில பேர் கல்யாணமே வேண்டாம் என்று இருக்கிறார்கள். அவர்கள் அப்படித் தனியாக வாழ்வது... குழந்தைகள் வேண்டாம் என்று நினைப்பது... எல்லாம் அப்போதைக்கு வேண்டுமானால் உல்லாசமாக இருக்கலாம்; உற்சாகமாகவும் தோன்றலாம். ஆனால் ஒரு குழந்தையால் ஏற்படக் கூடிய மகிழ்ச்சியை அவர்கள் இழந்து விடுகிறார்கள்.

"குழலினிது யாழினிது என்பதம் மக்கள் மழலைச்சொல் கேளா தவர்!"

என்று சொன்னாரே திருவள்ளுவர். அதன் அர்த்தமும் ஆனந்தமும் அவர்களுக்குத் தெரியாமலே போய்விடுகிறது.

சரி! அப்படியானால் இப்பொழுது உண்மையான மகிழ்ச்சியை அடைவதற்கு என்ன வழி?

அடுத்தவர்களிடம் உண்மையான அன்பு செலுத்துங்கள். ஊருக்கும் உலகத்துக்கும் நல்லது செய்யுங்கள். உங்களால் முடிந்த அளவுக்குச் சேவை செய்யுங்கள். அதுதான் அதற்கு வழி என்பது பெரியவர்கள் நமக்குச் சொல்லிக் கொடுக்கிற உண்மை.

எனவே - சிறகை விரியுங்கள். சிகரங்களைத் தொடுங்கள். உண்மையான மகிழ்ச்சியின் வாசல் உங்களை இரு கதவுகளையும் திறந்து வரவேற்கும். உல்லாசம் உண்மையான மகிழ்ச்சியைக் கொண்டுவராது என்பதைப் புரிந்து கொண்டால் போதும்... ஆனந்தம் என்பதன் அடையாளம் நமக்குத் தெரிய ஆரம்பிக்கும்.

புதிதாகக் கல்யாணம் செய்து கொண்ட ஒரு கணவன் - மனைவி. தேனிலவுக்குப் போய்விட்டு வந்தார்களாம். போய்விட்டுத் திரும்பியதும் அந்தப் பெண் சொன்னாளாம்.

"எங்க பிரயாணம் உல்லாசமாகவும் இருந்தது! ஆனந்தமாகவும் இருந்தது...!"

"அப்படியா ...! எந்த ஊருக்குப் போய்விட்டு வந்தீர்கள்? என்று கேட்டிருக்கிறார்கள்.

அந்தப் பெண் சொன்னாள்: "அவர் ஊட்டிக்குப் போயிட்டு வந்தார். நான் கொடைக்கானல் போயிட்டு வந்தேன்...!"

வெளிச்சத்தின் விலை?

இருட்டைக் கண்டாலே பயம் உண்டாகிறதே... அது ஏன்? இப்படி ஒரு கேள்வியை ஓஷோவிடம் கேட்டிருக்கிறார்கள். இதற்கு அவர் பதில் சொல்லியிருக்கிறார்.

"மனிதனுடைய ஆதிகால வாழ்க்கையில் தொற்றிக் கொண்ட பயம் இது. அது அப்படியே வேரூன்றியிருக்கிறது. இன்னமும் விலகிப் போகவில்லை. ஐம்பதாயிரம் ஆண்டுகளுக்கு முன் மனிதன் குகைகளில் வாழ்ந்தான். பகல் வேளையின்போது பயம் இருக்காது. இரவு வேளைகளில் விலங்குகளால் ஆபத்து வரலாம் என்ற நிலை. அதனால் நிம்மதியாகத் தூங்க முடியாது. ஆகவே மனிதனுக்கு இரவு என்றால் பயம் என்று பழகிப் போயிற்று.

மனிதர்களுடைய எல்லா மனங்களையும் சேர்த்து மொத்தமாக ஒரு மனம் உண்டு.

மனிதர்களின் நினைவு இந்த மொத்த மனத்திலேயே பதிந்திருக்கிறது... பரவுகிறது.

இந்த மொத்த மனதிலே இருட்டுப் பற்றிய பயம் பதிந்து நீடிக்கிறது."

□ □

பழங்காலப் பயம்... இருட்டுப்பயம் இன்னமும் மனிதனை விட்டுப் போகவில்லை. இன்றைக்கும் இருட்டைக் கண்டு அஞ்சி இருட்டிலிருந்து வெளிச்சத்துக்கு வராத மனிதர்கள் அதிகம்.

□ □

இதுதான் ஓஷோ தரும் விளக்கம்.

இந்தக் காலத்தில் இரவைப் பகலாக்க எவ்வளவோ விளக்குகள் வந்து விட்டன. இரவிலேயும் விலங்குகள் வந்து தாக்கும் என்கிற நிலைமை இல்லை.

பாதுகாப்பான வீடுகள்.

விலங்குகளும் விலகிப் போய்விட்டன.

இருந்தாலும் அந்தப் பழங்காலப் பயம்... இருட்டுப் பயம் இன்னமும் மனிதனை விட்டுப் போகவில்லை.

இன்றைக்கும் இருட்டைக் கண்டு அஞ்சுகிற மனிதர்கள் அதிகம்.

இருட்டிலிருந்து வெளிச்சத்துக்கு வராத மனிதர்களும் அதிகம்.

ஓர் ஆள்.

ஆற்றுக்கு மீன் பிடிக்கப் போனான்.

இன்னும் விடியவில்லை.

அதற்குள்ளாக வலையை எடுத்துக் கொண்டு கிளம்பி விட்டான். கிழக்கே வெளிச்சம் வருவதற்கு முன்பாகவே ஆற்றங்கரையில் போய் அமர்ந்து விட்டான்.

விடிகிற வரையில் என்ன செய்வது....?

சும்மா கரையில் உட்கார்ந்து காலை ஆட்டிக் கொண்டிருந்தான்.

காலில் ஏதோ ஒரு சிறிய மூட்டை தட்டுப்பட்டது.

இருட்டிலே அது என்னவென்று சரியாகத் தெரியவில்லை. சிறு சாக்குப் பை போலத் தெரிந்தது.

அதற்குள்ளே சிறு சிறு கற்கள் நிறைந்திருப்பது போல இருந்தது.

சும்மா பொழுது போக வேண்டுமே என்பதற்காக இவன் அந்த மூட்டைக்குள்ளிருந்து ஒவ்வொரு கல்லாக எடுத்து ஆற்றில் வீசிக் கொண்டிருந்தான்.

விடிகிற வரையிலே வேறு வேலை இல்லை என்பதால் பொழுது போவதற்கும் நேரத்தைக் கடத்துவதற்கும் அவன் இப்படி செய்து கொண்டிருந்தான்.

பொழுது புலரத் தொடங்கியது.

கிழக்கே வெளிச்சம் வர ஆரம்பித்தது.

இதற்குள்ளே மூட்டையிலிருந்த அத்தனைக் கற்களையும் அவன் வீசி எறிந்து விட்டான். கடைசியாக ஒரே ஒரு கல் மட்டும்தான் மிச்சமிருந்தது.

வெளிச்சம் வந்ததும் மீதமிருந்த அந்தக் கல்லைப் பார்த்தான். அவனுக்குத் தூக்கி வாரிப்போட்டது.

அப்படியே திகைத்துப் போய்விட்டான்.

'அடடா...! இதுவரைக்கும் தெரியாமலே தப்புப் பண்ணிட்டோமே...!' என்று நினைத்து வருத்தப்பட்டான்.

ஏன் தெரியுமா?

அவன் கையில் இருந்தது வெறும் கல் இல்லை. விலை உயர்ந்த ரத்தின கல் அது.

இருட்டிலே அது என்ன என்று புரியாமல் போனதால் மூட்டையிலே இருந்த எல்லா ரத்தினக் கல்லையும் ஆற்றிலே வீசி எறிந்திருக்கிறான். இப்போது அவனுக்கு அழுகையே வந்துவிடும் போலிருந்தது.

□ □
நல்ல வாய்ப்பு பக்கத்திலேயே வந்து அமர்ந்து விட்டுப் போயிருக்கிறது என்கிற விவரம் தெரியாமலே பலர் எழுந்து வந்து விடுவார்கள்.
□ □

வாழ்க்கையை வசதியாக்கிக் கொள்வதற்கான வாய்ப்பு அவன் பக்கத்திலேயே இருந்திருக்கிறது.

வெளிச்சம் இல்லாமையால் அவன் அந்த வாய்ப்பை வீணாக்கியிருக்கிறான். ஒரு வகையிலே அவனுக்குக் கொஞ்சம் அதிருஷ்டம் இருந்திருக்கிறது.

அதனால்தான் அந்தக் கடைசிக் கல்லை எறிவதற்குள்ளாகவே வெளிச்சம் வந்திருக்கிறது. பல பேருக்கு அந்தக் கடைசிக் கல்லையும் எறிந்த பிறகுதான் வெளிச்சம் வந்து சேரும்!

நல்ல வாய்ப்பு நமக்குப் பக்கத்திலேயே வந்து அமர்ந்துவிட்டுப் போயிருக்கிறது என்கிற விவரம் தெரியாமலே அவர்கள் எழுந்து வந்துவிடுவார்கள். வாழ்க்கை என்பது பெரிய புதையல். அதைச் சரியாகப் புரிந்து கொள்ளாமலேயே வீசி எறிந்து வீணாக்கிக் கொண்டிருக்கிறான் மனிதன். சில பேருக்கு அதைப் புரிந்து கொள்கிற நேரம் வந்து சேர்வதற்குள் வாழ்க்கை முடிந்து போய்விடுகிறது. அப்புறம் என்ன செய்ய முடியும்?

நம்ம ஆள் ஒருத்தன் கையிலே சின்னப் பையோடு வந்து கொண்டிருந்தான். பையின் உள்ளே ஏகப்பட்ட நகைகள்... ரத்தினக் கற்கள்!

வந்து கொண்டிருந்தவன் அந்தப் பையை அப்படியே குளத்தில் வீசி எறிந்து விட்டான்.

மகான்கள்தான் இப்படிப் பற்றில்லாமல் இருப்பார்கள்.

"என்னங்க இது...? விலை மதிப்புள்ள அந்தப் பையை இப்படிக் குளத்திலே வீசி எறிஞ்சிட்டீங்களே...? இதுக்கு என்ன அர்த்தம்?" என்று கேட்டான் அவன் கூட வந்தவன்.

அவன் மெதுவாகத் திரும்பி அவன் காதோடு காதாகச் சொன்னான்.

"ஒரு போலீஸ்காரர் பின்னாடி வந்துக்கிட்டிருக்கார். அவர் போன பிறகு இதை எடுத்துக்குவேன்...!"

கடன் தீருமா...?

கடுமையான வெயில் நேரம். காலில் செருப்புப் போடாமல் ஒருவன் நடந்து போய்க் கொண்டிருந்தான்.

எதிரே வந்த ஒருத்தன், ''ஏன்ணே இப்படி...? ஒரு செருப்பு வாங்கிப் போட்டுக்கப்புடாதா...?'' என்றான்.

உடனே அவன் தன் கையிலே இருந்த ஒரு சாக்குப் பைக்குள் கையை விட்டுப் பிய்ந்து போயிருந்த ஒரு ஜோடி பழைய செருப்பை எடுத்து இவன்கிட்டே காட்டினான்...

''நான் எங்கே போனாலும் செருப்போடேதான் போவேன்... செருப்பில்லாமே போறது இல்லே. போட்டுக்கிட்டு நடந்தா இது தேய்ஞ்சு போயிடுமேங்கிறதுக்காகப் பத்திரமா பையிலே வச்சி எடுத்துக்கிட்டுப் போறேன்...!''

இது மாதிரி ஆசாமிகளைப் பற்றிக் கிராமங்களில் உள்ள பெரியவர்கள் நிறையக் கதைகள் சொல்வார்கள். அது மாதிரி செருப்பைக் காலில் மாட்டிக்கொண்டு போனால் செருப்பு தேய்ந்து போய்விடும் என்று நினைக்கிற ஓர் ஆசாமி ஒரு நாள் தெரு வழியாக நடந்து போய்க் கொண்டிருந்தானாம்!

எதிரே ஒரு பிச்சைக்காரன் வந்திருக்கிறான். ''ஐயா! ஏதாவது தர்மம் பண்ணுங்க...'' என்று கேட்டிருக்கிறான்.

''சில்லறை இல்லே... போ!'' என்று விரட்டியிருக்கிறான் இவன்.

அந்தச் சமயத்தில் இவனுடைய சிநேகிதன் ஒருத்தன் அங்கே வந்திருக்கிறான். இவன் விரட்டுவதைப் பார்த்து விட்டு... ''இது மாதிரி விரட்டறது பாவம்... இப்ப இவனுக்கு நான் ஒரு ரூபாய் தருமம் பண்ணப்போறேன்... உனக்கும் ஒரு ரூபாய் கடன் தர்றேன்... அதை என்கிட்டே வாங்கி நீ இவனுக்குப் போடு!'' என்றான்.

நம்ம ஆள் பார்த்தான். வேறு வழியில்லை. அதை வாங்கிப் பிச்சைக்காரன்கிட்டே கொடுத்துவிட்டான்.

அப்புறம் தன்னுடைய நண்பனைப் பார்த்து, "இப்ப என்கிட்டே சில்லறை இல்லை... நாளைக்கு வீட்டுக்கு வா தர்றேன்..." என்று சொல்லிவிட்டுப் போய்விட்டான்.

அவனும் இதை விடுவதாக இல்லை. அந்த ஒரு ரூபாயைத் திரும்ப வாங்கிக் கொள்வதற்காக மறுநாள் காலையில் சரியாக சொன்ன நேரத்தில் அவன் வீட்டு வாசல் கதவைத் தட்டினான்.

அவன் திறந்து பார்த்தான்... "ஓ... நீயா?" என்றான்.

ஆமாம் "அந்த ஒரு ரூபாய்...?"

"தர்றேன்... 999 ரூபாய் வச்சிருக்கியா?"

"ஏன்?"

"என்கிட்டே 1000 ரூபாய் நோட்டாக இருக்குது. நீ 999 ரூபாய் கொடுத்திட்டு 1000 ரூபாயை வாங்கிக்கிட்டுப் போ..."

இவன் பார்த்தான். "சரி... ஒரு ரூபாயை நாளைக்கு வந்து வாங்கிக் கொள்கிறேன்!" என்று சொல்லிவிட்டுத் திரும்பிப் போய்விட்டான்.

மறுநாள் வந்தான். இவன் பார்த்தான்.

"இதோ பாருப்பா... இன்னைக்கு உன்கிட்டே கொடுக்கறதுக்காக ஒரு ரூபாயைப் பையிலே போட்டு வச்சிருந்தேன்... அதை எலி தூக்கிட்டுப் போயிட்டுது!" என்றான்.

மறுநாள் வந்தான். அப்போதும் அவன் ஏதோ பொய்க்காரணம் சொல்லிச் சமாளித்தான். இப்படியே பல நாள்கள்...

தினமும் அவன் வருவான். இவன் ஏதாவது சொல்லுவான். திரும்பிப் போய்விடுவான். என்றாலும் அந்த ஒரு ரூபாயை எப்படியாவது இவனிடம் வாங்கிவிட வேண்டும் என்று தொடர்ந்து முயன்றான். அதற்காக அவன் போக்குவரத்துக்கே நிறையப் பணம் செலவு செய்து விட்டான். இருந்தாலும் ஒரு ரூபாயை வாங்காமல் விடுவதில்லை என்று பிடிவாதமாக இருந்தான்.

இவன் விடாக்கண்டன். அவன் கொடாக்கண்டன்.

ஒரு நாள் விடியற்காலை நேரம். அந்தத் தெருக் கோடியில் கடன் கொடுத்தவன் வந்து கொண்டிருந்தான். இவன் அவனைப் பார்த்து விட்டான். "இன்றைக்கு அவனை எப்படி ஏமாற்றுவது...?" என்று மனைவியிடம் யோசனை கேட்டான்.

"நீங்க உயிரோடு இருக்கிற வரையில் அந்த ஆள் உங்களை விடப் போறதில்லை...!" என்றாள் அவள்.

''சரி அப்படின்னா ஒண்ணு செய்யலாமா?''

''என்ன?''

''நான் செத்துப் போனது மாதிரி இப்படிக் கீழே விழுந்து கிடக்கிறேன்... நீ அழுதுக்கிட்டிரு. அவன் வந்து பார்த்துவிட்டுப் பேசாமே போயிடுவான்.''

''அப்படியா சொல்றீங்க...?''

''இப்போதைக்கு இதைத் தவிர வேறே வழி எதுவும் எனக்குத் தெரியலே...!'' என்று சொல்லிவிட்டுப் பொத்தென்று கீழே விழுந்து கண்ணை மூடிக்கொண்டான். மனைவியும் அழுகிற மாதிரி நடிக்க ஆரம்பித்தாள்.

கடன் கொடுத்தவன் வந்து பார்த்தான். அந்த அம்மா சொன்னாள்:

''சாகறப்போகூட உங்களுக்கு ஒரு ரூபா தரணும்னுதான் சொல்லிக்கிட்டிருந்தார். திடீர்னு கண்ணை மூடிட்டார்...!''

வந்தவன் விடாக்கண்டன் அல்லவா? இது நடிப்பு என்பதைப் புரிந்து கொண்டான். அப்புறம் சொன்னான்:

''ஒரு ரூபா எனக்குப் பெரிசு இல்லே... அது போனாப் போவுது. செலவோட செலவா... இவன் பிணத்தை எரிக்கிற செலவையும் நானே ஏத்துக்கறேன். என்னாலேதானே அவன் உயிர் பிரிஞ்சுது!''

அந்த அம்மாவுக்கு மனசு திக் என்றது!

இவன் என்ன செய்தான் தெரியுமா? ஒரு குடம் பச்சைத் தண்ணீரைக் கொண்டு வந்து கீழே கிடந்தவன் மேலே ஊற்றினான். குளிர் தாங்காமல் அவன் கை இலேசாக ஆடியது!

''பார்த்தீங்களா... செத்ததுக்கு அப்புறமும் எனக்கு அந்த ஒரு ரூபாயைக் கொடுத்துடணும்னு கை துடிக்குது!'' என்றான்.

அப்புறம்... சுடுகாட்டுக்குக் கொண்டு போனார்கள். இருட்டி விட்டது.

அங்கே ஒரு பள்ளமான இடத்தில் திருடர்கள் சில பேர் வந்து உட்கார்ந்து தாங்கள் கொள்ளையடித்த பணத்தை எண்ணிக் கொண்டிருந்தார்கள்.

அதை ஓரக்கண்ணால் பார்த்த இவன் பாடையிலிருந்து இலேசாக எழுந்தான்.

அவ்வளவுதான். இதைத் திருடர்கள் கவனித்து விட்டார்கள்.

''ஐயய்யோ... பொணம் எழுந்திருக்குது...!'' என்று கத்திக் கொண்டே ஓடிவிட்டார்கள்.

அந்தப் பொணம் எழுந்து போய் அவர்கள் போட்டுவிட்டுப் போன பணத்தின் அருகில் அமர்ந்தது!

கீழே சிதறியிருந்த பணத்தையெல்லாம் ஒன்று விடாமல் கவனமாகப் பொறுக்கித் தன் மடியில் கட்டிக் கொண்டது.

இதைப் பார்த்து விட்டு... அந்த ஒரு ரூபாய் கடன் கொடுத்தவன் ஓடிவந்தான்.

''இப்பவாவது என் கடனைக் குடுடா!'' என்று கேட்டான் பரிதாபமாக,

அவன் நிமிர்ந்து பார்த்தான்.

''உன் கடனை இப்பவே கொடுத்துடறேன்... ஆனா ஒரு கேள்வி...?''

''என்ன?''

''உன்கிட்டே 999 ரூபா இருக்கா?''

■

பாராட்டுக்குப் பலன் உண்டு!

ஒருத்தன் ஏதாவது வேலை கிடைச்சால் தேவலை என்று அலைந்து கொண்டிருந்தான்.

ஓர் இடத்தில் அவனுக்கு ஒரு வேலையும் கிடைத்தது.

கொஞ்ச காலம் ஆயிற்று.

"இப்போ வேலையை விட்டுட்டாத் தேவலை" என்று புலம்பிக் கொண்டிருக்கிறான்.

"என்ன காரணம்?" என விசாரித்தேன்.

"என்னாங்க பண்றது... எனக்கு மேல இருக்கிறவன் பெரிய கோபக்காரனா இருக்கான். எதுக்கெடுத்தாலும் கோபப்படறான். அவனை அனுசரிச்சுப் போறது ரொம்பக் கஷ்டமா இருக்கு. அதுதான்... இந்த வேலையை விட்டுட்டு வேறு வேலை தேடலாமான்னு பாக்கறேன்" என்றான்.

இப்படி அவன் சொன்னதும் நான் எப்போதோ படித்த ஒரு செய்தி எனக்கு நினைவுக்கு வந்தது. அதை அவனிடம் சொன்னேன்.

அது என்னவென்றால்...

நியூயார்க் நகரத்தில் ஒரு மனநல மருத்துவ நிபுணர்.

ஒரு நாள் அவரைத் தேடி ஒரு பெண் வந்தாள்.

"டாக்டர்... உங்ககிட்ட ஒரு முக்கியமான ஆலோசனை கேக்கலாம்னு வந்திருக்கேன்" என்றாள்.

"என்னம்மா விஷயம்?" என்று விசாரித்தார் அவர்.

அவள் சொன்னாள்...

"டாக்டர்! நான் ஒரு தொழிற்சாலையிலே தலைமை அதிகாரியின் சுருக்கெழுத்தாளரா வேலை பாக்கறேன். அந்த அதிகாரி ஒரு சிடுமூஞ்சி. அவர் மூஞ்சியும் அவரும் குரங்கு மாதிரி. அவரைப் பார்க்கிறதுக்கே எனக்குப் பிடிக்கலே. எதற்கெடுத்தாலும் கோபப்படு கிறார். அவரது கோபதாபங்களை என்னால் சமாளிக்க முடியவில்லை.

மனசுக்கு ரொம்ப சங்கடமாயிருக்கு. தாங்க முடியலை. இரவு பூராவும் சரியாத் தூங்கவும் முடியலை. அந்த அளவுக்கு வேதனையா இருக்கு. அலுவலகத்துலே அவன் கூட வேலை பார்க்கிற ஒவ்வொரு வினாடியும் எனக்கு ஒரு யுகம் போல இருக்கு. ஒரு நாள் முழுவதும் அவனோடு இருக்கிறது பெரும்பாடா இருக்கு. அதனால இந்த வேலையை விட்டுடலாம்னு பார்க்கறேன். அதுக்கு முன்னாடி உங்களோட ஆலோசனையைக் கேக்கலாமேன்னு வந்திருக்கேன். என்ன சொல்றீங்க?''

அந்த நிபுணர் அந்தப் பெண் சொல்வதையெல்லாம் பொறுமையாகக் கவனமாகக் கேட்டுக் கொண்டார். அதன் பிறகு சொன்னார்.

''அம்மா நான் ஒரு யோசனை சொல்றேன். அது பிரகாரம் மூணு மாசம் நடந்து கொள்... அதுக்கப்புறம் என்னிடம் வா... அப்புறமா ராஜிநாமா பண்ணலாமா வேண்டாமாங்கிறதைப் பத்தி யோசிப்போம்.''

''என்ன செய்யணும், சொல்லுங்க...?''''

''இதோ பாரும்மா... சிடுமூஞ்சியிடம் சில நல்ல குணங்கள் பதுங்கியிருக்கும். அதையெல்லாம் கண்டுபிடிச்சு வாயாரப் பாராட்டு. ஒரு நாளைக்கு ஒரு பாராட்டுன்னு வச்சிக்கோ. இப்படியே தொடர்ந்து செய்...பாக்கலாம்!''

''சரி'' என்று சொல்லிவிட்டு அந்தப் பெண் புறப்பட்டாள்.

மறு நாள் வழக்கம் போல் அலுவலகம் போனாள். சுருக்கெழுத்துக்காக அந்த அதிகாரியின் அறைக்குப் போனாள். அந்த அதிகாரி போட்டிருந்த சட்டை அழகாக இருந்தது.

''சார்... உங்க சட்டை ரொம்ப நல்லாயிருக்கு.''

அடுத்த நாள் அவரது ஆங்கில எழுத்து நடையைப் பாராட்டினாள்.

இப்படியாகத் தினமும் ஒரு பாராட்டு. இப்படிப் பாராட்டு ஏற ஏற சிடுமூஞ்சித்தனம் கொஞ்சம் கொஞ்சமாகக் குறைய ஆரம்பித்தது.

மூன்று மாதங்கள் கழித்து அந்தப் பெண் மறுபடி மனநல மருத்துவரிடம் வந்தாள்.

''என்னம்மா... வேலையை ராஜினாமா பண்ணலாமா?''

''அது எப்படிங்க முடியும்?''

''ஏன்?''

''நான் அவரைக் கல்யாணம் பண்ணிக்கப்போறேன். இப்ப அவர் என் காதலர். இதோ போட்டிருக்கேனே வைர மோதிரம்... இது அவர் எனக்குப் பரிசாகக் கொடுத்தது.''

நாணத்தோடு சொல்லி முடித்தாள் அந்தப் பெண்.

அவனைப்பத்தி மூன்று மாசத்துக்கு முன் அவள் சொன்ன வார்த்தைகளையெல்லாம் இப்போது நினைத்துப் பார்த்தேன். எனக்கே ஆச்சரியமாகப் போயிட்டுது.

அப்படிப்பட்ட சிடுமூஞ்சிக்கு வந்த வாழ்வைப் பாருங்கள்!

சில நாள்களில் அவர்களின் திருமணமும் கோலாகலமாய் நடந்து முடிந்தது.

இதுதான் நான் செய்தித்தாளில் படித்த ஓர் உண்மை நிகழ்ச்சி.

இக்கட்டுரையின் ஆரம்பத்தில் என்னிடம் வந்து குறைபட்டுக் கொண்டிருந்தவனிடம் இந்த நிகழ்ச்சியைச் சொன்னேன்.

அவன் கொஞ்சம் யோசனை செய்தான்.

''சார் நானும் என்னுடைய முடிவை மாத்திக்கப்போறேன். இதே அணுகுமுறையைக் கடைப்பிடிக்கப் போறேன். எனக்கு மேலே இருக்கிறானே ஒரு சிடுமூஞ்சி... அவனைக் கூடிய சீக்கிரம் மாத்திப்புடலாங்கிற நம்பிக்கை எனக்கு இருக்கு... உங்க யோசனைக்கு மிக்க நன்றி! ஒரு மூணு மாசம் கழிச்சு நானும் ஒரு கல்யாணப் பத்திரிக்கையோடு உங்களை வந்து சந்திக்கிறேன்'' என்று சொல்லி விட்டுப் புறப்பட்டான்.

''அது எப்படி?'' என்றேன் ஒன்றும் புரியாமல்!

''அந்தச் சிடுமூஞ்சிக்கு ஒரு பொண்ணு இருக்கு சார்... அது என்கூடப் படிச்சது. நான் அவன்கிட்ட வேலைக்குச் சேர்ந்ததே அதுக்காகத்தான் சார்'' என்றான் அசடு வழிய...!

■

நல்லதொரு குடும்பம்...!

ஒரு நாள் கபீர்தாசர் வீட்டில் ஏகப்பட்ட பக்தர்கள். எல்லோரும் அவரைச் சுற்றி உட்கார்ந்து கொண்டு தங்களுக்கு ஏற்படுகின்ற ஆன்மிகச் சந்தேகங்களுக்கு விளக்கம் கேட்டுக் கொண்டிருக்கிறார்கள்.

கபீர்தாசர் அவர்கள் கேட்கிற கேள்விகளுக்கெல்லாம் பொறுமையாகப் பதில் சொல்லிக் கொண்டிருக்கிறார்.

இப்படியே அன்றைய பொழுது பூராவும் கடந்து போயிற்று.

விளக்கம் கிடைத்தவர்கள் எல்லோரும் வீட்டுக்குப் புறப்பட்டுப் போய்விட்டார்கள்.

மாலை 5 மணி இருக்கும்.

இன்னும் ஒருவர் மட்டுமே அங்கே உட்கார்ந்திருக்கிறார். இன்னும் எழுந்து போகவில்லை.

"உங்களுக்கு என்ன வேணும்?" என்று கேட்டார் கபீர்தாசர்.

அந்த ஆள் பதில் சொல்லத் தயங்கினார். கபீர் அவரைக் கவனித்துப் பார்த்து விட்டு, "உங்க முகத்திலே காணப்படுகிற அறிகுறிகளைப் பார்த்தால் உங்களுடைய இல்வாழ்க்கை இன்பமாக இல்லை என்று தோன்றுகிறது... அப்படித்தானா?" என்றார்.

வந்தவருக்கோ ஒரே ஆச்சரியம்.

"அப்படித்தான்" என்றார் அவர். "என்னுடைய மனைவியும் நானும் மகிழ்ச்சியாகக் குடும்பம் நடத்தவில்லை. எப்போது பார்த்தாலும் சண்டைதான். நான் என்ன சொன்னாலும் என் பேச்சை அவள் கேட்பதில்லை. எதிர்த்துப் பேசுகிறாள். எரிந்து விழுகிறாள். எனக்கு என்ன செய்வதென்றே புரியவில்லை!"

கபீர்தாசர் பார்த்தார்.

"சரி...இன்னும் கொஞ்சம் இங்கேயே இருங்க...யோசனை செய்து பதில் சொல்கிறேன்" என்று சொல்லிவிட்டு எழுந்து வீட்டுக்குள்ளே போய் பெரிய நூல்கண்டு ஒன்றைக் கொண்டு வந்தார். அதை வைத்துக் கொண்டு வீட்டுக்கு வெளிப்பக்கம் நல்ல வெளிச்சத்தில் உட்கார்ந்தார்.

அந்தப் பெரிய நூல்கண்டு ஒழுங்காக இல்லை. அதில் ஏகப்பட்ட சிக்கல்கள். அந்தச் சிக்கல்களையெல்லாம் ஒவ்வொன்றாகப் பிரித்து எடுக்க ஆரம்பித்தார். வெளியே நல்ல வெளிச்சமாகத்தான் இருந்தது. ஆனாலும் அவர் திடீரென்று உள்ளே இருந்த தம்முடைய மனைவியைக் கூப்பிட்டு, ''இருட்டாயிருக்கு... விளக்கை ஏற்றிக்கொண்டு வா'' என்றார்.

அந்த அம்மாவும் ஒரு விளக்கை ஏற்றிக் கொண்டு வந்து கபீர்தாசர் பக்கத்தில் வைத்தார்கள்.

'இவ்வளவு வெளிச்சம் இருக்கு... இந்த நேரத்துல எதுக்கு விளக்கு?' என்று கேட்கவில்லை.

பேசாமல் கொண்டுவந்து வைத்துவிட்டு உள்ளே போய்விட்டார்கள்.

கொஞ்ச நேரம் கழித்து அந்த அம்மாள் இரு குவளைகளில் பால் கொண்டு வந்து அவர்கள் முன்பாக வைத்துவிட்டுப் போனார்கள்.

❏ ❏

எந்தக் குடும்பத்தில் கணவனும் மனைவியும் ஒருத்தர் குற்றத்தை ஒருத்தர் பார்க்காமல் இருக்கிறார்களோ அந்தக் குடும்பம் பூலோக கைலாசம் என்று யஜுர்வேதம் சொல்கிறது.

❏ ❏

இருவரும் அதை எடுத்துக் குடிக்க ஆரம்பித்தார்கள். வந்திருந்தவர் முகம் சுருங்க ஆரம்பித்து விட்டது. பாலை அவரால் குடிக்க முடியவில்லை. என்ன காரணம் தெரியுமா?

அந்த அம்மாள் பாலில் சர்க்கரைக்குப் பதிலாக உப்பை எடுத்துப் போட்டிருக்கிறார்.

வந்தவர் மெல்ல கபீரின் முகத்தைக் கவனிக்கிறார். அவர் முகத்திலோ எந்தச் சலனமும் இல்லை. அவர் பாட்டுக்குப் பேசாமல் அந்தப் பாலைக் குடித்துக் கொண்டிருக்கிறார்.

வீட்டுக்குள்ளேயிருந்த அந்த அம்மாள், ''பாலுக்குச் சர்க்கரை போதுமா? இன்னும் வேணுமா?'' என்று வேறு கேட்கிறார்.

''போதும்...இனிப்பு சரியாகவே இருக்கிறது'' என்கிறார் கபீர்.

எதிரே இருக்கிறவர் இவ்வளவையும் வியப்போடு கவனித்துக் கொண்டிருக்கிறார். கூடவே தான் வந்த வேலை முடியவில்லையே என்ற கவலை அவருக்கு. தான் இருப்பதையே அவர் மறந்து விட்டாரோ என்று உள்ளூர சந்தேகம். அதை ஞாபகப்படுத்த விரும்பி, மெல்லக் கபீரை நோக்கி, ''நான் கேட்ட கேள்விக்கு இன்னும் பதில் சொல்லவில்லையே'' என்கிறார்.

கபீர் சொல்கிறார்...

''நான் நீங்கள் இருப்பதை மறக்கவில்லை. நான் இப்போது என் மனைவிக்கு என்ன பதில் சொன்னேனோ அதுதான் உங்களுக்கும் பதில். யஜுர் வேதம் என்ன சொல்கிறது தெரியுமா? எந்தக் குடும்பத்தில் கணவனும் மனைவியும் ஒருத்தர் குற்றத்தை ஒருத்தர் பார்க்காமல் இருக்கிறார்களோ அந்தக் குடும்பம் பூலோக கைலாசம் என்று சொல்லுகிறது.''

இதிலேயிருந்து நாம் தெரிந்து கொள்ள வேண்டியது என்னவென்றால்... குடும்பத்தில் ஒருத்தரை ஒருத்தர் அனுசரித்து நடந்து கொள்ள வேண்டும் என்பதுதான். அதை விட்டுவிட்டு இனிமேல் காப்பியில் தினமும் சர்க்கரைக்குப் பதில் உப்பைப் போட்டுக் கொடுக்கலாம் என்று யாரும் முடிவு செய்துவிடாதீர்கள்!

அலுவலகத்தில் வேலை பார்க்கும் ஒருவர் மிகவும் பெருமையாகச் சொன்னார்.

''சார்...நானும் என் மனைவியும் குடும்பத்தில் ஒருத்தரை ஒருத்தர் ரொம்ப அட்ஜஸ்ட் பண்ணி நடந்துக்குவோம் சார். அதனாலே எங்களுக்குள்ளே மனவேற்றுமையே வர்றதில்லை'' என்றார்.

''அது எப்படி?'' என்றேன்.

''நேத்திக்குப் பாருங்களேன். ஒரு பட்டுப்புடவை வாங்கித் தர்றேன்னு சொல்லியிருந்தேன். கையில பணம் இல்லை. அதனால நான் என்ன பண்ணினேன்னா ஒரு பேப்பர்ல பட்டுப் புடவைன்னு எழுதி அதை வீட்டிலே கொண்டு போய்க் கொடுத்துட்டேன். அதையே புடவையா நெனைச்சு என் மனைவி சந்தோஷப்பட்டாங்க சார்... நானும் அதே மாதிரி. அட்ஜஸ்ட். பண்ணிக்குவேன் சார்'' என்றார்.

''அது எப்படி?'' என்றேன்.

''இன்னிக்குப் பாருங்களேன்... வீட்டுலேருந்து டிபன் கேரியர் வந்தது. திறந்து பார்த்தேன். உள்ள ஒண்ணுமே இல்லை. ஒரு சின்ன சீட்டிலே, 'சாப்பாடு'ன்னு எழுதியிருந்தது. அவ்வளவுதான்!''

இதுதான் மனச்சான்று

ஒரு பெரியவருக்கு அமெரிக்காவிலே ஏற்பட்ட அனுபவம் இது.

சர் எம்.விஸ்வேஸ்வரய்யா.

அவர் ஒரு தடவை அமெரிக்கா போயிருந்தார். சிகாகோ நகரில் ஓர் ஓட்டலில் தங்கியிருந்தார்.

இன்னும் சில நாள்களில் அவர் இந்தியாவுக்குத் திரும்பப் போகிறார். அதற்குள் அங்கே அவருக்கு ஒரு பொருள் தேவைப்பட்டிருக்கிறது.

ஏதாவது ஒரு கடையிலே அந்தப் பொருளைச் செய்யச் சொல்லி அதன் பிறகு வாங்கிக் கொண்டு வரவேண்டும். அதற்காக சிகாகோ நகரில் உள்ள ஒரு குறிப்பிட்ட கடைக்குப் போனார் அவர்.

''எனக்கு இதுமாதிரி ஒரு பொருள் தேவை... அதை நீங்கள் செய்து கொடுக்க முடியுமா?'' என்று கேட்டார்.

''ஓ...அதைச் செய்து தர முடியுமே...!'' என்றார் அந்தக் கடையின் உரிமையாளர்.

ஒரு குறிப்பிட்ட நாளைச் சொல்லி அன்றைக்குச் சாயந்திரம் வந்து பொருளை வாங்கிக் கொள்ளுங்கள் என்றும் சொல்லி விட்டார்.

அவர் சொன்ன நாளுக்கு அடுத்த நாள்தான் அவர் இந்தியாவுக்குப் புறப்பட வேண்டியிருந்தது. அந்த விவரத்தையும் இவர் அந்தக் கடைக்காரரிடம் சொல்லிவிட்டார். அந்தப் பொருளுக்கு எட்டு டாலர் விலை என்கிற விவரத்தையும் கடைக்காரர் சொன்னார்.

''நீங்கள் செய்து கொடுக்கிற பொருள் எனக்குத் திருப்தியாகவும் இருந்து... அதைக் குறிப்பிட்ட நாளிலேயும் கொடுத்து விட்டீர்கள் என்றால் மேற்கொண்டு ஒரு டாலர் சேர்த்துக் கொடுக்கிறேன்'' என்றும் சொன்னார். அதன் பிறகு வந்து விட்டார்.

கடைக்காரர் சொன்ன அந்தக் குறிப்பிட்ட நாள் வந்தது. அன்றைக்குச் சாயந்திரம் இவர் அந்தக் கடைக்குப் போனார்.

இவர் போன நேரத்தில் அந்தக் கடைக்காரர் கடையில் இல்லை. எங்கேயோ வெளியிலே போயிருந்தார். இருந்தாலும் இவர் செய்யச் சொல்லியிருந்த பொருள் தயாராக இருந்தது.

அங்கே இருந்தவர்கள் அதை எடுத்து இவரிடம் கொடுத்தார்கள். இவர் வாங்கிப் பார்த்தார். மனசுக்குத் திருப்தியாக இருந்தது. உடனே அந்தக் கடைப் பணியாளரிடம் இவர் எட்டு டாலர் கொடுத்தார். அதன் பிறகு அதிகப்படியாக ஒரு டாலரும் கொடுத்தார். ஏனென்றால் இவர் சொன்ன வாக்குறுதியைக் காப்பாற்றவில்லை என்று கடைக்காரர் நினைத்து விடக் கூடாதல்லவா? அதனால்!''

இவர் அந்தப் பொருளை வாங்கிக் கொண்டு திரும்பி வந்துவிட்டார்.

கடைக்காரர் வியந்துபோய், விஸ்வேஸ்வரய்யா தங்கியிருந்த விலாசத்தைக் கண்டுபிடித்து வந்து சேர்ந்தார். விஸ்வேஸ் வரய்யாவுக்கு ஆச்சரியம்.

''என்னங்க விஷயம்?'' என்று விசாரித்தார்.

''ஐயா எங்க கடையிலே நீங்க அதிகப்படியாக ஒரு டாலர் கொடுத்துவிட்டு வந்திருக்கீங்க... அதைத் திருப்பிக் கொடுத்து விட்டுப் போகத்தான் வந்தேன். உங்க விலாசத்தைக் கொடுக்காமல் வந்துட்டீங்க... அதனாலேதான் பல இடங்கள்லே தேடி அலைந்து கடைசியா இந்த இடத்தைக் கண்டுபிடிச்சேன்'' என்றார்.

''இதுக்காக ஏங்க இவ்வளவு சிரமப்பட்டீங்க? சாதாரணமா எல்லா வியாபாரிகளும் செய்யறது மாதிரி இந்த ஒரு டாலரை நீங்க ஏன் எடுத்துக் கொள்ளக் கூடாது? நீங்க சம்மதிக்கலேன்னாலும் நான் உங்களுக்கு வாக்களித்த தொகைதானே அது'' என்றார் விஸ்வேஸ்வரய்யா.

''அப்படி இல்லை... அந்தப் பணத்தை நான் சம்பாதிக்கவில்லை. அதனாலே அதை வாங்கிக் கொள்ள எனக்கு உரிமை இல்லை'' என்றார் அவர்.

''உண்மைதான்... இருந்தாலும் நீங்க ஏன் அந்தப் பணத்தை எடுத்துக் கொள்ளக் கூடாது?''

அந்தக் கடைக்காரர் தன் நெற்றியைத் தொட்டுச் சொன்னார்.

''நான் அப்படிச் செஞ்சேன்னா என்னுடைய மன அமைதி குலைஞ்சிடும்.''

இதுதான் மனச்சான்று என்பது.

இன்றைக்கு எவ்வளவு பேரிடம் இது இருக்கிறது...? யோசித்துப் பாருங்கள். இந்தக் கால வியாபாரம் எல்லாம் வேறே மாதிரி.

ஒருத்தர் விமானம் ஓட்டக் கற்றுக் கொள்ள வேண்டும் என்று ஆசைப்பட்டார். பயிற்சி எடுத்துக் கொண்டார்.

முதல் நாள் தனியாக விமானம் ஓட்டப் போகிறார். அதற்கு முன்னதாக ஒரு பாராசூட் வாங்கிக் கொள்ள விரும்பினார். உயரத்தில் பறக்கும்போது ஏதாவது ஆபத்து என்றால் உடனே இந்த பாராசூட்டோடு கீழே குதித்துவிடலாம். அப்படிக் குதிக்கும் போது அதில் உள்ள ஒரு பட்டனைத் தட்டினால் அது குடை மாதிரி விரிந்து கொள்ளும். அதைப் பற்றிக் கொண்டே கீழே வந்து இறங்கிக் கொள்ளலாம். ஆகவே அவர் பாராசூட் வாங்குவதற்காக ஒரு கடைக்குப் போனார்.

''ஒரு நல்ல பாராசூட் கொடுங்க'' என்றார்!

கடைக்காரர் எடுத்துக் கொடுத்தார். இவர் அதை வாங்கி அப்படியும் இப்படியும் நன்றாகத் திருப்பிப் பார்த்தார். அதன் பிறகு அந்தக் கடைக்காரரைப் பார்த்துக் கேட்டார்.

''சார்! இதை நான் வாங்கிட்டுப் போறேன்... நல்லா பார்த்துக் கொடுங்க... ஏன்னா ஒருகால் நான் மேலே இருந்து குதிக்கும்போது நான் பட்டனைத் தட்டும் சமயம் இது விரியாமே போயிட்டுதுன்னா என்ன பண்றது?''

அந்தக் கடைக்காரர் உடனே சொன்னார்: ''சார் அதைப் பத்தி நீங்க கொஞ்சம் கூடக் கவலைப்படாதீங்க...! அப்படி நீங்க குதிக்கிறப்போ இந்த பாராசூட் சரியா விரியலேன்னா உடனே திருப்பி எடுத்துக்கிட்டு வாங்க... வேறே ஒண்ணு மாத்திக் கொடுத்துடறேன்!''

■

நன்மைக்கும் தீமைக்கும் நாமே காரணம்!

அந்த விமானம் ஆப்பிரிக்காவில் இருந்து பறந்து வருகிறது. லண்டன் வந்து சேர்கிறது.

அதிலே ஒரு பெண்மணியை அவசர அவசர மாக அழைத்துக் கொண்டு வருகிறார்கள்.

லண்டன் மருத்துவமனை ஒன்றிலே கொண்டு போய் சேர்க்கிறார்கள்.

மருத்துவர்கள் விரைந்து வருகிறார்கள். அவ ளுக்குத் தேவைப்படுகிற அவசர சிகிச்சையைக் கொடுக்கிறார்கள். எல்லாவிதமான பரிசோதனை களும் செய்து பார்க்கிறார்கள். என்ன வியாதி என்பது இன்னமும் புரியவில்லை.

இப்படியே ஐந்து நாட்கள் ஓடிவிட்டன.

ஆறாவது நாள்... அவளிடம் சில வித்தியாச மான அறிகுறிகள்.

அவளுடைய தலை முடி உதிரத் தொடங்கியது அதற்கான காரணமும் புரியவில்லை.

நாளுக்கு நாள் நிலைமை மோசமாகிக் கொண்டே போகிறது. மருத்துவர்கள் குழம்பிப் போகிறார்கள்.

இந்த நிலையில்...அந்தப் பெண்மணிக்குத் துணையாக இருந்து வந்த செவிலி(நர்ஸ்) ஒருத்திக்கு ஏதோ தோன்றுகிறது.

அதை அந்த மருத்துவர்களிடம் தெரிவிக்கிறாள்.

''இந்தப் பெண் தாலியம் என்னும் ரசாயனப் பொருளால் பாதிக்கப்பட்டிருப்பாள் என்று நினைக்கிறேன்.''

செவிலியின் சந்தேகத்தை அங்கிருந்த டாக்டர்கள் அலட்சியப் படுத்தவில்லை. அந்த வகையிலேயே அவளைச் சோதித்துப் பார்க்கிறார்கள்.

□ □

ஒரு நாவல் ஒரு நோயாளியைக் காப்பாற்றியது மகிழ்ச்சிக்குரிய ஒரு செய்திதான். அதே நாவல் சிலர் உயிரையும் போக்கியிருக்கிறது என்பது வேதனைக்குரிய ஒரு செய்தி.

□ □

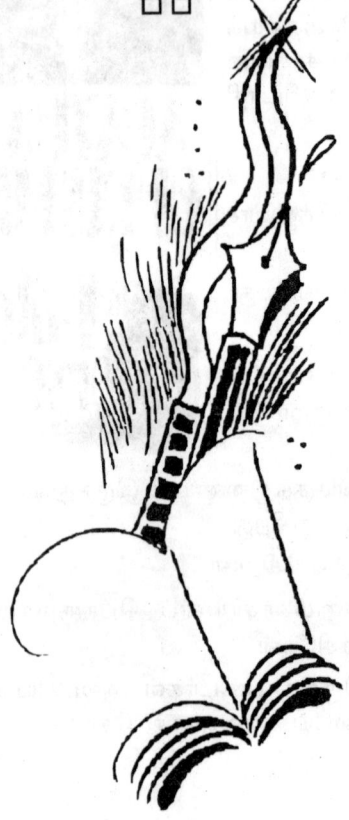

உண்மைதான்.

இந்தச் சந்தேகம் உறுதிப்படுத்தப் படுகிறது.

தாலியம் அவளைத் தாக்கியிருக் கிறது. மருத்துவர்களுக்கு வியப்பு. செவிலியை அழைத்து விசாரிக்கிறார்கள்.

அது சரி... அது எப்படி இவ்வளவு சரியாக உன்னால் சந்தேகப்பட முடிந்தது?

"அகாதா கிறிஸ்டிதான் காரணம்" என்கிறாள் அந்தப் பெண்.

"யார்... பிரபல துப்பறியும் நாவலா சிரியை அகாதா கிறிஸ்டியா?"

"ஆம். நான் அகாதா கிறிஸ்டியின் ரசிகை."

"சரி... அதற்கும் இதற்கும் என்ன சம்பந்தம்?"

"அகாதா கிறிஸ்டியின் 'வெளிறிய குதிரை' (Pale Horse) என்று ஒரு நாவல். அதில் வில்லன் தாலியம் என்ற நச்சுப் பொருளைப் பயன்படுத் திப் பலரைக் கொலை செய்கின்றான். அது எந்தவிதப் பரிசோதனையிலும் வெளிப்படாத ஒரு விஷம். அதில் பாதிக்கப்பட்ட ஒருவரின் உடல் நிலையை அகாதா கிறிஸ்டி விவரமாக எழுதியிருந்தார். அதைப் படித்த ஞாபகம் வந்தது. அது இதே மாதிரி இருந்தது. ஆகவே அந்தச் சந்தே கத்தை உங்களிடம் சொன்னேன்."

மருத்துவர்கள் அந்த இளம் பெண்ணைப் பாராட்டினார்கள். அவளோ மானசீகமாக அகாதா கிறிஸ்டிக்கு நன்றி தெரிவித்தாள். ஒரு நாவல் ஒரு நோயாளியைக் காப் பாற்றியிருக்கிறது.

இது மகிழ்ச்சிக்குரிய ஒரு செய்திதான்.

ஆனால், அதே நாவல் சிலர் உயிரையும் போக்கியிருக்கிறது என்பது வேதனைக்குரிய ஒரு செய்தி.

லண்டன் நகரத்தின் எல்லைப் புறத்திலே ஒரு தொழிற்சாலை.

அதிலே வேலை செய்த தொழிலாளர்கள் சிலர் வரிசையாக இறந்து போனார்கள். ஒரே மாதிரியான நோயால் அவர்கள் இறந்து போனார்கள். அது என்ன நோய் என்று யாருக்கும் புரியவில்லை.

மருத்துவர்களால் கண்டுபிடிக்க முடியவில்லை. மர்மம் நீடித்தது. எனவே நிர்வாகம் காவல் துறைக்கு இது தெரியட்டுமே என்று அவர்கள் காதில் போட்டு வைத்தது.

அவர்கள் என்ன செய்தார்கள் தெரியுமா?

ஒரு துப்பறியும் நிபுணரிடம் சொல்லி வைத்தார்கள்.

அந்த நிபுணர் ஒரு சாதாரணத் தொழிலாளி மாதிரி அங்கே நடமாடிக் கொண்டிருந்தார். அங்கே இருந்த சிற்றுண்டிச் சாலையில் ஒரு நாள் தேநீர் அருந்திக் கொண்டிருந்தபோது அடுத்திருந்த மேஜையைச் சுற்றி ஐந்து தொழிலாளர்கள் உட்கார்ந்து ஊர் வம்பு பேசிக் கொண்டிருந்தார் கள். பேச்சு தொழிற்சாலைப் பக்கம் திரும்பியது. துப்பறியும் நிபுணர் காதுகளைத் தீட்டிக் கொண்டு அதே நேரம் நிதானமாகத் தேநீர் குடிப்பதுபோல் பாசாங்கு செய்து கொண்டிருந்தார். அவர்கள் பேச்சு மர்ம மரணங்கள் குறித்து வலம் வந்தது.

''டாக்டர்களாலேகூட அது என்ன வியாதின்னே கண்டுபிடிக்க முடியலையாமே?''

''ஏதாவது விஷமாய் இருக்குமோ?''

''பிரேத பரிசோதனையெல்லாம் பண்ணிப் பார்த்துட்டாங்க. விஷம் இருக்கிறதாத் தெரியலையாம்.''

''ஒருவேளை பரிசோதனையில் தெரியாத விஷம் ஏதேனும் இருக்குமோ?''

''எப்பேர்பட்ட விஷயமாயிருந்தாலும் பிரேத பரிசோதனையில் தெரிந்துவிடும்.''

இதுவரை அமைதியாக இருந்த ஐந்தாவது ஆள் ஆரம்பித்தான்.

''ஒருவேளை தாலியம் கொடுத்துக் கொன்றிருக்கலாம். அதைக் கண்டுபிடிக்க முடியாதாம்.''

துப்பறியும் நிபுணர் இந்த ஐந்தாவது ஆளை மனத்துக்குள் பதிய வைத்துக் கொண்டார். டாக்டரிடம் போனார்.

□□

ஒரு பொருளைக் கையாளுகிறவர்களைப் பொறுத்தே விளைவுகள் அமைகின்றன. சட்டமும் அப்படித்தான்

□□

''இந்த மர்மச் சாவுகளுக்குத் தாலியம் காரணமாயிருக்குமா என்று பாருங்களேன்'' என்றார்.

பார்த்தார்கள். உண்மை வெளிச்சத்துக்கு வந்தது. அந்த ஐந்தாவது நபரைப் பிடித்து விசாரித்தார்கள். அவன் தானே குற்றவாளி என்று ஒப்புக் கொண்டான்.

அவன் வாக்குமூலம்: ''நான் அகாதா கிறிஸ்டியின் வெளிறிய குதிரை நாவலைப் படித்தேன். தாலியம் பற்றித் தெரிந்து கொண்டேன். அதைச் சோதிக்க விரும்பினேன். தேநீரில் கலந்து சிலருக்குக் கொடுத்தேன்.''

நண்பர்களே... இந்த இரு நிகழ்ச்சிகளையும் உங்கள் மனசுக்குள் அசை போட்டுப் பாருங்கள். ஒரே நாவல் ஒரு பக்கம் ஒரு உயிரைக் காப்பாற்றியிருக்கிறது; இன்னொரு பக்கம் சில உயிர்களைப் போக்கியும் இருக்கிறது.

ஒரு பொருளைக் கையாளுகிறவர்களைப் பொறுத்தே விளைவுகளும் அமைகின்றன; சட்டமும் அப்படித்தான். ''எவ்வளவு மோசமான சட்டமாக இருந்தாலும் அதைக் கையாள வருபவர்கள் நல்லவர்களாக இருந்தால் சட்டம் நல்லதாகத்தான் இருக்கும். எவ்வளவு நல்ல சட்டமாக இருந்தாலும் அதைக் கையாளுபவர்கள் மோசமானவர்களாக இருந்தால் சட்டம் மோசமானதாகத்தான் இருக்கும்.''

இது அரசியல் சட்டமேதை அண்ணல் அம்பேத்கர் அவர்கள் சொன்ன தீர்க்க தரிசனம்.

■

பக்தி போகிற பாதை...!

ஒரு சந்நியாசி. அவர் ஒரு நாள் ஒரு கனவு கண்டார். அந்தக் கனவிலே அவர் சொர்க்கத்துக்குப் போகிறார். அங்கே ஒரு பெரிய திருவிழா நடந்து கொண்டிருக்கிறது.

எங்கே பார்த்தாலும் அலங்கார வளைவுகள்... வண்ண மயமான விளக்குகள்... பாதையெங்கும் மலர்கள்... எல்லாக் கட்டிடங்களும் ஒளிமயம்... அந்த அளவுக்குப் பிரம்மாண்டமாக... கோலாகலமாக அந்தத் திருவிழா நடந்து கொண்டிருக்கிறது.

அது என்ன திருவிழா என்பது அந்த சந்நியாசிக்குப் புரியவில்லை. அங்கே எதிரில் வந்து கொண்டிருந்த ஒருத்தரை நிறுத்தி... ''என்ன விசேஷம் இங்கே'' என்று விசாரித்தார்.

''உனக்குத் தெரியாதா விஷயம்...? இன்றைக்குக் கடவுளுக்குப் பிறந்த நாள்... அதைத்தான் எல்லாரும் சேர்ந்து கொண்டாடுகிறோம். இதற்காகப் பிரம்மாண்டமான ஊர்வலம் ஒன்று வரப் போகிறது. இறைவனே அந்த ஊர்வலத்தில் கலந்து கொள்கிறார் !'' என்றார் அவர்.

உடனே அந்தச் சந்நியாசி ஒரு மரத்து நிழலில் ஒதுங்கி நின்று கொண்டார்.

ஊர்வலம் வந்து கொண்டிருக்கிறது. முதலில் ஒரு குதிரை வந்தது. அதன் முதுகில் ஒருவர் உட்கார்ந்திருக்கிறார். அவருக்குப் பின்னால் நிறையப் பேர் கூட்டமாக வந்து கொண்டிருக்கிறார்கள்.

''இவ்வளவு கூட்டம் இவர் பின்னாடி வருகிறதே... யார் இவர்?'' என்று கேட்டார்.

ஒரு மதத்தின் பெயரைச் சொல்லி, இவர் அந்த மதத்தின் தலைவர்... இவரைப் பின்பற்றுகிற மக்கள் கூட்டம் பின்னால் வந்து கொண்டிருக்கிறது என்று விவரம் சொன்னார்கள்.

இவர்களுக்கு அடுத்தபடியாக இன்னொரு குதிரை மீது அமர்ந்து இன்னொருவர் வந்து கொண்டிருக்கிறார். அவருக்குப் பின்னாலும் ஏகப்பட்ட கூட்டம்.

''இவர் யார்?'' என்று கேட்டார் சந்நியாசி.

> ❏❏
> மக்கள் எல்லோரும் பக்தி மார்க்கத்தில் போவதாக நினைத்துக் கொண்டு பாதை மாறிப் போய்க் கொண்டிருக்கிறார்கள்.
> ❏❏

இன்னொரு மதத்தின் பெயரைச் சொல்லி, இவர் அந்த மதத்தின் தலைவர்... இவர் வழியைப் பின்பற்று கிறவர்கள் இவரின் பின்னால் கூட்டமாக வந்து கொண்டிருக்கிறார்கள்! என்றார்கள்.

இப்படி... ஒவ்வொருத்தராகக் குதிரை மீது வந்து கொண்டிருந்தார்கள். அவர்களைப் பின்பற்றியும் ஒவ்வொரு கூட்டம் வந்து கொண்டிருந்தது.

அந்தப் பெரிய ஊர்வலம் போய்க் கொண்டே இருந்தது. கடைசியாக அது முடிந்தது.

அதன் பிறகு கொஞ்ச நேரம் கழித்து, ஒரு வயசான ஆள் குதிரை மீது வந்து கொண்டிருந்தார்.

ஆனால், அவருக்குப் பின்னால் யாருமே இல்லை. அவர் பரிதாபமாகத் தனியே வந்து கொண்டிருந்தார். அவர் அந்த ஊர்வலத்தைச் சேர்ந்தவரா... இல்லையா என்பதே தெரியவில்லை!

"இவரு யாரு... பாவம்! இவரு ஏன் இப்படித் தனியா வந்துக்கிட்டிருக்கார்?" என்று கேட்டார் அந்தச் சந்நியாசி.

''என்ன இப்படிக் கேட்கிறீங்க? இவருதான்கடவுள். இவருக்குத்தான் இன்னைக்குப் பிறந்த நாள்! முன்னாடிப் போகிற ஊர்வலம் பூரா இவருடைய பிறந்த நாளைக் கொண்டாடுறதுக்காகத்தான்!''

இதைக் கேட்டதும் அந்தச் சந்நியாசிக்குத் திடுக்கென்று தூக்கிவாரிப் போட்டது.

இதுவரையில் கனவு கண்டுகொண்டிருந்தவர் விழித்துக் கொண்டார். அதன் பிறகு யோசித்துப் பார்த்தார்.

உண்மைதான். மக்கள் எல்லோரும் பக்தி மார்க்கத்தில் போவதாக நினைத்துக் கொண்டு பாதை மாறிப் போய்க் கொண்டிருக்கிறார்கள்.

கடவுளைப் பின்பற்றுவதாக நினைக்கிறார்கள் பக்தர்கள். ஆனால்... கடவுளுக்குப் பின்னால் யாருமே இல்லை!

இன்னும் இயல்பாக இதைப் பற்றிக் கொஞ்சம் யோசித்துப் பாருங்கள்.

உண்மைக்குப் பின்னாடிதான் நான் போய்க் கொண்டிருக்கிறேன் என்று நிறையப் பேர் சொல்கிறார்கள். ஆனால் அந்த உண்மை அநாதையாகப் போய்க்கொண்டிருக்கிறது. அப்படி ஆகிவிட்டது உலகம்.

இந்தக் காலத்திலேயும் ஓர் ஊர்வலம்.

ஒரு பெரிய மனிதருக்குப் பிறந்த நாள் விழா. அவர் குதிரை மேலே ஏறி முன்னாடிப் போய்க் கொண்டிருக்கிறார். அவர் பின்னாடி ஒரு நூறு பேர் போகிறார்கள். எல்லாரும் பணம் கொடுத்து ஏற்பாடு செய்யப் பட்டவர்கள்.

கொஞ்ச தூரம் நடந்ததும் கால் வலிக்க ஆரம்பித்தது. ஒவ்வொருத் தராக ஒதுங்க ஆரம்பித்தார்கள்! ஒரு கட்டத்தில் குதிரையிலே போகிறவர் தற்செயலாகத் திரும்பிப் பார்க்கிறார். பின்னாடி யாருமே இல்லை! எல்லாரும் ஓடிவிட்டார்கள். ஒரே ஒருவன் மட்டும் ரொம்பவும் விசுவாசமாகப் பின்னால் நடந்து வந்து கொண்டிருந்தான்.

''நீ வீட்டுக்குப் போகலையா?'' என்று கேட்டார் அவர்.

அவன் ரொம்பவும் பணிவாகச் சொன்னான்:

''நீங்க அந்தக் குதிரையையும், அதுக்கான வாடகைப் பணத்தையும் கொடுத்துட்டீங்கன்னா போயிடுவேன்...!''

■

உங்களை மாதிரி உண்டா?

இந்த உலகத்தில் புகழுக்கு மயங்காதவர்கள் யார்?

உங்களைப் போல் உண்டா? என்று சொல்லிப் பாருங்கள்... அப்படியே உருகிப் போய்விடுவார்கள்.

''இந்த அகில உலகத்திலேயும் புகழுக்கு மயங்காதவர்கள் நீங்கள்தான் சார்...'' என்றார் ஒருவர்.

□□

புகழ் மொழிகளை விலைக்கு வாங்க முடியாது. அப்படி வாங்க முயன்றாலும் அது சரியாக இருக்காது.

□□

''அப்படியா சொல்றீங்க?'' என்று சொல்லி அசடு வழிந்தார் அதைக் கேட்டவர். அந்தப் புகழ்ச்சியே அவரை இப்படி ஆக்கிவிட்டது.

ஒரு பூங்காவிலே இரண்டு பேர் சந்தித்துக் கொண்டார்கள்.

அந்த இரண்டு பேரில் ஒருவரிடம் பணம் நிறைய இருந்தது.

இன்னொருத்தரிடம் அறிவு நிறைய இருந்தது.

பணம் அதிகமாக வைத்திருக்கிறாரே... அவருக்கு ஒரு ஆசை. யாராவது நம்மைப் புகழ மாட்டார்களா? என்று. பக்கத்திலிருக்கிற அறிவாளியோ மிக ஏழை.

அதைப் புரிந்து கொண்டார் பணக்கார ஆசாமி. சரி...காசு கொடுத்தாவது அவரை நம்மைப் புகழ்ந்து பேச வைப்போம் என்று நினைத்தார்.

அந்த ஏழையைப் பார்த்துச் சொன்னார், இத பாரு... எங்கிட்ட ஆயிரம் பொற்காசு இருக்கு. அதுல ஒரு நூறு பொற்காசுகளை உங்கிட்ட கொடுத்துடறேன். நீ கொஞ்சம் என்னைப் புகழ்ந்து பேசணும்... செய்வியா?''

அவர் சொன்னார்: ''இது எனக்குச் சரியாப் படலே... ஏன்னா இது நேர்மையான பங்கீடு இல்லே. நீங்க பங்கு போடறதுல நேர்மை இல்லாததுனால நான் உங்களைப் புகழ்ந்து பேச மாட்டேன்.''

''அப்பபடியா... சரி... அப்படின்னா ஆளுக்குப் பாதியா எடுத்துக்குவோம். என்கிட்ட இருக்கறது1000. இதில உனக்கு 500. எனக்கு 500. இப்பிடிப் பிரிச்சுக்குவோம். இப்பவாவது என்னைக் கொஞ்சம் புகழ்ந்து பேசுவியா?

''என்கிட்ட 500 உன்கிட்ட 500 இருந்தா நாம ரெண்டு பேரும் சம்ம்னுதானே அர்த்தம். அப்படி இருக்கும்போது எனக்குச் சமமா பணம் வச்சிருக்கிற உன்னை எப்படிப் புகழ்ந்து பேச முடியும்?''

புகழ் என்பது அதுவாக வந்துசேர வேண்டும். அப்படி அதுவாக வந்து சேர வேண்டுமென்றால் அதற்குத் தகுந்த மாதிரி நல்ல செயல்களைச் செய்யவேண்டும்.

''சரி நான் வெச்சிருக்கிற அவ்வளவையும் உன்கிட்ட குடுத்துடறேன். 1000 பொற்காசுகளையும் நீயே வச்சுக்கோ. அப்பவாவது என்னைப் புகழ்ந்து பேசலாமா?''

''நீ உன்கிட்ட இருக்கிற எல்லாத்தையும் என்கிட்ட கொடுத்துட்டா நான் பணக்காரன் ஆயிடுவேன். நீ ஏழையா ஆயிடுவே. செல்வந்தனாகிய நான் ஒன்றுமே இல்லாத ஏழையாகிய உன்னை எப்படிப் புகழ்ந்து பேசுவேன்?''

இதுவும் நியாயம்தானே! ஒன்றுமில்லாதவனைப் புகழ்ந்து பேசி என்ன பயன்? இப்போதுதான் அந்தப் பெரிய மனிதன் யோசித்தான்.

''நாம் என்ன செய்தாலும் இந்த ஏழையின் வாயிலிருந்து புகழ் மொழிகளையே வாங்க முடியாது.''

இது நாமெல்லாம் சிந்தித்துப் பார்க்க வேண்டிய ஒரு கருத்து.

புகழ் மொழிகளை விலைக்கு வாங்க முடியாது. அப்படி வாங்க முயன்றாலும் அது சரியாக இருக்காது. புகழ் என்பது அதுவாக வந்து சேர வேண்டும். அப்படி அதுவாக வந்து சேர வேண்டுமென்றால் அதற்குத் தகுந்த மாதிரி நல்ல செயல்களைச் செய்ய வேண்டும். அதுதான் முறை.

அதை விட்டுவிட்டுக் காசு கொடுத்துப் புகழ வைப்பதோ, காகிதத்தில் அச்சடித்து ஒட்டுவதோ நிலைத்த புகழாக அமையாது.

அந்த நேரத்தில் அது மின்னலெனக் கண்சிமிட்டிவிட்டு ஓடிவிடும்.

ஒரு பெரிய சுவர். அதிலே ஓர் ஆள் ஒரு சுவரொட்டியைப் பசை தடவி ஒட்டிக்

கொண்டிருந்தான். இன்னொருவன் நெருங்கிச் சென்று அது என்ன என்று உற்றுப் பார்த்தான்.

'பிறந்தநாள் காணும் பெரியவரே. நீங்கள் பல்லாண்டு வாழ்க' என்று அதில் எழுதியிருந்தது.

''ஏங்க நீங்க பிறந்தநாள் வாழ்த்துத் தெரிவிக்கணும்னா நேரா அந்தப் பெரியவரையே பார்த்துச் சொல்லப்புடாதா? இப்படி இந்தச் சுவத்துல உங்க வாழ்த்தை இப்படிப் பசை தடவி ஒட்டறீங்களே... நீங்க இங்கே இப்படி ஒட்டறது அந்தப் பெரியவருக்குத் தெரியுமா?''

''தெரியும்.''

''எப்படி?''

''அந்தப் பெரியவரே நான்தானே.''

■

வலது கை கொடுப்பது...!

'தர்மம் தலை காக்கும்!' இப்படி நம் முன்னோர்கள் சொல்லி வைத்திருக்கிறார்களே...எதற்காக?

எல்லோரும் தலையைக் காப்பாற்றிக் கொள்ளவேண்டும் என்பதற்காகவா?

அப்படி இல்லை. ஒருவர் செய்கிற தர்மம் அவர் தலைமுறையையே காப்பாற்றும் என்பது அதன் பொருள்.

ஒரு பத்துக் காசை ஒருத்தருக்குக் கொடுத்துவிட்டு, ஊர் பூராவும் அதைச் சொல்லிக் கொண்டிருப்பதற்குப் பெயர் தர்மம் இல்லை, அது விளம்பரம்.

பசி என்று சொல்லிக் கொண்டு ஒருவர் வருகிறார். நாம் அவரைக் கூப்பிட்டு உட்காரவைத்துச் சோறு போடுகிறோம் என்றால்...

அவருடைய பசி தீர வேண்டும் என்பது ஒன்றே நமது நோக்கமாக இருக்க வேண்டும்.

□ □

தர்மம் பண்ணுகிறவர்
களுக்குக் கர்வம்
இருக்கக் கூடாது
என்கிற கருத்தைப்
புராணங்கள்
வலியுறுத்துகின்றன.

□ □

அவர் கூடவே நாமும் உட்கார்ந்து சாப்பிட்டு அதைப் படம் பிடித்துப் பத்திரிகையில் போட வேண்டும் என்பது நோக்கமாக இருக்கக் கூடாது.

தர்மம் பண்ணுகிறவர்களுக்குக் கர்வம் இருக்கக் கூடாது என்கிற கருத்தைப் புராணங்களே வலியுறுத்துகின்றன. நான் கேள்விப்பட்ட கதை ஒன்று.

தருமரைப் பற்றி நமக்குத் தெரியும். அவர் ஏழை எளியவர்கள் பேரில் இரக்கம் கொண்டவர். தாராளமாகத் தர்மம் செய்கிறவர். அப்பேர்பட்ட தருமருக்கே ஒரு சமயம் தன் ஈகைக் குணத்தைப் பற்றி இலேசாகக் கர்வம் உண்டாயிற்றாம். கிருஷ்ணர் அதைப் புரிந்து கொண்டார்.

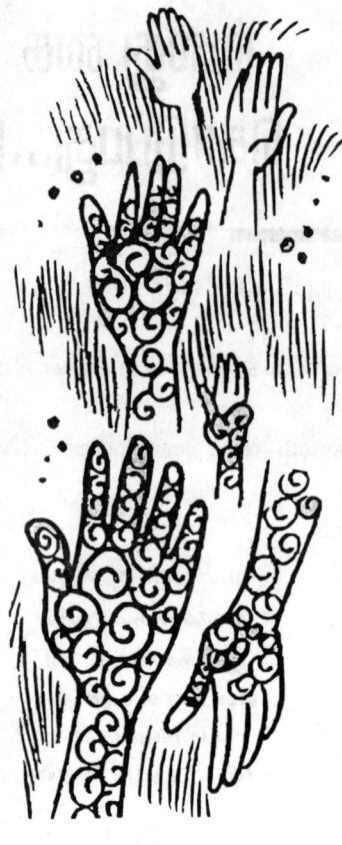

'சரி... இவரை இப்படியே விட்டு விடக் கூடாது... கொஞ்சம் திருத்தி நல்வழிப் படுத்த வேண்டும்' என்று முடிவு செய்தார்.

ஒரு நாள் தருமரைத் தேடி வந்தார். அவரைப் பார்த்தார்.

"வாயேன் இப்படி... கொஞ்சம் வெளியே போயிட்டு வரலாம்!" என்று வழக்கம் போலக் கூப்பிட்டார்.

தருமரும் உடனே புறப்பட்டார். இருவரும் சேர்ந்துபோய்க்கொண்டே இருந்தார்கள். அப்படியே போய்க் கடைசியாக பாதாள லோகத்துக்குப் போய்விட்டார்கள். அப்போது அந்தப் பாதாள லோகத்தை மகாபலி சக்ரவர்த்தி ஆட்சி செய்து கொண்டிருந்தார்.

மகாபலி தான தர்மம் பண்ணுவதிலே ரொம்பப் பெரியவர். அவரிடமிருந்த விருந்தோம்பல் பண்பை எல்லா உலகமும் பாராட்டிக் கொண்டிருந்தது. அந்தச் சமயத்தில் -

தருமரும் கிருஷ்ணரும் அங்கே ஒரு தெரு வழியாக நடந்து போய்க் கொண்டிருந்தார்கள்.

தருமர் ஒரு வீட்டுக்குப் போய், "குடிக்கிறதுக்குக் கொஞ்சம் தண்ணீர் கொடுங்க!" என்று கேட்டார்.

அந்த வீட்டுக்கார அம்மா உடனே ஒரு தங்கக் கிண்ணத்திலே தண்ணீர் கொண்டு வந்து கொடுக்கிறார்!

தருமர் தண்ணீரை வாங்கிக் குடித்தார். குடித்து விட்டு வெறும் கிண்ணத்தைத் திருப்பிக் கொடுத்தார். அந்த அம்மாள் அதைத் திரும்பப் பெற்றுக் கொள்ள மறுத்து விட்டார்.

"ஐயா! எங்க நாட்டுலே ஒரு தடவை கொடுப்பதைத் திருப்பி வாங்கற பழக்கம் இல்லை! அதுமட்டுமில்லை. ஒரு தடவை உபயோகப்படுத்தினதை அது தங்கமாக இருந்தாலும் தூக்கி எறிஞ்சிடுவோம்!"

▫️▫️
சிலர் பிள்ளைகளுக்குத் தருமர் என்று பெயர் வைப்பதுண்டு. அப்படியாவது தர்ம சிந்தனை வரட்டுமே என்பதற்காக!
▫️▫️

தருமருக்கு இது வியப்பாக இருந்தது. அந்த நாட்டு மக்களின் செல்வச் செழிப்பைப் புரிந்து கொண்டார். அதன் பிறகு தருமரும் கிருஷ்ணரும் புறப்பட்டு நேராக மகாபலி மன்னரின் அரண்மனைக்குப் போனார்கள்.

மன்னரிடம் தருமரை அறிமுகப்படுத்துகிறார் கிருஷ்ணர்.

''இன்றைக்குத் தருமபுத்திரரைத் தங்களின் ராஜ்யத்துக்கு அழைத்துக் கொண்டு வந்திருக்கிறேன். அவர் தானதருமங்கள் செய்வதில் மிகவும் புகழ் பெற்றவர். ஒவ்வொரு நாளும் இவர் 500 பேருக்கு அன்னதானம் செய்கிறார்.''

அதைக் கேட்டதும் மகாபலி என்ன பண்ணினார் தெரியுமா? உடனே தன்னுடைய இரண்டு காதுகளையும் கைகளால் பொத்திக் கொண்டார்.

''நீங்க சொல்ற அந்தச் சேதி என் காதிலே விழ வேண்டாம். என்கிட்டே அதைச் சொல்லாதீர்கள். அப்படிப்பட்ட ஒருத்தரைப் பற்றி நான் கேட்டுக் கொண்டிருக்கத் தயாராக இல்லை. இங்கே என் ராஜ்யத்தில் நான் தானம் கொடுப்பதற்கு எவ்வளவோ முயற்சி பண்ணுகிறேன். அதை வாங்கிக் கொள்வதற்கு ஒருத்தர்கூடக் கிடைக்க வில்லை. அந்த நிலையிலே யாருமே இங்கே இல்லை. ஆனா நீங்களோ தருமர் தினம் ஐந்நூறு பேருக்கு அன்னதானம் பண்ணுவதாகச் சொல்றீங்க! அப்படின்னா அவரோட ராஜ்யத்துலே லட்சக்கணக்கான ஏழைகள் இருக்கிறதாக அர்த்தம்! அதுலேயிருந்தே அவரு எப்படி ஆட்சி புரியறார்ங்கிறது நல்லா விளங்குது! அப்படிப்பட்ட ஒருத்தரைப் பற்றி நான் தெரிஞ்சிக்கிறதுக்குக் கொஞ்சம்கூடத் தயாராக இல்லை.''

இதைக் கேட்டதும் தருமருக்கு வெட்கமாகப் போய்விட்டது. தலை குனிந்தார். அங்கேயிருந்து கர்வமும் கீழே இறங்கிக் கொண்டது. இந்தக் கதை நமக்கு வழங்குகிற நீதி:

'தர்மம் கர்வத்துக்கு இடம் கொடுக்கக் கூடாது.'

நம்மில் சிலர் பிள்ளைகளுக்குத் தருமர் என்றே பெயர் வைப்பதுண்டு. அப்படியாவது தர்ம சிந்தனை வரட்டுமே என்பதற்காக! ஒரு பெரியவருக்கு ஐந்து பிள்ளைகள். ஐந்து பேருக்கும் பஞ்ச பாண்டவர்கள் பெயர்களையே வைத்தார், அவர்கள் மாதிரியே வாழ வேண்டும் என்பதற்காக! ரொம்ப நாள் கழித்து அந்தப் பெரியவரைக் கடைத் தெருவிலே பார்த்து ஒருத்தர் கேட்டார்.

''என்ன பெரியவரே! உங்க பிள்ளைங்க எல்லாம் இப்ப எப்படி இருக்காங்க?''

''பஞ்சபாண்டவர்கள் பேரை அவங்களுக்கு வச்சேன். பேருக்குத் தகுந்த மாதிரியே இருக்காங்க!''

''அப்படியா?''

''ஆமாம்! சொத்து பூராவையும் சூதாட்டத்துலேயே விட்டுட்டாங்க!''

கொண்டு வா...
அந்தக் கத்தியை!

அவர் ஓர் இளம் துறவி. அங்கேயிருந்த ஓர் அன்னையின் முன்னால் வந்து நின்றார் அவர்.

''அம்மா நீங்கள் என்னை ஆசிர்வதிக்க வேண்டும்'' என்றார் பணிவோடு. அன்னை நிமிர்ந்து பார்த்தார்.

துறவி தொடர்ந்தார்,

''அம்மா... நான் வெளிநாடு போகிறேன். என்னுடைய பயணம் நல்லவிதமாக அமைய வேண்டும். அங்கே நான் செய்கிற பணிகள் எல்லாமும் வெற்றிகரமாக முடியவேண்டும். அதற்காகவே உங்கள் ஆசீர்வாதம் வேண்டி வந்திருக்கிறேன்.''

சொல்லி முடித்துவிட்டுப் பார்க்கிறார்...

அன்னை இவர் சொன்னதைக் காதில் வாங்கிக் கொண்டதாகவே தெரியவில்லை. ஏதோ சிந்தித்தபடி அமர்ந்திருப்பதாகவே தோன்றியது.

சற்று நேரத்தில் அவர் பார்வை இவர் பக்கம் மீண்டும் மெல்லத் திரும்பியது.

இதுதான் சமயம் என்று நினைத்தார் இவர்.

மறுபடியும் தன்னுடைய வேண்டுகோளைச் சொன்னார்.

இப்போதும் அன்னையின் முகத்தில் ஒரு சலனமும் இல்லை. ஏதோ யோசித்தார். பின்பு சொன்னார்:

''மகனே... நீ எனக்கு ஒரு உதவி செய்ய வேண்டுமே!''

''அம்மா... என்ன செய்ய வேண்டும்? சொல்லுங்கள் செய்கிறேன்.''

''வேறு ஒன்றுமில்லை. இதோ பக்கத்திலே இருக்கிற இந்த அறைக்குள் போ. அங்கே கதவுக்குப் பின்னால் ஒரு கத்தி இருக்கிறது. அதை எடுத்துக் கொண்டு வந்து என்னிடம் கொடு. அவ்வளவுதான்.''

இளம் துறவி உடனே அந்த அறையை நோக்கிச் சென்றார். போகும்போதே அவர் மனசுக்குள் கொஞ்சம் குழப்பம்.

''என்னது இது... நாம கேக்கறது ஆசீர் வாதம்... இவங்க கேக்கறது கத்தி. ஒண்ணுக்கொண்ணு சம்பந்தமில்லாம இருக்கே...?''

□□

மற்றவர்களுக்கு அசௌகரியம் ஏற்படாத வகையில் நாம் இந்த உலகில் வாழ வேண்டும். நம்முடைய ஒவ்வொரு செயலும் அதைப் பிரதிபலிக்கிற வகையில் அமைய வேண்டும்

□□

என்றாலும் அதைப்பற்றி அவர் மேற்கொண்டு எதுவும் யோசிக்கவில்லை.

நேராக அறைக்குள் போனார். கதவுக்குப் பின்னால் பார்த்தார். கத்தி இருந்தது.

அதைக் கொண்டு வந்தார்.

''இந்தாங்கம்மா கத்தி.''

அன்னை கவனமாகத் தன் கையால் அதை வாங்கிக் கொண்டார்.

அதன் பிறகு சொன்னார்:

''மகனே... உன் பயணம் நல்லபடியாக முடியும். போய் வா.'' கையை உயர்த்தி இளம் துறவியின் தலையிலே வைத்து ஆசி வழங்கினார்.

அதன் பிறகு இவர் தம் குழப்பத்தை அன்னையிடம் தெரிவித்தார்.

''அம்மா... இந்தக் கத்திக்கும் உங்க ஆசீர்வாதத்துக்கும் என்ன சம்பந்தம்னு விளங்கலையே?''

''மகனே...நீ கத்தியை எடுத்துக் கொண்டு வந்து என்னிடம் கொடுத்தாய். அப்படிக் கொடுக்கும்போது கத்தி இருக்கிற கூரான பக்கத்தை உன்பக்கம் இருக்கிற மாதிரி பிடித்துக் கொண்டு கைப்பிடி இருக்கிற ஆபத்தில்லாத பகுதியை என்பக்கம் நீட்டி அதை என்னிடம் ஒப்படைத்தாய். இதிலே இருந்து நான் என்ன தெரிந்து கொண்டேன் என்றால்... எந்த ஒரு செயலைச் செய்கிறபோதும் அதனால் ஏற்படுகிற தீமைகளை நீ ஏற்றுக் கொண்டு மற்றவர்களுக்கு நன்மையைச் செய்வாய் என்பதைப் புரிந்து கொண்டேன். இந்த உயர்ந்த குணம் எல்லாருக்கும் வராதே...!''

அம்மா... ''இதையெல்லாம் யோசித்து நான் அப்படிச் செய்ய வில்லை. நீங்கள் கத்தியை என்னிட மிருந்து வாங்கும்போது கூரிய

முனை உங்களைக் குத்திவிடப் போகிறதே என்பதற்காகக் கைப்பிடியை உங்கள் பக்கம் நீட்டினேன். அவ்வளவுதான்.''

''உன்னை அறியாமலேயே மற்றவர்களுக்கு நன்மை செய்கிற இயல்பான குணம் உன்னிடம் இருக்கிறது. அந்த இயல்பு இன்னும் உயர்ந்தது. அந்தக் குணம் எப்பவும் உன்னை அடுத்தவர்களுக்குத் தீங்கு செய்யவிடாது...'' என்று சொல்லி விட்டு ஆசி கூறினார் அன்னை.

□□

புத்தியைப் பயன்படுத்த தெரியாதவர்களுக்குக் கத்தியையும் பயன்படுத்த தெரியாது. அதனால்தான் அது வன்முறைக்குப் பயன்பட ஆரம்பித்து விடுகிறது

□□

இளைஞர்களே...!

இதைக் கொஞ்சம் சிந்தித்துப் பாருங்கள்.

இன்னொருவருக்கு அசௌகரியம் ஏற்படாத வகையில் நாம் இந்த உலகில் வாழ வேண்டும். நம்முடைய ஒவ்வொரு செயலும் அதைப் பிரதிபலிக்கிற வகையில் அமையவேண்டும்.

நம்ம ஆளுங்க சில பேர் எப்படித் தெரியுமா?

கத்தியை எடுத்து வரச்சொல்லிப் பாருங்கள். முகத்துக்கு நேராகக் குத்துவதுபோல் அதைக் கொண்டு வந்து நீட்டுவார்கள்.

புத்தியைப் பயன்படுத்தத் தெரியாதவர்களுக்குக் கத்தியையும் பயன்படுத்தத் தெரியாது. அதனால்தான் அது வன்முறைக்குப் பயன்பட ஆரம்பித்துவிடுகிறது.

சமூக விரோதிகள் இரண்டு பேர் ஒரு காரில் போய்க் கொண்டிருந்தார்கள். ஒருத்தன் காரை ஓட்டுகிறான். இன்னொருவன் வெடிகுண்டைப் பத்திரமாக மடியில் வைத்திருக்கிறான். சாலை குண்டும் குழியுமாய் இருக்கிறது.

வெடிகுண்டு வைத்திருக்கிறவன் சொன்னான்:

''டேய் காரை மெதுவா ஓட்டுடா... கார் ஆடுகிற ஆட்டத்தில் குண்டு வெடிச்சிடப் போவுது.''

இதற்கு ஓட்டுகிறவன் சொன்னான்: ''நீ அதுக்காகக் கவலைப் படாதே... அப்படி எதுவாவது ஆயிட்டா உபயோகப்படுமேன்னு இன்னொரு குண்டை எடுத்து வச்சிருக்கேன்...''

''அடப் பாவி...எங்கேடா அது...?''

''அது காரோட டிக்கியிலே இருக்கு.''

■

பொய் சொல்லும் குழந்தைகள்!

'அது ஒரு குழந்தை சார்...அதுக்குப் பொய் சொல்லத் தெரியாது.' இப்படி நாம் சாதாரணமாகச் சொல்வதுண்டு.

ஆனால் உளவியல் வல்லுநர்கள் என்ன சொல்கிறார்கள் தெரியுமா?

நாலு வயது அல்லது அதற்குக் கொஞ்சம் முன்பாகவே குழந்தைகள் பொய் சொல்ல ஆரம்பித்து விடுகிறார்களாம்.

அண்மைக் காலத்தில் இது பற்றிச் சில ஆராய்ச்சிகள் செய்து பல உண்மைகளைக் கண்டு பிடித்திருக்கிறார்கள்.

□□
அப்பாவும் அம்மாவும் கொஞ்சம் கவனமாக இருந்தால் போதும். குழந்தைகள் பொய் சொல்ல வேண்டிய அவசியமே வராது
□□

அப்பாவும் அம்மாவும் கொஞ்சம் கவனமாக இருந்தால் போதும். குழந்தைகள் பொய் சொல்ல வேண்டிய அவசியமே வராது.

ஒரு குழந்தை ஒரு சிறு பொம்மையைக் கையில் வைத்துக் கொண்டு விளையாடுகிறது. கை தவறி அந்தப் பொம்மை கீழே விழுந்து உடைந்து போய்விடுகிறது. உடனே அந்தக் குழந்தை அம்மாவிடம் போகிறது. ''அம்மா...அந்தப் பொம்மையை நான் கீழே போட்டு உடைத்து விட்டேன்'' என்று சொல்கிறது.

உடனே அந்த அம்மா ''ஏன் பொம்மையை உடைச்சே?'' என்று சொல்லிக் குழந்தையைத் திட்டுகிறார் அல்லது அடிக்கிறார்.

இப்போது குழந்தை யோசிக்க ஆரம்பிக்கிறது. ஒரு முடிவுக்கு வந்துவிடுகிறது.

உண்மையைச் சொன்னா அம்மா திட்டுவாங்க போலிருக்கு. இதன் விளைவு... அடுத்த தடவை குழந்தை பொம்மையை உடைத்து விட்டால் அதை அம்மாவிடம் சொல்லாமல் மறைத்து விடுகிறது... அல்லது பொம்மையை நான் உடைக்கல்லேம்மா... பூனை தள்ளி விட்டுட்டுது'' என்று சொல்ல ஆரம்பிக்கிறது.

குழந்தைகள் பொய் சொல்ல ஆரம்பிக்கிற சந்தர்ப்பம் இதுதான்.

''பொம்மையை உடைச்சுட்டேன்'' என்று குழந்தை சொன்னால் உடனே கோபப்படாதீர்கள். உங்கள் அதிர்ச்சியைக் காட்டாதீர்கள்.

'ஏன் உடைச்சே?' என்று திட்டாதீர்கள். அடிக்காதீர்கள். அந்தச் சமயத்தில் சாதாரணமாக இருங்கள். இயல்பாக நடந்து கொள்ளுங்கள். அதன் பிறகு...

பொம்மையை எப்படிக் கவனமாக வைத்துக் கொண்டு விளையாட வேண்டும் என்பது பற்றிப் புத்திமதி சொல்லுங்கள்.

அதுதான் நல்லது என்று சொல்கிறார்கள் வல்லுநர்கள்.

ஒரு குழந்தை நம்மிடம் பொய் சொல்லும்போது அதன் நடவடிக்கை எப்படி இருக்கும் என்பதைப் பற்றியும் நிபுணர்கள் சில குறிப்புகளைச் சொல்லியிருக்கிறார்கள்.

பொய் சொல்கிற குழந்தை நம்மை நேருக்கு நேர் பார்த்துப் பேசத் தயங்கும். குரலில் ஏற்றத் தாழ்வு இருக்கும். முன்னுக்குப் பின் முரணாகப் பேசும்.

சின்ன வயசில்தான் இப்படி. 11 வயசுக்கு மேல் பொய் பேசுகிறவர்களிடம் இந்த அறிகுறிகளையெல்லாம் பார்க்க முடியாது. அவர்கள் மிகவும் திறமையாகப் பொய் பேச ஆரம்பித்து விடுவார்கள்.

பிள்ளைகளிடம் நாம் மிகவும் எச்சரிக்கையாக நடந்து கொள்ள வேண்டிய காலம் எது தெரியுமா?

இரண்டு கட்டங்கள். முதல் கட்டம். மூன்றிலிருந்து நான்கு வயது வரைக்கும். அந்தச் சமயத்தில் குழந்தைகளுக்குப் பொய் பேசத் தெரியாது. குழந்தைகள் திட்டமிட்டுப் பொய் பேசத் தெரியாத பருவம் அது. அதே சமயத்தில்... குழந்தைகளிடம் நாம் சொன்ன சொல்லைக் காப்பாற்ற வேண்டும். சாயந்தரம் பொம்மை வாங்கித் தருகிறேன் என்று

சொன்னால் சொன்னபடி செய்து விட வேண்டும்.

இரண்டாவது காலகட்டம். டீன் ஏஜ் ஆரம்பம்.

அதாவது 13 - 14 வயசு.

இந்தச் சமயத்தில் ரொம்பப் பிரமாத மாகப் பொய் சொல்ல ஆரம்பித்து விடுவார்கள். பொய் சொல்கிறோம் என்ற குற்ற உணர்வே அவர்களுக்கு இந்த வயதில் ஏற்படுவதில்லை. அது பழகிப் போய்விடுகிறது.

குழந்தைகளைப் பொறுத்தவரையில்... நாம் எந்த அளவுக்கு அவர்களின் தேவைகளை நிறைவு செய்கிறோம் என்பது முக்கியம். எந்த அளவுக்கு அவர்களின் சுதந்திரத்தில் நாம் தலையிடாமல் இருக்கிறோம் என்பது அதைவிட முக்கியம்.

இது மாதிரி சமயங்களில் குழந்தைகளிடம் நாம் மிக நட்பாகப் பழக வேண்டும். நம் மீது அவர்களுக்கு இருக்கிற நம்பிக்கையைக் காப்பாற்ற வேண்டும். குழந்தைகளைப் பொறுத்தவரையில்... நாம் எந்த அளவுக்கு அவர்களின் தேவைகளை நிறைவு செய்கிறோம் என்பது முக்கியம்.

எந்த அளவுக்கு அவர்களின் சுதந்திரத்தில் நாம் தலையிடாமல் இருக்கிறோம் என்பது அதைவிட முக்கியம்.

இவையெல்லாம்... இளம் சிட்டுகள் எழிலாகச் சிறகை விரிக்கக் குழந்தைகள் நல வல்லுநர்கள் சொல்லியிருக்கிற ஆலோசனைகள்.

ஒரு பள்ளிக்கூடம். ஒரு வயசானவர் அங்கே வந்தார். தலைமை ஆசிரியர் அறைக்குப் போனார். ''நாலாம் வகுப்புப் படிக்கிற பாலுவைப் பார்க்க முடியுமா?'' என்றார்.

''பாலு உங்களுக்கு என்ன வேணும்?''

''பாலு என்னோட பேரன்.''

''அப்படின்னா கொஞ்சம் உக்காருங்க'' என்று சொல்லிவிட்டு உதவியாளரைக் கூப்பிட்டார்.

''நாலாம் வகுப்புக்குப் போய் பாலுங்கிற பையனைக் கூப்பிக்கிட்டு வா?''

அவர் போனார்.

நாலாம் வகுப்பு ஆசிரியரைப் பார்த்தார். ''பாலுங்கிற பையன் எங்கே?''

''அவன் இன்றைக்கு வகுப்புக்கு வரவேயில்லையே...''

''ஏன்?''

''பாவம்... அந்தப் பையனோட தாத்தா செத்துப் போயிட்டாராம். அதுதான் அழுதுகிட்டே வந்து சொல்லிட்டுப் போனான்...!''

மதுவை மறக்கலாம்!

ஒவ்வொருத்தருக்கும் ஒவ்வொரு விதத்திலே சாதனை செய்ய வேண்டும் என்கிற ஆசை இருக்கும்.

ஓர் ஆசாமிக்குச் சாராயம் குடிக்கிறதிலே சாதனை செய்ய வேண்டும் என்கிற ஆசை.

என் அளவுக்கு யாரும் குடிக்க முடியாது என்று சவால் விட்டார்.

ஒரு சாராயக்கடை வாசலில் போய் நின்று கொண்டு இவர் பாட்டுக்கு வாங்கிக் குடித்துக் கொண்டே இருந்தார்.

ஓர் அளவுக்கு மீறிப் போன பிறகு இவருக்கு ஒன்றுமே விளங்கவில்லை.

நிதானம் தவறிப் போயிற்று.

அப்படி இருந்தும்...

''இன்னொரு கிளாஸ் கொடு'' என்றார்.

கடைக்காரர் கொடுத்தார்.

இவர் வாங்கினார். எப்படியும் இதைக் குடித்துவிட வேண்டும் என்று முயன்றார். குழம்பிப் போனார்.

''என்ன குழப்பம் உங்களுக்கு?'' என்றார் பக்கத்தில் நின்று கொண்டிருந்தவர்.

இவர் சொன்னார். ''என்னோட வாய் எங்கே இருக்குன்னு எனக்கே தெரியலை. நீங்க கொஞ்சம் பாத்துச் சொல்லுங்களேன். இந்தச் சாராயத்தை அதிலே ஊத்தணும்.''

''இதென்ன கேள்வி? உங்க வாய் உங்க தலையிலேதான் இருக்கு.''

''ஓ... அப்படியா விஷயம். கண்டுபிடிச்சி சொன்னதுக்கு ரொம்ப தேங்ஸ்..!'' என்று சொல்லிவிட்டு அந்தச் சாராயத்தை அப்படியே தன் தலையில் ஊற்றிக் கொண்டாராம்.

தன் தலையிலேதானே வாய் இருக்கிறது என்று அவர் சொன்னார். அதனால் அங்கே கொண்டு போய் அதை ஊற்றி அபிஷேகம் செய்து கொள்கிறார் இவர்.

அது மட்டுமல்ல...

"அப்பாடா... குடிச்சாச்சு! இன்னொரு கிளாஸ் கொடு" என்று கேட்க ஆரம்பித்து விட்டார்.

எப்படி இருக்கிறது இந்தக் கதை?

இது கதையல்ல... நிஜம்.

இப்படிப்பட்ட ஆள் ஒருத்தரை எனக்குத் தெரியும். அவர் ஒரு நாள் திடீரென்று என் முன் வந்து நின்றார்.

> ஒரு சில நல்ல பழக்கங்களை வழக்கத்துக்குக் கொண்டு வந்து விட்டால் மதுவை மறந்து விடலாம்

"சார் நான் இப்ப மதுப் பழக்கத்தை அடியோடு விட்டுட்டேன்" என்றார்.

என்னால் நம்ப முடியவில்லை.

"அது எப்படி முடிஞ்சிது உங்களாலே?" என்று கேட்டேன்.

அவருக்கு யாரோ ஒருத்தர் சில ஆலோசனைகளைச் சொன்னாராம்.

ஒரு சில நல்ல பழக்கங்களை வழக்கத்துக்குக் கொண்டு வந்து விட்டால் மதுவை மறந்து விடலாம் என்று அவர் சொன்னாராம். அதன்படி இவர் நடந்தாராம். அவ்வளவுதான்.

இப்போதெல்லாம் அவர் சாராயக் கடைப் பக்கமே போவதில்லையாம்.

அது என்னங்க விவரம் - கொஞ்சம் சொல்லுங்களேன். மத்தவர்களுக்கும் உபயோகப்படும் - என்றேன்.

அவர் ஒவ்வொன்றாகச் சொல்லத் தொடங்கினார்:

மொத்தம் பத்துக் குறிப்புகள் சொன்னார்.

1. தினமும் காலையில் இளம் சூடான நீரில் பழச்சாறு கலந்து சாப்பிட்டு அன்றாட வாழ்க்கையை ஆரம்பிக்க வேண்டும்.

2. தினமும் இரண்டு வேளை குளிக்க வேண்டும். ஒவ்வொரு வேளை குளித்தவுடனேயும் வெந்நீர் அல்லது எலுமிச்சை சாறு சாப்பிட வேண்டும்.

3. ஒரு சாப்பாட்டுக்கும் இன்னொரு சாப்பாட்டுக்கும் இடை வெளியில் எட்டு முதல் பத்துக் குவளை வரை தண்ணீர் குடிக்க வேண்டும்.

4. ஒரு சில குறிப்பிட்ட இடத்தில் உட்கார்ந்தால் கொஞ்சம் மது அருந்தலாமா என்று தோன்றும். மனது தூண்டும். சாப்பாட்டிற்குப் பிறகு அப்படிப்பட்ட இடங்களில் உட்காரக்கூடாது.

□□

சராசரி மனிதன் மது அருந்தினால்தான் தன் சிறகுகள் விரியும். ஆகாயத்தில் பறக்கலாம் என்று நினைக்கிறான். மது மயக்கத்திலிருந்து விடுபடும்போதுதான் அவன் சிறகுகள் விரிகின்றன என்பதே உண்மை

□□

5. சாப்பாட்டிற்குப் பிறகு வெளியே போய் ஒரு சில நிமிடங்கள் காலாற நடந்து விட்டு வரவேண்டும்.

6. சில நண்பர்கள் வீட்டுக்குப் போனால் உடனே மதுக்கோப்பையை நீட்டு வார்கள். அது ஓர் உபசரிப்பு. அப்ப டிப்பட்ட நண்பர்கள் வீட்டுக்குப் போகக்கூடாது. மது அருந்துகிற இடங்களுக்கும் போகக்கூடாது.

7. திடீரென்று ஒரு உந்துதல் (மூடு) வரும்... இப்ப கொஞ்சம் மது சாப்பிட்டால் தேவலை என்று. உடனே என்ன செய்ய வேண்டும் தெரியுமா? இன்னொரு தடவை குளிக்க வேண்டும்.

8. தேநீர், காபி, புகையிலை, வாசனைத் திரவியங்கள், இனிப்பு வகைகள், மீன், பொரித்த உணவு வகை, சிகரெட் இவை யெல்லாம் தவிர்க்கப்பட வேண்டியவை.

9. புரதச் சத்து அதிகமுள்ள ஆகாரம், அப்புறம் பழம், பால், தயிர், தேன், பழச்சாறு, காய்கறிகள் இவற்றையெல்லாம் தாராளமாகச் சாப்பிடலாம்.

10. தியானம், யோகாசனம் - இவை இரண்டும் மிக உதவிகரமாக இருக்கும். இழந்த தேக பலத்தையும், மன உறுதியையும் இவற்றின் மூலமாக மீட்க முடியும்.

மதுப்பழக்கத்திலேயிருந்து விடுபட விரும்புகிறவர்கள் இந்தப் பத்துக் குறிப்புகளையும் கொஞ்சம் கவனத்தில் வைத்துக் கொண்டாலே போதும்.

மயக்கம் விலகிப் போகும். மறுவாழ்வு வந்து சேரும்.

இன்றைய சராசரி மனிதன் மது அருந்தினால்தான் தன் சிறகுகள் விரியும், ஆகாயத்தில் பறக்கலாம் என்று நினைத்துக் கொண்டிருக்கிறான்.

மது மயக்கத்திலிருந்து விடுபடும்போதுதான் மனிதனின் சிறகுகள் விரிகின்றன என்பதே உண்மை.

ஒரு விருந்து நடந்து கொண்டிருந்தது.

எல்லோரும் உற்சாகமாக மது அருந்திக் கொண்டிருக்கிறார்கள். ஒருவர் மட்டும் ரொம்ப சாதுவாய் ஒரு மூலையில் உட்கார்ந்து

கொண்டிருக்கிறார். அவரைக் கவனித்த இன்னொருவர் கையில் ஒரு மதுக்கோப்பையைப் பிடித்து கொண்டு அவரை நெருங்கினார்.

"இந்தாங்க...சாப்பிடுங்க" என்றார்.

"தயவுசெய்து என்னை மது சாப்பிடச் சொல்லிக் கட்டாயப் படுத்தாதீங்க" என்றார் அந்தச் சாது.

"ஏன் அப்படிச் சொல்றீங்க?" என்று கேட்டார் இவர்.

இதற்கு அவர் சொன்னார்:

"சார் மறுபடியும் சொல்றேன். என்னை வற்புறுத்தாதீங்க. இதை வேணாம்னு நான் மறுக்கிறதுக்கு மூணு காரணங்கள் இருக்கு. முதல் காரணம்: மது சாப்பிடறது கெடுதல்னு ஒரு புஸ்தகத்துல படிச்சிருக்கேன். இரண்டாவது காரணம்: மது சாப்பிடறதில்லைன்னு என் மனைவிகிட்ட சத்தியம் பண்ணிக் கொடுத்திருக்கேன். மூணாவது காரணம்: இப்ப நான் நிறைய மது சாப்பிட்டிருக்கேன்."

∎

யாருக்கு எதுவோ?

ஓர் ஊரிலே ஒருத்தன் இருந்தான். அவனுக்கு என்ன வேலையென்றால் ஓடு மாற்றுகிற வேலை. ஓட்டு வீடுகளைப் பழுது பார்க்கிற வேலை. உடைந்து போன ஓடுகளை மாற்றிவிட்டுப் புதிய ஓடுகளைப் பொருத்திக் கொடுப்பான். ஓடு மாற்றுவதற்கு அவனுக்கு ஒரு நாள் கூலி 50 ரூபாய். அவன் ஒரு நாள் ஒரு காட்டு வழியாக அடுத்த ஊருக்குப் போய்க் கொண்டிருந்தான் வேலைக்காக.

நடுக்காட்டில் ஒரு ஐயனார் கோயில். அதைக் கடந்து போய்க் கொண்டிருந்தபோது திடீரென்று ஒரு குரல்...!

"இதோ பாரப்பா... இங்கே வா..."

இந்த நடுக்காட்டில் நம்மை அழைப்பது யார்? அவனுக்குப் பயமாக இருந்தது.

ஆகவே நடையைக் கொஞ்சம் வேகப்படுத்தினான். மறுபடியும் கூப்பிட்டது அந்தக் குரல்.

"உன்னைத்தாம்பா கூப்பிடறேன்... இங்கே வா..."

"எங்கேயிருந்து வருகிறது அந்தக் குரல்?" உற்றுப் பார்த்தான். அங்கே இருந்த சாமி சிலைதான் பேசியது.

அதைத் தெரிந்து கொண்டபோது அவன் உடல் நடுங்க ஆரம்பித்தது.

"ஐயையோ...நான் ஒரு தப்பும் பண்ணலையே, என்னை ஏன் கூப்பிடுறே?"

"பயப்படாதே...உன்னோட காலடியில கொஞ்சம் தோண்டிப் பார். என்ன இருக்குன்னு தெரியும்?"

இவனுக்குத் துணிச்சல் வந்தது. அங்கேயே உட்கார்ந்து தோண்ட ஆரம்பித்தான்.

என்ன ஆச்சரியம்! அங்கே ஒரு பானை தென்பட்டது. வெளியே எடுத்துப் பார்த்தான். உள்ளே நிறைய துவரம் பருப்பு அளவுக்குத் தங்கக் காசுகள். அவற்றைப் பார்த்ததும் அசந்து போனான்.

இப்போது அந்தச் சிலை மறுபடியும் பேசியது:

"இதோ பாருப்பா... அவ்வளவையும் ஒரு துணியில கட்டி மூட்டையா எடுத்துக்கிட்டுப் போ..."

இவனுக்குத் தலைகால் புரியவில்லை. உற்சாகம். உடனே மேல் துண்டை எடுத்துத் தரையில் விரித்தான். பானையில் இருந்த அவ்வளவையும் அதில் கொட்டினான். சேர்த்துக் கட்டப் போனான்.

அப்போது அந்தச் சிலை, "பானையைச் சுத்தமாகக் காலி பண்ணிடாதே. அதுல ஒரு நாலு தங்கக் காசாவது போட்டு வை" என்றது.

இவன் பார்த்தான். எண்ணி நாலே நாலு காசு மட்டும் எடுத்துப் பானையில் போட்டான். இருந்த இடத்திலேயே பானையை வைத்து மூடிவிட்டு மூட்டையைத் தூக்கித் தலையில் வைத்துக் கொண்டு போய் விட்டான்.

அடுத்த ஊரிலே ஓடு மாற்ற வேண்டிய வேலை. ஏற்கெனவே ஒப்புக் கொண்டிருக்கிறான். ஆகவே அங்கே போனான். வீட்டு உத்தரத்தில் மூட்டையைக் கட்டித் தொங்கப் போட்டுவிட்டு அவன் கூரை மீது ஏறி உட்கார்ந்து ஓடு மாற்ற ஆரம்பித்தான்.

□ □
தங்கம்
அந்த அம்மாவுக்குப்
போய்ச் சேரணும்ங்கிறது
விதி.
ஆள் கிடைக்கல்லே.
அதுதான் உன் தலையில்
ஏத்தி அனுப்பி வச்சேன்.
□ □

அந்த வீட்டுக்கார அம்மாள் சமையல் செய்ய ஆரம்பித்தார்கள். துவரம் பருப்பு இல்லை. தீர்ந்து போயிருந்தது. சரி கடையில போய் வாங்கிக் கொண்டு வரலாம் என்று எண்ணிப் புறப்பட்டபோது உத்தரத்திலே தொங்கிக் கொண்டிருந்த துணி மூட்டை கண்ணில் பட்டது.

"என்னங்க அது மூட்டை?" என்று கேட்டார்கள்.

கூரை மேலே உட்கார்ந்திருந்த நம்ம ஆள், "அதுங்களா வேற ஒண்ணுமில்லீங்க... துவரம் பருப்பு வாங்கி வச்சிருக்கேன்... வீட்டுக்காக" என்றான். வீட்டுக்கார அம்மாள் ஒரு கணம் யோசித்தார்கள்.

"சரி... அவசரத்துக்கு இதிலேயிருந்து கொஞ்சம் எடுத்துக்குவோம். அப்புறம் வாங்கிக் கொடுத்துவிடலாம்."

இப்படி நினைத்தபடியே மெதுவாக மூட்டையைக் கீழே இறக்கிப் பார்த்தால்... அவ்வளவும் தங்க வில்லைகள்.

அவ்வளவுதான். பளிச்சென்று உள்ளுக்குள் ஒரு யோசனை.

இருந்த அவ்வளவு தங்கக் காசையும் தன் வீட்டிலே உள்ள ஒரு பானையிலே கொட்டிக் கொண்டுவிட்டார்கள். பின்னர் கடையிலே துவரம் பருப்பு வாங்கி வந்து அந்தத் துணி மூட்டையில் போட்டுக் கட்டிப் பழையபடியே உத்தரத்தில் தொங்கவிட்டுவிட்டு உள்ளே போய்விட்டார்கள்.

மாலையில் வேலை முடிந்ததும் அவன் கீழே இறங்கி வந்தான். துணி மூட்டையைக் கீழே இறக்கினான். இறக்கும்போதே கொஞ்சம் சந்தேகம்.

'என்ன இது...காலையிலே கனமாக இருந்தது. இப்ப இவ்வளவு லேசா இருக்கே...!'

பிரித்துப் பார்க்கிறான். உள்ளே துவரம் பருப்பு!

வீட்டுக்கார அம்மாவிடம் கேட்டான்.

''இதில தங்கம் இருந்துதே பாத்தீங்களா?''

''என்ன... கனவு கினவு கண்டியா?'' என்றார்கள் அந்த அம்மாள்.

அவனால் ஒன்றும் பதில் பேச முடியவில்லை. மூட்டையைத் தலையிலே தூக்கி வைத்துக் கொண்டு புறப்பட்டான். போகிற வழியிலே அந்தச் சாமி சிலை.

''இப்படி ஆசை காட்டி மோசம் பண்ணிட்டியே...'' என்று புலம்பினான்.

சிலை பேசியது...

''இதோ பாரப்பா...நான் ஒண்ணும் மோசம் பண்ணலே... இன்றைக்கு அந்தத் தங்கம் அந்த அம்மாவுக்குப் போய்ச் சேரணும்ங்கிறது விதி. அதைத் தூக்கிட்டுப் போறதுக்கு ஆள் கிடைக்கலே. அதுதான் உன் தலையில் ஏத்தி அனுப்பி வச்சேன். அவ்வளவுதான். கவலைப்படாதே. உனக்குக் கிடைக்க வேண்டியது அந்தப் பானையிலே இருக்கு. அதை எடுத்துக்கிட்டு நீ போய்ச் சேர்.''

□□

யாருக்கு எது கிடைக்க வேண்டுமோ அதுதான் கிடைக்கும். என்றாலும் சில சமயம் நமக்கு வேண்டியதை நாம்தான் நிர்ணயம் செய்து கொள்கிறோம்.

□□

அவன் வேகமாக ஓடிப் போய் அந்தப் பானையைத் தூக்கினான். பானையிலே அவன் காலையில் போட்டு விட்டுப் போன அதே நான்கு தங்கக் காசுகள்தான் இருந்தன. இவன் தன்னையே நொந்து கொண்டான்: ''தரித்திர புத்தி நமக்கு. அப்பவே கொஞ்சம் நிறைய அள்ளி அதில போட்டிருக்கக் கூடாதா?'' என்று.

யாருக்கு எது கிடைக்க வேண்டுமோ அதுதான் கிடைக்கும் என்பதை விளக்குவதற்காகச் சொல்லப்படுகிற கதை இது.

இளைஞர்களே... இந்தக் கதையையே கொஞ்சம் வேறு விதமாக யோசித்துப் பாருங்கள். நமக்கு வேண்டியதை நாம்தான் நிர்ணயம் செய்து கொள்கிறோம் என்கிற கருத்தும் அதனுள்ளே அடங்கி யிருக்கிறது அல்லவா?

இந்தக் கதையைக் கேட்டுவிட்டு நம்ம ஆள் ஒருத்தன் சொன்னான்.

"நான் கூட ஒரு நாள் ஒரு பாதை வழியாய்ப் போய்க் கொண்டிருக்கும் போது ஒரு சூட்கேஸ் கிடைச்சுது. திறந்து பார்த்தேன். நிறையப் பணம் இருந்தது. இருந்தாலும் எனக்குக் கிடைக்க வேண்டியது கிடைச்சுது" என்றான்.

"எவ்வளவு?" என்று கேட்டேன்.

அவன் சொன்னான்.

"ஆறு மாசம் கடுங்காவல் தண்டனை!"

யார் அந்த நாலு பேர்?

ஒரு மன்னரின் வருகைக்காக அவர்கள் காத்திருக்கிறார்கள். அரியணையும் காத்திருக்கிறது.

சற்று நேரத்தில் மன்னர் வந்து அரியணையிலே அமரப் போகிறார்.

அரண்மனைப் புலவர்களும் பண்டிதர்களும் அங்கே காத்திருக்கிறார்கள்.

அறிவாளிகளோடு விளையாடுவதில் அந்த மன்னருக்கு விருப்பம் அதிகம்.

அதோ... மன்னர் வந்து விட்டார்.

சிம்மாசனத்தில் வந்து அமர்கிறார்.

பண்டிதர்களும் மற்றவர்களும் வணங்குகிறார்கள்.

மன்னர் சற்று யோசிக்கிறார். அதன்பிறகு அங்கேயிருந்த தலைமைப் பண்டிதரைப் பார்த்துப் பேசுகிறார்.

"ஐயா...தலைமைப் பண்டிதரே... நான் இப்போது ஒரு நாலு பேரைப் பற்றிச் சொல்லுவேன். அந்த நாலு பேரையும் நான் பார்க்க வேண்டும். நாளை காலையில் இதே வேளையில் நீங்கள் அந்த நாலு பேரையும் என் முன்னால் கொண்டு வந்து நிறுத்த வேண்டும். முடியுமா உங்களால்?"

"சொல்லுங்கள் மன்னா... முயன்று பார்க்கிறேன்."

மன்னர் அந்த நாலு பேரைப் பற்றிய விவரங்களைச் சொன்னார்:

"நான் சொல்லப் போகிற முதல் ஆள் யார் தெரியுமா? அவன் இங்கேயும் ஆனந்தமாக இருப்பவன். அங்கேயும் ஆனந்தமாக இருப்பவன். இவன் முதல் ஆள்..."

இங்கே வருந்துபவன்... அங்கேயும் வருந்துபவன். இவன் இரண்டாவது ஆள்.

மூன்றாவது ஆள், எப்படியென்றால்... அவன் இங்கே மகிழ்ச்சியாக இருப்பவன். அங்கே வருந்துபவன்.

நான்காவது ஆள், இங்கே வருந்து பவன்...அங்கேமகிழ்ச்சியாக இருப்பவன்.

இந்த நாலு பேரையும் நான் பார்க்க வேண்டும்.

நாளைக்கு இவர்களை அழைத்து வந்து என் முன்னால் நிறுத்த வேண்டும்.''

இதுதான் மன்னரின் வேண்டுகோள்.

பாவம்...பண்டிதர்!

''யார் அந்த நாலு பேர்'' என்று யோசித் துப் பார்த்தார். அவருக்கு ஒன்றும் புரிய வில்லை. குழப்பமாக வீட்டுக்கு வந்தார்.

> இங்கே மகிழ்ச்சியாக இருக்கப் பொருள் வேண்டும். அங்கே மகிழ்ச்சியாக இருக்க அருள்வேண்டும். இருந்தாலும் பொருளைவிட அருளே சிறந்தது என்பது பெரியவர்களுடைய கருத்து

அப்பாவின் முகத்தில் கவலையும் குழப் பமும் குடி கொண்டிருப்பதை மகள் புரிந்து கொண்டாள். அவள் கொஞ்சம் புத்திசாலிப் பெண். எப்போதும் நம்மைவிட நம் குழந்தைகள் புத்திசாலிகளாக இருப்பது இயல்புதானே!

''என்னப்பா கவலை?'' என்றாள்.

இதுதான் கவலை என்று அந்தப் பண்டிதர் விவரத்தைச் சொன்னார். மகள் சிந்தித்தாள். அதன் பிறகு தெளிவோடு நிமிர்ந்தாள்.

''அப்பா...கவலையை விடுங்க. உங்க பிரச்சினையை நான் தீர்த்து வைக்கிறேன்.''

''எப்படியம்மா உன்னாலே முடியும்?''

''எனக்குத் தெரியும் அந்த நாலு பேர் யார் என்பது! அப்பா! இங்கே பக்கத்திலே ஓர் ஆசிரமம் இருக்கு. அங்கே ஒரு துறவி இருக்கார். அவர் தான் முதல் நபர். அவர் இங்கேயும் மகிழ்ச்சியாக இருப்பவர்... அங்கேயும் மகிழ்ச்சியாக இருப்பவர்.''

''சரி.''

''அதோ எதிரிலே ஒரு பிச்சைக்காரன் நின்னுக்கிட்டிருக்கான் பாருங்க. அவன்தான் இரண்டாவது நபர். அவன் இங்கேயும் வருந்துகிறான்... அங்கேயும் வருந்துவான்.''

''அதுவும் சரிதான்.''

''நம்ம வீட்டுக்கு எதிரில் ஒரு பங்களா இருக்கு பாருங்க. அங்கே ஒரு செல்வந்தன் இருக்கான். அவனுக்கு ரொம்ப மோசமான குணம். அவன் இங்கே மகிழ்ச்சியாய் இருப்பவன்... அங்கே வருத்தப்படக்

கூடியவன். இவன்தான் மூணாவது ஆள்.''

''அப்புறம்?''

''நாலாவது ஆள்! அவர் யார் தெரியுமா? அவர் ஒரு முனிவர்! காட்டிலே கடும் தவம் பண்ணிக் கொண்டிருக்கிறார். கடுமையான தவம்... உடம்பெல்லாம் இளைச்சுப் போச்சு. அவர் இங்கே வருந்துகிறார்..அங்கே மகிழ்ச்சியாக இருப்பார்.''

மகளின் விளக்கம் தந்தையின் மனசுக்குள் வெளிச்சத்தை ஏற்படுத்தியது.

விரைந்து செயல்பட்டார். அந்த நாலு பேரையும் கண்டுபிடித்தார்.

அழைத்துக் கொண்டு போய் அரசன் முன் நிறுத்தினார்.

மன்னருக்கு மிகுந்த மகிழ்ச்சி. மன நிறைவு. பண்டிதரைப் பாராட்டினார். பரிசுகள் வழங்கினார்.

இப்படி ஒரு கதையை நம் பெரியவர்கள் சொல்வதுண்டு.

இதிலிருந்து நாம் புரிந்து கொள்ளும் உண்மை என்னவென்றால்...

இங்கே மகிழ்ச்சியாக இருக்கப் பொருள் வேண்டும்.

அங்கே மகிழ்ச்சியாக இருக்க அருள் வேண்டும்.

இருந்தாலும் பொருளைவிட அருளே சிறந்தது என்பது பெரியவர்களுடைய கருத்து.

அருளாளர்கள் எங்கேயும் ஆனந்தமாக இருப்பார்கள். அருளாளர்களின் சிறகுகள் இங்கேயும் விரியும், அங்கேயும் விரியும்.

□□

அருளாளர்கள் எங்கேயும்
ஆனந்தமாக
இருப்பார்கள்.
அருளாளர்களின்
சிறகுகள்
இங்கேயும் விரியும்.
அங்கேயும் விரியும்.

□□

ஆனால் சாதாரண மனிதர்களின் நிலை அப்படியல்லவே!

ஒரு கணவன் - மனைவி. அவர்கள் வீட்டுக்குத் தேவலோகத்திலிருந்து ஓர் ஆள் வந்தான்.

வந்தவன் சொன்னான்:

''இதோ பாருங்க... தேவலோகத்துக்கு வந்தா நீங்க எப்போதும் மகிழ்ச்சியா இருக்கலாம்.

ஆனா ஒரு விஷயம். உங்க இரண்டு பேர்லே யாராவது ஒருத்தர்தான் என்னோடு வர முடியும். யார் வர்றீங்க? முடிவு பண்ணிச் சொல்லுங்க. தேவலோக வாழ்க்கை யாருக்கு வேணும்?''

உடனே அந்தக் கணவன் கொஞ்சம் கூடத் தயங்காமல், ''என் மனைவிக்காக நான் விட்டுக் கொடுக்கறேன். அவளையே அழைச்சிட்டுப் போங்க'' என்றான்.

வந்தவனுக்கு ஒரே ஆச்சரியம்!

''அப்படீன்னா உனக்குத் தேவலோக வாழ்க்கை வேண்டாமா?'' என்றான்.

இவன் சொன்னான்:

''நீ இவளை இங்கேயிருந்து அழைச்சிக்கிட்டுப் போயிட்டா அப்புறம் எனக்கு இங்கேயே தேவலோக வாழ்க்கைதானே!''

வெற்றிக்கு வழி எது?

எனக்கு வேண்டப்பட்ட ஒரு நண்பர். எப்பொழுது பார்த்தாலும் அவர் முகம் உம்மென்று இருக்கும்.

எந்த நேரமும் மன இறுக்கத்திலே இருப்பார்.

"எதுக்காக இப்படி இருக்கீங்க?" என்று கேட்டால், "நான் எதிர்பார்க்கறது மாதிரி மத்தவங்க நடந்துக்க மாட்டேங் கறாங்க...." என்பார்.

இப்படிப்பட்ட மன இறுக்க ஆசாமிகள் வாழ்க்கையில் வெற்றி பெறுவது மிகவும் கடினம்.

இறுதி வரையில் இவர்கள் இறுக்கமாகவே வாழ்ந்து, இறுக்கமாகவே போய்ச் சேர்ந்துவிடுவார்கள்.

இவர் நினைக்கிற மாதிரி அடுத்தவர்கள் நடந்து கொள்வதில்லை என்பது இவர் குறை.

அடுத்தவர்கள் எப்படி நடந்து கொள்ள வேண்டும் என்று இவர் எதிர் பார்க்கிறாரோ, அது மாதிரி இவர் முதலில் அவர்களிடம் நடந்து காட்ட வேண்டும்.

வெற்றிக்கான ரகசியங்களில் இதுவும் ஒன்று.

இது பற்றி நிபுணர்கள் நீண்ட காலமாக ஆராய்ச்சி செய்திருக் கிறார்கள்.

□ □

தோல்வி என்பது இழிவு அல்ல... அது பாடம். அதனால் நாம் தோல்விகளிலேயிருந்து பாடம் கற்றுக் கொள்ளவேண்டும்.

□ □

வெற்றி காண நிரூபிக்கப்பட்ட வழி முறைகள் இவ்வளவுதான் என்று ஒரு சில குறிப்புகளைக் கொடுத்திருக்கிறார்கள்.

அவற்றில் ஒன்றிரண்டை நாம் தெரிந்து வைத்துக் கொள்ளலாம். வெற்றிச் சிறகுகள் விரிய அவை உதவும்.

நாம் செய்ய விரும்புகிற காரியங் களில் மற்றவர்கள் ஒத்துழைக்க வேண் டும் என்று நாம் ஆசைப்பட்டால்...

முதலில் அவர்கள் விரும்புகிற காரியங்கள் நிறைவேற நாம் அவர்களுக்கு ஒத்துழைக்க வேண்டும்.

முற்றிலும் அறிமுகமில்லாத ஒருவர்.

அவருடன் பேச வேண்டியிருக்கிறது என்று வைத்துக் கொள்ளுங்கள். முதலில் நாம் அந்த உரையாடலை ஆரம்பித்து வைக்கவேண்டும்.

நம்மை மற்றவர்கள் ஏற்றுக் கொள்ள வேண்டும் என்று நினைத்தால், மற்றவர்கள் ஏற்றுக் கொள்கிற வகையில் நம்மை முதலில் மாற்றிக் கொள்ள வேண்டும்.

நாம் எந்த இடத்திலாவது நீடித்திருக்க வேண்டும் என்று ஆசைப்பட்டால், நடைமுறையிலே உள்ள சுற்றுச் சூழலுக்குத் தகுந்த மாதிரி முதலில் நம்மை சரி செய்து கொள்ளவேண்டும். அதன் பிறகு சுற்றுச் சூழலை மேம்படுத்திக் கொள்ளலாம்.

ஒரு பேச்சுவார்த்தை நடந்து கொண்டிருக்கிறது... அதில் வெற்றிகரமாக முன்னேறுவது எப்படி?

□□

நீ எதை ஏராளமாக அறுவடை செய்ய விரும்புகிறாயோ.. அதை முதலில் நீ விதைக்க வேண்டும். இதுதான் இயற்கை நமக்குச் சொல்லித் தந்திருக்கிற விதி.

□□

சாத்தியமான பல அம்சங்களை உற்சாகத்தோடு நாம் முதலில் ஏற்றுக் கொள்ள வேண்டும்.

இயற்கையின் விதி என்ன சொல்கிறது தெரியுமா?

நீ எதை ஏராளமாக அறுவடை செய்ய விரும்புகிறாயோ.... அதை முதலில் நீ விதைக்க வேண்டும்.

இதுதான் இயற்கை நமக்குச் சொல்லித் தந்திருக்கிற விதி.

உங்களுக்கு வலிமையும் நிதானமும் வேண்டுமா....? அப்படிப்பட்டவராக உங்களை ஆக்கிக்கொள்ள விருப்பமா?

அப்படியானால்,

நீங்கள் தொல்லைகளையும், பிரச்சினைகளையும் பார்த்து உணர்ச்சிவசப்படக் கூடாது.

அதாவது,

தொல்லைகளை உணர்ச்சியின் வடிவங்களாக ஆக்கிவிடக் கூடாது. நாம் நாள்தோறும் பல மனிதர்களை சந்திக்க வேண்டியிருக்கிறது.

□□

மனித இயல்புகளில் உள்ள குறைபாடுகளைப் பார்த்து நாம் பாதிக்கப்பட்டு விடக்கூடாது. யாருமே பரிசுத்தமானவர்கள் இல்லை என்கிற உண்மையை நாம் ஏற்றுக்கொள்ள வேண்டும்.

□□

அவர்களில் சிலர் சுயநலவாதிகளாக இருக்கலாம். தற்பெருமைக்காரர்களாக இருக்கலாம், நன்றி கெட்டவர்களாகக் கூட இருக்கலாம்.

அவர்களைச் சந்திக்கிறபோது, பேசுகிறபோது நம் மனநிலை பாதிக்காமல் பார்த்துக் கொள்வது எப்படி? நமக்கு எரிச்சல் வராமல் பார்த்துக் கொள்வது எப்படி?

இதற்கு என்ன வழி என்றால்.....

முதலில் யாருமே பரிசுத்தமானவர்கள் இல்லை என்கிற உண்மையை நாம் ஏற்றுக் கொள்ளவேண்டும். அதை எல்லாம் சகித்துக்கொள்கிற பக்குவத்தை ஏற்படுத்திக்கொள்ள வேண்டும்.

மனித இயல்புகளில் உள்ள இந்தக் குறைபாடுகளைப் பார்த்து நாம் பாதிக்கப்பட்டு விடக்கூடாது.

வாழ்க்கை என்பதே மிகவும் சுருக்கமானது. ஏற்கனவே அதிலே தொல்லைகள் உண்டு.

அப்படி இருக்கிறபோது அதோடு கூட பகை, வெறுப்பு, கோபம் அவற்றையெல்லாம் சேர்த்துக்கொண்டு, இருக்கிற தொல்லைகளை இன்னமும் அதிகமாக்கிக் கொண்டிருக்கக்கூடாது.

பிரபலமாவதற்கும், வெற்றியைத் தொடுவதற்கும், மகிழ்ச்சியோடு இருப்பதற்கும் மூன்று கருத்துக்கள் மிகவும் முக்கியம்.

அதாவது நன்றி, நல்லெண் ணம், நல்வாழ்த்து.

நன்றி சொல்லுங்கள்.

நல்லலெண்ணத்தை காட்டுங்கள்.

நல்வாழ்த்துக்கள் கூறுங்கள்.

தோல்விகளிலேயிருந்து பாடம் கற்றுக் கொள்ள வேண்டும்.

தோல்வி என்பது இழிவு அல்ல.... அது பாடம்.

ஒருத்தர் தன்னுடைய நண்பரைப் பார்ப்பதற்காக ஆர்வத்தோடு புறப்பட்டுப் போனார்.

ஒரே மழை... சேறு... சகதி... தரையிலே கால் வைத்தால் வழுக்கி விடுகிற நிலைமை!

எப்படியோ ஒரு மாதிரியாகப் போய்ச் சேர்ந்துவிட்டார்.

அங்கே போய்ச் சேர்ந்ததும் சொன்னார்:

''இங்கே வந்து சேர்றதுக்குள்ளே படாதபாடு பட்டு விட்டேன்... ஒரு அடி முன்னேறினால் நாலு அடி பின்னாடி சறுக்கி விட்டுடுது.''

நண்பருக்கு ஆச்சரியம்.

''அது எப்படிங்க... ஒரு அடி முன்னேறினால் நாலு அடி பின்னாடி சறுக்கிவிட்டுதுங்கறீங்க... அப்புறம் எப்படி இங்கே வந்து சேர்ந்தீங்க?''

''அது ஒண்ணும் இல்லீங்க... நான் உடனே திரும்பி நின்று எங்க வீட்டுக்குப் போக முயற்சி பண்ணினேன்.... அதனாலே இங்கு வந்து சேர்ந்துட்டேன்...!''

■

தவறான பாடம்

அவனுக்குக் கடவுள் பக்தி அதிகம். அடிக்கடி கோயிலுக்குப் போவான். ஆண்டவனை வேண்டுவான்.

அதன் பிறகு காட்டுக்குப் போவான். விறகு வெட்டுவான். சந்தையில் கொண்டுபோய் விற்பனை செய்வான். அதிலிருந்து ஓரளவு வருமானம் வந்தது.

அதை வைத்துக் கொண்டு நிம்மதியாய் வாழ்க்கையை ஓட்டிக் கொண்டிருந்தான்.

இந்த நிலையில் ஒரு நாள் வழக்கம் போல அவன் காட்டுக்குப் போனான். அங்கே ஒரு நரியைப் பார்த்தான். அந்த நரிக்கு முன்னங்கால்கள் இரண்டும் இல்லை. ஏதோ விபத்தில் அந்த இரண்டு கால்களையும் அது இழந்திருந்தது.

ஒரு மரத்தடியில் அது உட்கார்ந்திருந்தது.

அந்த நரியை இவன் கவனித்தான். அப்போது இவன் மனசுக்குள்ளே ஒரு சந்தேகம். எண்ணிப் பார்த்தான்.

''இந்த நரிக்கு இரண்டு காலும் இல்லை. அப்படி இருக்கும்போது இதனால் எப்படி வேட்டையாடித் தன்னுடைய பசியைப் போக்கிக் கொள்ள முடியும்?''

இவன் இப்படி யோசித்துக் கொண்டிருக்கும்போதே அந்தப் பக்கம் ஒரு புலி வந்தது.

அதைப் பார்த்தவுடன் இவன் ஓடிப் போய் ஒரு மரத்துக்கு பின்னால் ஒளிந்து கொண்டான். மறைந்து நின்று கொண்டு அங்கே என்ன நடக்கிறது? என்பதைக் கவனித்தான்.

அந்தப் புலி என்ன செய்தது தெரியுமா?

ஒரு பெரிய மானை அடித்து இழுத்து கொண்டுவந்து அதை சாப்பிட்டது.

சாப்பிட்டது போக மீதியை அப்படியே அங்கேயே போட்டுவிட்டுப் போய்விட்டது.

புலி போனபிறகு, காலில்லா நரி மெதுவாக நகர்ந்து அதன் அருகில் வந்தது. மிச்சமிருப்பதை சாப்பிட்டது. இப்போது அதன் வயிறு நிறைந்தது. மெல்ல நகர்ந்து தன் இருப்பிடத்திற்கு போய்ச் சேர்ந்தது.

இவ்வளவையும் மரத்துக்குப் பின்னால் மறைந்து நின்றபடியே கவனித்துக் கொண்டிருந்தான் இவன்.

இப்போது இவன் மறுபடியும் யோசிக்க ஆரம்பித்தான்.

'இரண்டு காலும் இல்லாத வயசான நரிக்கே இறைவன் சாப்பாடு போட்டுவிடுகிறான். அப்படி இருக்கும்போது தினமும் கோயிலுக்குப் போய்ச் சாமி கும்பிடுகிற நமக்குச் சாப்பாடு போடாமல் விட்டு விடுவானா? நமக்கோ ஏற்கெனவே கடவுள் பக்தி அதிகம். நாம் ஏன் அனாவசியமாய் வெயிலிலும், பனியிலும் கஷ்டப்படணும்? எதுக்காக வேர்வை சிந்த விறகு வெட்டணும்?'

அவன் இப்படி யோசித்தான். அவ்வளவுதான்.

அதன் பிறகு அவன் காட்டுக்கே போவதில்லை. கோடாரியைத் தூக்கி எறிந்தான்.

கோயிலுக்குப் போனான். அங்கே ஒரு மூலையில் உட்கார்ந்து கொண்டான். 'கடவுள் நம்மைக் காப்பாற்றுவார். அவர் நமக்கு வேண்டிய சாப்பாட்டைக் கொடுப்பார்' என்று நம்பினான்.

□□

நாம் பாடம் கற்றுக்
கொள்ள
வேண்டியது
நரியிடமிருந்து
இல்லை...
புலியிடமிருந்து.

□□

கண்களை மூடிக்கொண்டு கோயில் மண்டபத்திலேயே ஒரு தூணில் சாய்ந்து உட்கார்ந்து கொண்டான்.

ஒவ்வொரு நாளாகப் போய்க் கொண்டே இருந்தது. சாப்பாடு வந்தபாடில்லை.

இவன் பசியாலே வாடிப்போனான். உடம்பு மெலிந்தது.

ஒரு நாள் இரவு நேரம் இவனைத் தவிர யாரும் அங்கே இல்லை. மெதுவாகக் கண்ணைத் திறந்தான். கடவுளைப் பார்த்தான்.

''ஆண்டவா... என்னுடைய பக்தியிலே உனக்கு நம்பிக்கை இல்லையா? காட்டிலே அந்த நரிக்குப் புலி மூலமாகச் சாப்பாடு போட்டாயே...! அதைப் பார்த்து விட்டுதானே இங்கே வந்தேன். என்னை இப்படித் தவிக்க விட்டு விட்டாயே இது நியாயமா?'' என்று முறையிட்டான்.

இப்போது அந்தக் கடவுள் வாயைத் திறந்து பேச ஆரம்பித்தார்.

''முட்டாளே... நீ பாடம் கற்றுக் கொள்ள வேண்டியது நரியிடமிருந்து இல்லே... புலியிடமிருந்து.''

இப்படி ஒரு கதையை நம்ம பெரியவர்கள் சொல்வதுண்டு. இதே மாதிரிதான் நாமும் வாழ்க்கையிலே பல சந்தர்ப்பங்களிலே தவறான பாடங்களைப் படித்துவிடுகிறோம்.

அல்லது சரியாகப் படித்தாலும் தவறாக அர்த்தம் பண்ணிக் கொள்கிறோம்.

அதனாலேதான் வாழ்க்கையில் அதிகமான குழப்பங்களை நாம் சந்திக்க வேண்டி வருகிறது.

ஒரு சின்னப் பையன்.

ஒரு பூனையைப் பிடித்து அதன் காதில் பாலை ஊற்றிக் கொண்டிருக்கிறான்.

அவன் அப்பா அதைப் பார்த்து விட்டுத் திட்டினார்.

''டேய்... அந்த வாயில்லா ஜீவனை ஏன்டா கஷ்டப் படுத்துறே?''

''வாயில்லா ஜீவன்னு நீதானே சொல்றே? அதனாலதான் அதன் காது வழியா பாலை ஊத்துறேன். அப்படியாவது குடிக்கட்டுமேன்னு...!''

அடித்தவருக்கு உதவலாமா?

ஒரு ஊரில் ஒரு மிகப்பெரிய ஞானி இருந்தார். அவர் ஒரு நாள் தமது வழக்கமான வழிபாடுகளை முடித்துக்கொண்டு இல்லறத்துக்குத் திரும்பி வந்து கொண்டிருந்தார்.

அன்றைக்குக் கொஞ்சம் காலதாமதமாகிவிட்டது.

இரவு நேரம்.

அவர் தனியாக நடந்து வந்து கொண்டிருக்கிறார்.

வழியிலே ஒரு குடிகாரன். அவன் கையிலே ஓர் இசைக் கருவி. இசையால் மற்றவர்களை மயக்க வேண்டிய அவன் அப்போது மதுவால் மயங்கிப் போயிருக்கிறான்.

அது மட்டுமல்ல, அளவுக்கு மீறிக் குடித்திருக்கிறான்.

ஆகவே அந்த இசைக் கருவியைக் கன்னாபின்னா என்று மீட்டிக் கொண்டு வாய்க்கு வந்தபடி எதையோ பாடிக்கொண்டிருக்கிறான்.

அதோடு இருந்தாலும் பரவாயில்லை. அந்த வழியே போவோர் வருவோரிடமெல்லாம் வம்பு வளர்த்துக் கொண்டிருக்கிறான்.

அவர்களையெல்லாம் வாய்க்கு வந்தபடி திட்டிக் கொண்டிருக் கிறான். பலரும் அவனைக் கண்டு பயந்து ஒதுங்கி பாதையோரமாகச் சென்று கொண்டிருக்கிறார்கள்.

அந்த நேரத்தில்தான் அந்த ஞானி அந்த வழியாக வந்து கொண்டிருக்கிறார்.

நிதானம் தவறி நின்று கொண்டிருக்கிற அந்த மனிதனைப் பார்க்கிறார். அவனுக்காகப் பரிதாபப்படுகிறார்.

அருகில் நெருங்குகிறார்.

அறிவுரை சொல்லுகிறார்.

"தம்பி இப்படியெல்லாம் நடந்துக்கலாமா? இது தவறல்லவா?"

அவனுக்கு கோபம் தலைக்கேறிவிடுகிறது. அறிவுரை சொல்ல வந்தவரை முறைத்துப் பார்க்கிறான்.

□□

கசப்பான வார்த்தைகளை நீங்கள் பேசியதாக நினைக்கிறேன். இத்துடன் நான் அனுப்பியிருக்கிற இனிப்புப் பண்டங்களைச் சாப்பிட்டு உங்கள் நாவிலே உள்ள கசப்பை மாற்றிக் கொள்ளுங்கள்.

□□

கையில் இருந்த இசைக்கருவியால் அந்த மாபெரும் ஞானியின் தலையில் ஓங்கி அடிக்கிறான்.

அந்தப் பெரியவரின் தலையிலிருந்து குருதி வழிகிறது. அந்த இசைக் கருவியும், அடித்த வேகத்தில் இரண்டாக உடைந்து விடுகிறது.

இவ்வளவு நடந்தும் அந்தப் பெரியவர் முகத்தில் எந்த வருத்தமும் தெரிய வில்லை. அவர் பாட்டுக்குத் தலையை பிடித்துக் கொண்டு போய்விட்டார்.

வாயைத் திறந்து ஒரு வார்த்தைக் கூடப் பேசவில்லை.

அடித்தவனுக்கோ இதைப் பார்த்து ஆச்சரியமாக இருந்தது.

குடிபோதையிலும் கூட அவன் கொஞ்சம் யோசிக்க ஆரம்பித்தான்.

மறுநாள் விடிந்தது.

அந்தக் குடிகாரன் இப்போது மயக்கம் தெளிந்திருக்கிறான்.

அவனைத் தேடி ஓர் ஆள் வந்தான்.

வந்தவன் கையில் இனிப்புப் பொட்டலமும் கொஞ்சம் பணமும் இருந்தது.

இவன் சந்தேகத்தோடு அவனை நிமிர்ந்துப் பார்த்தான்.

''யார் நீ?''

பெரியவர் என்னை அனுப்பினார்.

''எந்தப் பெரியவர்?''

''நேற்றுக் குடிபோதையில் ஒரு பெரியவரை இசைக் கருவியால் தலையில் அடித்தாயே? ஞாபகம் இருக்கிறதா?''

இவனுக்கு லேசாக ஞாபகம் வந்தது.

''ஆமாம்...அது கூட உடைஞ்சுப் போச்சு.''

''அது சம்பந்தமாத்தான் என்னை உன்கிட்ட அனுப்பியிருக்கிறார்.''

''நீ என்ன சொல்றே?''

''இந்தக் கடிதத்தைப் பார் புரியும்.''

இவன் அந்தக் கடிதத்தை வாங்கிப் படிக்கிறான்.

அதில் அந்த ஞானி எழுதியிருந்தார்.

'உங்களுடைய இசைக் கருவி உடைந்து போக என் தலை காரணமாக அமைந்துவிட்டது. அதற்காக நான் வருந்துகிறேன். அதற்கான பணத்தை அனுப்பியிருக்கிறேன். புதிதாக ஒரு இசைக் கருவி வாங்கிக் கொள்ளுங்கள்.

அப்புறம் இன்னொரு விஷயம். நேற்று இரவு என்னிடம் ஏகப்பட்ட கசப்பான வார்த்தைகளை நீங்கள் பேசியதாக நினைக்கிறேன். இத்துடன் நான் அனுப்பியிருக்கிற இனிப்புப் பண்டங்களைச் சாப்பிட்டு உங்கள் நாவிலே உள்ள கசப்பை மாற்றிக் கொள்ளுங்கள்.'

கடிதத்தைப் படித்து முடித்தபோது... அவன் கண்கள் கலங்கியிருந்தன. அறிவு தெளிந்திருந்தது.

தலை குனிந்துகொண்டு கொஞ்ச நேரம் யோசித்தான்.

பின்னர் ஒரு முடிவோடு எழுந்தான் . தன்னுடைய நண்பர்கள் சிலரையும் கூட அழைத்துக் கொண்டு அந்த ஞானியின் இருப்பிடம் சென்றான்.

''ஐயா! தெரியாமல் நான் இந்தப் பாவச்செயலைப் பண்ணிப் புட்டேன். என்னை மன்னிச்சுக்குங்க. உங்களுடைய பொறுமையும் போதனையும் என்னுடைய கண்ணைத் திறந்துட்டது. இனிமே நானும் என்னுடைய நண்பர்களும் நல்ல வழியிலே திருந்தி வாழப்போறோம்.''

அவன் கண்களிலிருந்து நீர் வழிந்தது.

''**இன்னா செய்தாரை ஒறுத்தல் அவர்நாண**

நன்னயம் செய்து விடல்.''

என்பது திருக்குறள். ஞானி செய்த நன்னயம் ஒரு குடிகாரனை எப்படி நல்லவனாக மாற்றியிருக்கிறது பார்த்தீர்களா? அது சரி...

அந்த ஞானி யார் என்று நினைக்கிறீர்கள்?

அவர்தான் பாயசீத் பிஸ்தாமி.

இந்த நிகழ்ச்சியைக் கேட்டுவிட்டு இந்தக் காலத்து ஆசாமி ஒருவர் சொன்னார்:

''என் வாழ்கையில்கூட அப்படி ஒரு சம்பவம் நடந்தது சார்... நானும் ஒரு நாள் ஓவரா குடிச்சிட்டு ஒரு கிட்டாரை வச்சிக்கிட்டுக்

கன்னாபின்னான்னு உளறிக்கிட்டு திட்டிக் கிட்டிருந்தேன். அந்த சமயம் அந்த வழியா ஒருத்தர் வந்தார். ஓங்கித் தலையிலே ஒரே அடி! தலையில ரத்தம் வந்திட்டுது. அதுக்கப்புறம் என் மனசு திருந்திடுச்சி சார்.''

''அப்படியா...?''

''ஆமாங்க... அடி விழுந்தது அவரு தலையிலே இல்ல. என் தலையிலே. வந்தவரு என்னை அப்படி அடிச்சுட்டாருங்க. மயக்கம் தெளிஞ்சதுக்கப்புறம்தாங்க எனக்கு விவரம் புரிஞ்சிது. அவர் ஒரு போலீஸ்காரர்.''

பரலோகம் என்றால் என்ன?

ஓர் ஊரில் ஒரு பாதிரியார் இருந்தார். அவர் தன் அன்றாடக் கடமைகளை ஒழுங்காகச் செய்து கொண்டிருந்தார். இவர் ஒரு நாள் மாடத்து சமையல் அறையில் பாத்திரங்களைக் கழுவிச் சுத்தம் செய்து கொண்டிருந்தார்.

அந்த சமயத்தில் யாரோ திடீர் என்று தன் கண்முன்னால் வந்து நிற்பது போல் அவருக்குத் தோன்றியது.

நிமிர்ந்து பார்த்தார்.

தேவதூதன்!

"ஆண்டவன் என்னை உங்களிடம் அனுப்பி வைத்திருக்கிறார். பரலோகத்திலே வாசம் செய்வதற்கான நேரம் உங்களுக்கு வந்து விட்டது."

"ஆண்டவருக்கு என்னோட ஞாபகம் வந்ததற்கு மிக்க நன்றி. ஆனாலும் இப்ப இங்கே நீயே பாரு... எவ்வளவு பாத்திரங்கள் இன்னும் பாக்கியிருக்கு. இவ்வளவையும் நான் கழுவித் துலக்கி சுத்தப்படுத்த வேண்டியிருக்கு. நான் நன்றி கெட்டவனாக இருக்க விரும்பவில்லை. இந்தப் பணிகள் எல்லாம் முடிகிற வரைக்கும் என் பரலோக வாழ்வைத் தள்ளி வைக்க முடியுமா? நீ என்ன நினைக்கிறே?"

தேவதூதன் அன்போடு அந்தப் பாதிரியாரை நோக்கினான். அந்தப் பார்வையில் அவனுக்கே உரிய விவேகம் இருந்தது. அப்புறம் சொன்னான்:

"சரி... என்ன செய்யலாம் என்பதை அப்புறம் வந்து சொல்கிறேன்" என்று சொல்லிவிட்டுப் புறப்பட்டுப் போய் விட்டான்.

அதற்குப் பிறகு ஒரு நாள்.

அந்தப் பாதிரியார் தோட்ட வேலை செய்து கொண்டிருந்தார். கொத்திக் களை எடுத்துக் கொண்டிருந்தார். அப்போது மறுபடியும் அந்த தேவதூதன் வந்தான். அவர் முன்னால் வந்து நின்றான்.

□ □
தொண்டு செய்வதை
விடவும் பெரிய
செயல் வேறு எதுவும்
இருக்க முடியாது.
அது நம் மனதுக்குத்
தருகிற சுகத்தை வேறு
எதுவும் தரமுடியாது.

□ □

பாதிரியார் நிமிர்ந்துப் பார்த்தார்.

"இதோ பாரு... இந்தத் தோட்டம் பூராவும் எவ்வளவு களைகள். அவ்வளவையும் அப்புறப்படுத்த வேண்டியிருக்கு. பரலோகம் கொஞ்சம் காலம் எனக்காகப் பொறுத்திருக்கலாம் என்று நீ நினைக்கிறாயா?''

தேவதூதன் முகத்தில் புன்னகை. சிரித்துக் கொண்டே அவன் திரும்பிப் போனான்.

பாதிரியார் தன் கடமைகளை ஒவ்வொன்றாக நிறைவேற்றினார். களையெடுத்து முடித்தார். தண்ணீர் பாய்ச்சினார். தானியக் குதிர்களுக்கு வர்ணம் பூசினார்.

இப்படி... ஒவ்வொரு வேலையாகச் செய்து கொண்டேயிருந்தார்.

ஒரு நாள்!

மருத்துவமனையில் நோயாளிகளை கவனிக்கிற வேலையிலே அவர் ஈடுபட்டிருந்தார்.

ஒரு நோயாளிக்குத் தாகம் எடுத்தது.

தண்ணீர்க் குவளையோடு நெருங்கினார். அந்த நோயாளியின் தாகம் தீர அவர் தண்ணீர் கொடுத்துக் கொண்டிருந்தபோது....

அந்த தேவதூதன் மறுபடியும் அவர் முன்னால் வந்து நின்றான்.

இந்தத் தடவை அந்த பாதிரியார் தன்னலமற்றவராக தன்னுடைய பேரன்பைக் காட்டும் வகையிலே தன்னுடைய இரு கைகளையும் உயர்த்தியபடி தேவதூதரின் கவனத்தைப் பிணியில் வாடக்கூடிய நோயாளிகளின் பக்கம் திருப்பினார்.

தேவதூதன் எதுவும் சொல்லவில்லை. மறைந்துவிட்டான்.

அன்று மாலை....

பாதிரியார் மடத்திலுள்ள தன்னுடைய அறைக்குப் போய் கொஞ்சம் இளைப்பாறினார். அப்போது யோசித்தார்.

'தேவதூதனின் விருப்பத்தைப் பல நாள் தள்ளிப் போட்டுக் கொண்டே வந்து விட்டோமே' என்று நினைத்தார்.

திடீரென்று தான் முதுமையடைவதையும் சோர்வடைவதையும் உணர்ந்தார்.

ஆண்டவனை நினைத்தார்.

"ஆண்டவரே... உம்முடைய தூதனை மறுபடியும் அனுப்பினால் நான் சந்திக்க ஆவலாயிருக்கிறேன்.''

அடுத்த கணமே தேவதூதன் வந்து நின்றான். பாதிரியார் நிமிர்ந்துப் பார்த்தார்.

நீ இப்போதே என்னை அழைத்துப் போகலாம். நான் பரலோகத்துக்கு வரத் தயாராக இருக்கிறேன்.

அப்போது தேவதூதன் அப் பாதிரி யாரை அன்போடும் விவேகத்தோடும் பார்த்தப்படி சொல்கிறான்:

◻◻
யாராவது தொண்டு செய்தால் அவர்களுக்கு உதவுவோம் என்று நினைக்கிறவர்களைவிட.. அவரைச் சுற்றி நின்று வேடிக்கை பார்க்கிறவர்களே அதிகம்.
◻◻

''நீங்க இதுவரைக்கும் வேறே எங்கே இருந்ததா நினைக்கிறீங்க?''

பரலோகம் என்றால் என்ன என்பதைப் புரிந்து கொள்வதற்கு இந்த நிகழ்ச்சி நமக்கு உதவுகிறது.

தொண்டு செய்வதை விடவும் பெரிய செயல் வேறு எதுவும் இருக்க முடியாது. அது நம் மனதுக்குத் தருகிற சுகத்தை வேறு எதுவும் தரமுடியாது.

இந்தக் காலம் அப்படியில்லை.

யாராவது தொண்டு செய்தால் அவர்களுக்கு உதவுவோம் என்று நினைக்கிறவர்களைவிட... அவரைச் சுற்றி வேடிக்கை பார்க்கிறவர்களே அதிகம்.

ஒரு பெரியவர் அப்படித்தான் தொண்டு செய்து கொண்டிருந்தார்.

ஒரு கோயில் கட்டிக் கொண்டிருந்தார்கள். அதில் ஓர் இடத்தில் ஒரு பலகையை வைத்து ஆணி அடிக்கிற வேலையைச் செய்து கொண்டிருந்தார் அந்தப் பெரியவர்.

ஒரு சின்னப் பையன் அதை மிகவும் ஊக்கமாக அக்கறையோடு கவ்னித்துக் கொண்டிருந்தான். பெரியவர் இதைக் கவனித்தார்.

''என்னப்பா பார்க்கிறே? உனக்கு இது மாதிரியெல்லாம் தொண்டு செய்யனும்னு ஆசையா இருக்கா?'' என்று கேட்டார்.

பையன் சொல்கிறான்:

''அப்படி இல்லீங்க. நீங்க ஆணி அடிக்கிறப்போ கையிலே சுத்தியாலே அடிச்சிக்கிட்டா எப்படி அலறித் துடிப்பீங்கன்னு பார்க்கறதுக்கு ஆசை. அதுக்காகத்தான் காத்துக்கிட்டிருக்கேன்.''

■

அது என்னவாக இருக்கும்?

இந்த உலகத்தில் எல்லோருக்கும் மகிழ்ச்சி தரக்கூடிய ஒரு பொருள் எது?

இது ஒரு முக்கியமான கேள்வி.

இந்தக் கேள்விக்கு பொருத்தமான பதிலை உங்களாலே சொல்ல முடியுமா?

கொஞ்சம் யோசித்துப் பாருங்கள்.

பணம் என்று சொல்லலாமா?

கையில் காசு இல்லாமல் அலைந்து கொண்டிருக்கும் ஒருவனிடம் பத்து ரூபாயைக் கொடுத்தால் அது அவனுக்கு மகிழ்ச்சியைக் கொடுக்கும்.

ஏற்கனவே வருமான வரிப் பிரச்சினையிலிருக்கிற ஒருவரைப் பார்த்து, 'இந்தாங்க பத்து லட்ச ரூபாய்... இதையும் வச்சிக்குங்க' என்றால் அது அவருக்கு மகிழ்ச்சியையா கொடுக்கும்?

எரிச்சலைத்தான் உண்டு பண்ணும்?

ஆக, பணம் என்பது எல்லோருக்கும் மகிழ்ச்சியைத் தரக்கூடிய ஒரு பொருள் இல்லை என்பது புரிகிறது.

அப்படியானால் வேறு எதைச் சொல்வது?

இனிப்பு என்று சொல்லலாமா?

சர்க்கரை வியாதிக்காரர்களுக்கு அது எந்த விதத்தில் மகிழ்ச்சியைக் கொடுக்கும்?

ஆக, அதுவும் இல்லை என்பது புரிகிறது.

அப்படியானால் வேறு எதைத்தான் சொல்லுவது?

இந்த உலகத்தில் எல்லோருக்கும் வேறுபாடு இல்லாமல் மகிழ்ச்சியைக் கொடுக்கக் கூடியது வேறு ஏதோ ஒன்று இருக்கிறது.

அது என்ன?

◻ ◻
அன்பு ஒன்றுதான்
எல்லோருக்கும் இன்பம்
அளிக்கக்கூடிய பொருள்.
காது கோளாதவர்களும்
அதைக் கேட்க முடியும்.
பார்வையில்லாதவர்களும்
அதைப் பார்க்க முடியும்.
குழந்தைகளும்
அதை உணர முடியும்.
◻ ◻

அதை இன்னும் கொஞ்ச நேரத்தில் கண்டுபிடிப்போம்.

முதலில் கதையைக் கேளுங்கள்.

ஓர் ஊரிலே ஒரு மன்னர் இருந்தார். அவருக்கும் இதே சந்தேகம் வந்தது.

அதாவது எல்லோருக்கும் இன்பம் தரக்கூடிய பொருள் எது என்கிற சந்தேகம்.

இந்த சந்தேகத்தைத் தெளிவுபடுத்திக் கொள்ள அவர் விரும்பினார்.

'இதற்கு என்ன செய்வது....?' யோசித்தார்.

அப்புறம் ஒரு முடிவுக்கு வந்தார். அதன்படி நாட்டு மக்களுக்குப் பகிரங்கமாக ஓர் அறிவிப்புக் கொடுத்தார்.

நாடெங்கும் அந்தச் செய்தி அறிவிக்கப்பட்டது.

"இதனால் சகலமான பேர்களுக்கும் தெரிவிப்பது என்னவென்றால்... நம் மன்னருக்கு ஒரு சந்தேகம். எல்லாத் தரப்பு மக்களுக்கும் வேறுபாடு இல்லாமல் இன்பம் தரக்கூடிய ஒரு பொருள் எது? இதுதான் அந்தச் சந்தேகம்.

நீங்கள் அந்தப் பொருளை கொண்டு வந்து அரண்மனையில் உள்ள காட்சி மண்டபத்தில் வைக்கலாம்.

நீங்கள் வைக்கிற பொருள் சரியானதாக இருந்தால், உங்களுக்கு ஆயிரம் பொற்காசுகள் பரிசு அளிக்கப்படும். இது அரசாங்க உத்தரவு!"

மக்கள் அந்த அறிவிப்பைக் கேட்ட பிறகு சுறுசுறுப்பானார்கள். தீவிரமாக சிந்திக்க தொடங்கினார்கள். அவர்களுக்குத் தோன்றிய வகையில் ஆளுக்கொரு பொருளைக் கொண்டு வந்தார்கள். ஒரு சில நாள்களில் மண்டபம் நிரம்பி வழிந்தது.

அதன் பிறகு ஒரு நாள் அரசரும், மற்றவர்களும் அங்கே வருகிறார்கள். ஒவ்வொரு பொருளையும் கவனிக்கிறார்கள்.

முதலில் அவர்கள் கண்ணில் பட்ட காட்சிப் பொருள் ஒரு குயில். இனிமையாகப் பாடக்கூடிய ஒரு குயில்.

மன்னர் சிந்தித்தார்.

இந்தக் குயில் இன்னிசை பாடக்கூடியதுதான். இந்த இன்னிசை எல்லோருக்கும் இன்பம் தரக்கூடியதுதான். இருந்தாலும், காது கேளாதவர்களுக்கு அந்த இசை எப்படி இன்பம் தர முடியும்? ஆக இது சரியில்லை.

அடுத்து நடந்தார்கள்.

அங்கே மயில் ஒரு காட்சிப் பொருளாக வைக்கப்பட்டிருந்தது. அழகான மயில் தன் தோகைகளை விரித்து ஆடிக் கொண்டிருந்தது. இந்த மயிலின் ஆட்டம் மனத்துக்கு இன்பம் தரக்கூடியதுதான். இருந்தாலும், பார்வையற்றோர் இந்த ஆட்டத்தைப் பார்த்து ரசிக்க முடியாதே....!

எனவே இதுவும் சரியில்லை என்ற முடிவோடு அப்பால் நகர்ந்தார்.

பலவகையான இனிப்புப் பண்டங்களை அடுக்கி வைத்திருந்தார்கள். வயதானவர்களுக்கும் நோயாளிகளுக்கும் இது இன்பம் தராது. துன்பம்தான் கொடுக்கும்.

அடுத்து..... அழகான மலர்கள்... கனிகள்.... ஓவியங்கள்.... எதுவும் பொருத்தமானதாகத் தெரியவில்லை.

அனைத்து மக்களுக்கும் மகிழ்ச்சி தரக்கூடிய வகையில் எதுவுமே அமையவில்லை. ஆனாலும் மன்னர் தொடர்ந்து பார்த்து கொண்டே வந்தார்.

அங்கே...

ஒரு களிமண் பொம்மை. அது என்ன பொம்மை தெரியுமா? பசியாலே வாடியிருக்கிற ஒருவருக்கு ஒரு அன்னை இனிமையாகப் பேசிக்கொண்டே சோறு போடுவது போல அந்த பொம்மையைச் செய்திருந்தார்கள்.

அதற்குக் கீழே, அன்பு என்று எழுதியிருந்தது.

"ஆகா... இதுதான் அது" என்றார் மன்னர்.

"அந்த பொம்மையைச் செய்த சிற் பியை அழைத்து வாருங்கள்' என்றார்.

> ◻ ◻
> இன்றைக்கு அன்பைக் கூடத் திரைப்படத்தில்தான் பார்க்க முடிகிறது. நிஜ வாழ்க்கையில் பார்க்க முடிவதில்லை.
> ◻ ◻

"இதைக் கொண்டு வைத்தது யார்?" என்றார்.

"நான்தான்" என்றார் ஒருவர்.

உடனே ஆயிரம் பொற்காசுகளை அள்ளி அவரிடம் வழங்கினார்.

அப்புறம் சொன்னார்:

"அன்பு ஒன்றுதான் எல்லோருக்கும் இன்பம் அளிக்கக் கூடிய பொருள். காது கேளாதவர்களுக்கும் அதைக் கேட்க முடியும். பார்வையில்லாதவர்களுக்கும் அதைப் பார்க்க முடியும். குழந்தைகளும் அதை உணர முடியும்."

இப்போது புரிகிறதா அன்பின் பெருமை?

இளைஞர்களே... அன்பை வழங்கத் தயாராகுங்கள்.

அழகாக விரியும் உங்கள் சிறகுகள்!

இன்றைக்குஅன்பைக்கூட திரைப் படத்தில்தான் பார்க்க முடிகிறது. நிஜ வாழ்க்கையில் பார்க்க முடிவதில்லை.

ஒரு கணவனும் மனைவியும் சினிமாவுக்குப் போனார்கள்.

சினிமாவில் கதாநாயகனும் கதாநாயகியும் கட்டிப்பிடித்து கொஞ்சினார்கள். அதைப் பார்த்தவுடன் மனைவி கேட்டாள்...

"அதோ பாருங்கள்... அவர்கள் எவ்வளவு அன்பா இருக்காங்க.... நீங்க இப்படியெல்லாம் ஒரு நாளாவது இருந்ததுண்டா?"

உடனே கணவன் சொன்னான்:

"உனக்கு ஒரு உண்மை தெரியலைன்னு நினைக்கிறேன். இது சினிமா. வெறும் நடிப்பு. அதைப் புரிஞ்சுக்கோ."

"உங்களுக்குத்தான் உண்மை தெரியலை... அவங்க ரெண்டு பேரும் நிஜ வாழ்க்கையிலும் கணவன் - மனைவிதான்!"

"ஓ... அப்படியா? அப்படியானால் இது பிரமாதமான நடிப்புத்தான்!"

∎

ஒரு தலைவர் எப்படி இருக்க வேண்டும்?

ஓர் ஊரிலே ஒரு மன்னர் இருந்தார். ஒரு நாள் அவர் காட்டுக்குப் போனார் வேட்டையாடுவதற்காக....!

வழியில் ஓர் இடத்தில் தங்கினார். அது ஒரு கிராமம்.

அந்த ஊருக்குக் கொஞ்சம் தள்ளி ஒரு சத்திரம் இருந்தது. மன்னரும் உடன் சென்றவர்களும் அங்கே இறங்கிச் சற்று இளைப்பாறினார்கள்.

சாப்பிடும் நேரம் வந்தது. அரண்மனையில் இருந்து கொண்டு வந்திருந்த உணவு வகைகளை எடுத்துப் பரிமாறினார்கள்.

அனைவரும் சாப்பிட ஆரம்பித்தார்கள். அப்போதுதான் ஒரு விவரம் புரிந்தது. அதாவது சாப்பாட்டில் உப்பு போதவில்லை. கொஞ்சம் குறைவாக இருந்தது.

உடனே மன்னர் என்ன செய்தார் தெரியுமா?

ஒரு பணியாளை கூப்பிட்டார்.

"இதோ பார்... இப்போ நீ என்ன செய்யறே... குதிரையில ஏறி நேரா அரண்மனைக்குப் போ... அங்கே போய்க் கொஞ்சம் உப்பு எடுத்துக் கொண்டு வா" என்றார்.

அருகில் நின்று கொண்டிருந்த அமைச்சர் இதைக் கவனித்தார். உடனே மெல்லக் குனிந்தார். மன்னரிடம் சொன்னார்:

"அரசே... கொஞ்சம் உப்புக்காக இங்கேயிருந்து அவ்வளவு தூரத்துக்குப் போகணுமா? இப்ப நாம தங்கியிருக்கிற இந்தக் கிராமமும் நமது ஆட்சிக்கு உட்பட்ட பிரதேசம்தானே? இங்கே ஏதாவது ஒரு வீட்டிலே கொஞ்சம் உப்பு என்றால் மலை மலையாக குவிந்து விடாதா? இந்தச் சின்னத் தேவைக்காக ஒரு சேவகனை அரண்மனை வரை அனுப்ப வேண்டுமா?"

□ □

ஒரு கூட்டத்துக்குத் தலைவராக இருக்கிறவர் மிகவும் எச்சரிக்கையாக நடந்துகொள்ளவேண்டும். அவர் சின்னத் தவறு செய்தாலும் அவருக்குப் பின் வந்து கொண்டிருக்கிறவர்கள் அதைப் பின்பற்றுவார்கள்.

□ □

அமைச்சர் இப்படிச் சொன்னதும் அரசர் அவரை நிமிர்ந்து பார்த்தார்.

"அமைச்சரே.... நீங்க சொல்ற மாதிரி இங்கே கொஞ்சம் உப்பு வாங்கினேன் என்று தெரிஞ்சாப் போதும்... நம்ம கூட வந்திருக்கிற ஊழியர்கள் இந்த ஊரையே அல்லவா வாங்கிவிடுவார்கள்?"

அமைச்சர் பிறகுதான் யோசிக்க ஆரம்பித்தாராம்.

அரசர் சொல்வது உண்மைதான்.

ஒரு கூட்டத்துக்கு தலைவராக இருக்கிறவர் எவ்வளவு எச்சரிக்கையாக நடந்து கொள்ள வேண்டும் என்பதற்கு இது ஒரு சின்ன உதாரணம்.

வழிகாட்டுகிறவர் சின்னத் தவறு செய்தாலும் அவருக்குப் பின் வந்து கொண்டிருக்கிறவர்கள் அதையே பின்பற்றுவார்கள். ஆகவே ஒரு தலைவருக்கு இருக்க வேண்டிய தகுதிகளில் இது முக்கியம்.

அடுத்தபடியாக அவருக்கு இருக்க வேண்டிய தகுதி, வாக்குத் தவறாமை.

சொல்வது ஒன்று செய்வது ஒன்றாக இருக்கக் கூடாது. இதற்கும் ஒருகதை உண்டு.

ஒரு ராஜா.

அவருக்கு ஒரு நண்பர்.

அந்த நண்பர் மன்னரைப் பார்ப்பதற்காக வந்தார்.

"அரசே... என்னுடைய பிள்ளைகளுக்கு தின்பண்டம் வாங்க வேண்டும். ஒரு ரூபாய் இருந்தால் கொடுங்களேன்" என்றார்.

"சரி... நீ கேட்டபடி பணம் தருகிறேன். ஆனால் அதற்கு முன்னால் நாம ரெண்டு பேரும் ஒரு வில்வித்தை போட்டியைப் பார்த்துவிட்டு வருவோம்" என்றார் மன்னர்.

இருவரும் புறப்பட்டார்கள். போட்டி நடைபெறுகிற இடத்துக்குப் போய்ச் சேர்ந்தார்கள்.

அங்கே பெரிய பெரிய வீரர்கள் எல்லோரும் அம்பு விட்டுக் கொண்டிருக்கிறார்கள்.

ஆனால் எந்த அம்புமே சரியான இடத்துக்குப் போய்ச் சேரவில்லை. எல்லாம் குறி தவறிக் கொண்டிருந்தன.

மன்னர் பார்த்தார். அவருக்குக் கோபம் வந்துவிட்டது.

"என்ன இது? யாருக்குமே சரியாக அம்புவிடத் தெரியவில்லை" என்று சொல்லிக் கொண்டே ஒரு வில்லையும் அம்பையும் வாங்கினார். தன் கூட வந்திருந்த நண்பரிடம் கொடுத்தார்.

"நீ இந்த அம்பை விடு பார்க்கலாம்."

இவர் அம்பை எய்தார். அது குறி தவறாமல் போய் அந்தப் புள்ளியிலே குத்தியது. மன்னருக்கு இது ரொம்பப் பெருமையாக இருந்தது.

உடனே ஒரு நூறு ரூபாயை எடுத்து அவருக்கு அன்பளிப்பாகக் கொடுத்தார். போட்டியெல்லாம் முடிந்த பிறகு மன்னரும் நண்பரும் அரண்மனைக்குத் திரும்பினார்கள்.

சிறிது நேரம் இருவரும் பேசிக் கொண்டிருந்தார்கள். அரசனுக்கோ தலைக்கு மேல் வேலை இருந்தது. அதனால் நண்பருக்கு விடை கொடுத்தார். ஆனால் நண்பரோ நகருவதாக இல்லை. கடைசியில் அவர் தயங்கியபடியே,

"மன்னா... கொடுத்த வாக்குறுதியை மறந்துட்டீங்களே?" என்றார்.

"என்ன வாக்குறுதி?" என்றார் மன்னர் வியப்போடு.

"எனக்கு ஒரு ரூபாய் தர்றதாகச் சொன்னீங்களே..."

❑❑
கொடுக்கிறதா வாக்களிக்காத நூறு ரூபாய் கொடுக்கிறதா வாக்களித்த ஒரு ரூபாய்க்கு ஈடாகாது.
❑❑

"அதுதான் நூறு ரூபாய் கொடுத்தேனே."

அப்போது அந்த நண்பர் மன்னனைப் பார்த்துச் சொல்கிறார்:

"கொடுக்கிறதா வாக்களிக்காத நூறு ரூபாய், கொடுக்கிறதா வாக்களித்த ஒரு ரூபாய்க்கு ஈடாகாது. மன்னராக இருக்கிறவர் சொன்ன சொல்லைக் காப்பாற்ற வேண்டும். அதுதான் முறை.''

ஒரு தேசத்துக்கு மன்னராக இருக்கிறவர் அல்லது ஒரு நாட்டுக்குத் தலைவராக இருக்கிறவர் எப்படி இருக்க வேண்டும் என்பதற்கு இது ஓர் எடுத்துக் காட்டு.

மன்னரிடம் வேலை பார்க்கிறவர்களும் மக்களைக் கஷ்டப்படுத்தாதவர்களாக இருக்க வேண்டும்.

ஓர் அரண்மனையிலே விருந்து நடந்து கொண்டிருக்கிறது.

அந்த ஊர் வழக்கப்படி ஓர் எலுமிச்சம் பழத் துண்டை எடுத்து எல்லோரும் அவரவர் உணவிலே பிழிந்து கொண்டு அடுத்தவர்களுக்குக் கொடுத்துக் கொண்டிருக்கிறார்கள்.

அடுத்தபடியாக இருந்தவர் கைக்கு இது வந்து சேர்ந்தது. பிழிந்தார். சாறு வரவில்லை. உடனே அங்கிருந்த ஒரு பயில்வான் அங்கே வந்தார். அதைப் பிழிந்தார்.

ஒரு சொட்டு மட்டுமே வந்தது.

பழம் இப்போது சக்கையாகப் போய்விட்டது. இனிமேல் தூக்கிப் போட வேண்டியதுதான் என்று எல்லோரும் நினைத்தார்கள். ஆனால் பிறகு கடைசியாக இருந்த ஒருத்தர் அதை எடுத்தார். அவர் பார்வைக்கு நோஞ்சான் மாதிரி எலும்பும் தோலுமாக இருந்தார். இருந்தாலும் அவர் அந்தச் சக்கையை எடுத்துப் பிழிந்தார். ஏகப்பட்ட சாறு அதிலிருந்து கொட்டியது.

எல்லோருக்கும் ஆச்சர்யம்.

"கசக்கிப் பிழியறதிலே இவ்வளவு கெட்டிக்காரராய் இருக்காரே.... இவர் யார்?" என்று கேட்டார் மன்னர்.

பக்கத்திலிருந்தவர்கள் சொன்னார்கள்:

"இவர்தான் நம்ம ஊர் ஜனங்கள்கிட்ட வரி வசூல் பண்றவர்."

கதவுகளைத் திறந்து விடுங்கள்!

ஒருத்தன் கூட நாம் சண்டை போடுகிறோம். அதில் நாமே வெற்றி பெறுவதாகவே வைத்துக் கொள்வோம்.

நாம் வெற்றி பெற்றால் அது நமக்கு மகிழ்ச்சியாகத்தான் இருக்கும்.

ஆனாலும் உள்ளுக்குள் ஒரு பயமும் உண்டாகலாம் .

"தோற்றுப் போனவன் சும்மா இருப்பானா? பழி வாங்குவதற்குச் சமயம் பார்த்துக் கொண்டு இருக்க மாட்டானா?" என்று மனம் எண்ணும்.

□□

வெற்றியின் ஒரு பக்கம் மகிழ்ச்சியாக இருந்தாலும் இன்னொருபுறம் அச்சமாக இருக்கும்.

□□

எனவே ....

வெற்றியின் ஒரு பக்கம் மகிழ்ச்சியாக இருந்தாலும், இன்னொருபுறம் அச்சமாக இருக்கும்.

ஒரு மன்னன் இருந்தான்.

ஏராளமான போர்க்களங்களைக் கண்டவன். எத்தனையோ மன்னர்களைப் புறமுதுகிட்டு ஓடச்செய்தவன்.

அதன் காரணமாகவே ஒரு பயம் அவனுக்குள் உண்டாயிற்று.

'பகை மன்னர்கள் எல்லோரும் ஒன்று சேர்ந்து படையெடுத்து வந்துவிட்டால் என்ன செய்வது?'

அவன் நடுங்க ஆரம்பித்தான்.

அமைச்சர்கள் இதைக் கவனித்தார்கள்.

"ஏன் ஒரு மாதிரியாக இருக்கீங்க?'' என்று கேட்டார்கள். மன்னன் தன் பயத்துக்கான காரணத்தைச் சொன்னான்.

"ஏற்கனவே நம்மிடம் தோற்றவர்கள் இப்போது மறுபடியும் ஒன்று சேர்ந்து திரண்டு வந்தால் என்ன செய்வது?''

அமைச்சரவை கூடியது.

அரசன் அவர்களைக் கலந்து ஆலோசித்தான். அதன்படி ஒரு திட்டம் தீட்டப்பட்டது.

உடனே பெரிய மாளிகை ஒன்றைப் புதிதாகக் கட்டினார்கள். மிகவும் பாதுகாப்பான மாளிகை. இதற்கு ஜன்னல்கள் எதுவும் கிடையாது. உள்ளே போகவும் வெளியே வரவும் ஒரே ஒரு சிறிய கதவு மட்டுமே உண்டு.

அதைத் தவிர அந்த மாளிகையில் வேறு எந்த வழியும் கிடையாது. சின்ன துவாரம் தெரிந்தால் கூட அதைச் சுத்தமாக அடைத்து விட்டார்கள்.

அந்த ஒரே ஒரு சிறு கதவைப் பாதுகாப்பதற்கும் ஏராளமான வீரர்கள் காவலுக்கு நிறுத்தி வைக்கப் பட்டார்கள். இவ்வளவும் செய்து முடித்த பிறகுதான் அந்த மன்னனுக்கு மனம் நிம்மதியடைந்தது.

ஒரு நாள் மன்னனும் அமைச்சரும் அந்தச் சிறு கதவைத் திறந்து கொண்டு வெளியே வந்தார்கள். "என்ன அமைச்சரே... எப்படி நம்ம ஏற்பாடு?" என்றார் மன்னர் அட்ட காசமாகச் சிரித்துக் கொண்டு.

"ஆகா... அற்புதம்!" என்றார் அமைச்சர்.

அவர் வேறு எப்படிச் சொல்ல முடியும்?

அங்கே வீதி ஓரமாக ஒரு பெரியவர் உட்கார்ந்திருந்தார். மன்னர் சிரித்ததும் பேசியதும் அவர் காதில் விழுந்தது. அவரும் சிரித்து விட்டார்.

அவர் சிரித்ததைப் பார்த்ததும் மன்னருக்குக் கோபம் வந்து விட்டது.

"எதுக்காக சிரிச்சே...?" என்று கேட்டார்.

பெரியவர் சொன்னார்.

"ரொம்பவும் புத்திசாலித்தனமாகத் தான் இந்த மாளிகையை கட்டியிருக்கீங்க... ரொம்ப பாதுகாப்பாத்தான் இருக்கு. இருந்தாலும் ஒரு குறை தெரியுது..."

"என்ன குறை?"

"வேற வழியே வைக்காம மாளிகையை கட்டின நீங்க என்னத்துக்காக ஒரே ஒரு வழியை மட்டும் வச்சிருக்கிங்க? அந்த வழியா எதிரிகள் நுழைஞ்சுட்டா என்ன பண்ணுவீங்க?"

"என்ன பண்றது?"

"அதையும் ஒரு கருங்கல் சுவர் எழுப்பி அடைச்சுடுங்க. அதுதான் நல்லது. அதுக்கப்புறம் எதிரிகளைப் பற்றிய பயம் கொஞ்சம் கூட இல்லாமல் நீங்க உள்ளே உக்காந்துக்கலாம். அதுதான் ரொம்ப பத்திரம்."

மன்னன் யோசித்தான்.

பளிச்சென்று ஒரு யோசனை....

"அது சரி... நீ சொல்ற மாதிரி அந்த ஒரு வழியையும் அடைச்சிட்டா அந்த மாளிகை ஒரு கல்லறை மாதிரி ஆயிடுமே...?"

"இப்ப மட்டும் இது எப்படி இருக்கு? கல்லறை மாதிரித்தானே இருக்கு?" என்றார் பெரியவர்.

அவர் மேலும் சொன்னார்:

"எதிரி வந்து உங்களைச் சாகடிக்கவில்லை என்றாலும் நீங்களாக ஒரு நாள் சாகத்தானே போறீங்க...?"

மன்னன் சிந்திக்க ஆரம்பித்தான்.

பெரியவர் சொன்னார்:

"உங்க மாளிகையில் எவ்வளவு கதவுகளும் ஜன்னல்களும் இருக்கோ... அந்த அளவுக்கு வெளி உலகத்தோட உங்களுக்குத் தொடர்பு இருக்கும். அந்த அளவுக்கு உங்க வாழ்க்கையிலே ஓர்

□ □

உங்க மாளிகையில் எவ்வளவு கதவுகளும் ஜன்னல்களும் இருக்கோ... அந்த அளவுக்கு வெளி உலகத்தோட உங்களுக்குத் தொடர்பு இருக்கும்; உங்க வாழ்க்கையிலே ஓர் இயக்கம் இருக்கும். கதவுகளை மூடமூட வாழ்க்கையும் அடைபட்டுப் போகும்.

□ □

இயக்கம் இருக்கும். கதவுகளை மூட மூட உங்கள் வாழ்க்கையும் அடைப்பட்டுப் போகிறது!''

மன்னன் மரியாதையோடு பெரியவரைக் கவனித்தான்.

அவர் தொடர்ந்து பேசினார்....

"நான் கூட ஒரு காலத்தில் மாளிகையிலேதான் இருந்தேன். அதன் சுவர்களை எவ்வளவுதான் தள்ளி போட்டாலும் என் வாழ்க்கைக்கு அவை எல்லைக்கோடுகளாக இருப்பதை நான் உணர்ந்தேன். வாழ்வுக்கு எல்லையே இருக்கக் கூடாது என்று நினைத்தேன். இப்படி வந்துவிட்டேன். இப்போது என் வாழ்வுக்கு வானம்தான் கூரை. இந்த நிலம்தான் என் மாளிகை. இப்போதுதான் வாழ்க்கையை முழுமையாக என்னால் உணர முடிகிறது. அனுபவிக்க முடிகிறது.''

அரசன் அந்தப் பெரியவரின் காலில் விழுந்தான்.

அவனுக்கு வாழ்க்கையின் தத்துவம் புரிய ஆரம்பித்தது.

அடுத்த நாளே.... தன் மாளிகைக்கு ஆயிரக்கணக்கான ஜன்னல்களையும் கதவுகளையும் வைக்கும்படி உத்தரவு போட்டான்.

இதுதான் வாழ்வின் ரகசியம்.

கதவுகளைத் திறந்து விடுங்கள்.

காற்று வரட்டும்.

ஒரு சுடுகாடு. அங்கே ஒரு கல்லறையின் மீது கால்மேல் கால் போட்டு உட்கார்ந்திருந்தான் ஒருவன்.

அந்த வழியாகப் போன ஒருவர் அவனைப் பார்த்துக் கேட்டார்.

"ஏம்பா.... இப்படிப் பேய் பிசாசு நடமாடுகிற இந்த மயானத்துக்கு வந்து கல்லறை மேலே உக்காந்திருக்கியே உனக்குப் பயமாக இல்லையா?"

அவன் சொன்னான்:

"எவ்வளவு காலம்தாங்க உள்ளேயே அடைபட்டுக் கிடக்கிறது...? புழுக்கமாக இருந்தது. அதுதான் காத்து வாங்கலாம்னு இப்படி வெளியே வந்தேன்...!

அது என்ன ரகசியம்?

ஓர் ஊரிலே ஒரு மன்னன் இருந்தான்.

கொடுங்கோல் மன்னன்.

அவன் மக்களுக்கு நிறைய தொல்லை கொடுத்துக் கொண்டிருந்தான்.

அவன் ஒரு சமயம் என்ன செய்தான் தெரியுமா?

ஒரு தவறும் செய்யாத ஓர் அப்பாவி இளைஞனை பிடித்துச் சிறையில் அடைத்துவிட்டான். அந்த இளைஞனின் உறவினர்கள் எல்லோரும் மன்னனிடம் சென்றார்கள். முறையிட்டார்கள்.

"அரசே... அவன் ஒரு தவறும் செய்யவில்லை. அவனை தயவு செய்து விடுதலை செய்யுங்கள்'' என்று கெஞ்சினார்கள்.

இந்த மன்னன் கொஞ்சம் யோசனை பண்ணினான். அப்புறம் அந்த இளைஞனைக் கொண்டுவரச் சொன்னான்.

அவனைக் கொண்டு வந்து நிறுத்தினார்கள்.

மன்னன் சொன்னான்:

"இதோ பாருப்பா... உன்னை நான் விடுதலை பண்ணுவேன். ஆனா ஒரு நிபந்தனை. அந்த நிபந்தனையை நிறைவேற்றினால்தான் உனக்கு விடுதலை.''

"அப்படியே ஆகட்டும் மன்னா... நிபந்தனை என்ன சொல்லுங்கள்.''

"உன்கிட்டே ஒரு செம்மறி ஆட்டை ஒப்படைக்கப் போறேன். ஒரு மாசத்துக்குத் தேவையான தீனியையும் கொடுக்கப் போறேன் ஒரு மாசம் கழிச்சு அந்த ஆட்டை எடை போட்டுப் பார்ப்பேன். அந்த ஆட்டின் எடை கொஞ்சம்கூடக் கூடியிருக்கக் கூடாது. எடை அதிகமாக இருந்தால் உனக்கு விடுதலை கிடையாது. என்ன சொல்ற...?''

''மன்னனின் நிபந்தனையைக் கேட்டதும் இளைஞன் குழம்பிப் போனான். எடை அதிகமாகாமல் பராமரிப்பது எப்படி?" யோசித்தான். ஒன்றும் புரியவில்லை.

□ □
சாப்பிடுகிற சமயத்தில்
அமைதியாக
இருந்தால்தான்
சாப்பிடுகிற சாப்பாடு
உடம்பில் சேரும்.
அவசரத்திலேயும்
பயத்திலேயும் சாப்பிடுகிற
சாப்பாடு செரிக்காது.

□ □

இது ஒன்றும் சரியாக வராது என்று தோன்றியது. நமக்கு விடுதலை இல்லை என்று தோன்றியது. பயந்து போனான்.

பரிதாபமாக மன்னனை நோக்கினான்.

மன்னன் பார்த்தான்.

"சரி உனக்கு ஒரு நாள் அவகாசம் தருகிறேன். நன்றாக யோசித்துப் பார்... நாளைக்கு உன் முடிவைச் சொல்."

இளைஞனும் "சரி" என்று தலையசைத்து விட்டு வெளியே வந்தான். வழியில் ஒரு பெரியவர் நின்று கொண்டிருந்தார். அவரிடம் தன் நிலைமையைச் சொன்னான்.

பெரியவர் யோசித்தார். பிறகு அந்த இளைஞனை அருகில் அழைத்தார். அவன் காதோடு காதாக ஒரு வழியைச் சொல்லிக் கொடுத்தார்.

மறுநாள்....

மன்னன் முன்னால் வந்து நின்றான்.

"அரசே.... உங்கள் நிபந்தனையை ஏற்றுக் கொள்கிறேன்" என்றான். மன்னன் உடனே கையைத் தட்டி "யாரங்கே?" என்றான். அரண்மனைச் சேவகர்கள் வந்து நின்றார்கள். "இந்த இளைஞனுக்கு ஒரு செம்மறி ஆட்டையும் அதற்கு ஒரு மாதத்துக்குத் தேவைப்படும் தீவனத்தையும் கொடுத்தனுப்புங்கள்" என்று உத்தரவிட்டான்.

அதன்படியே பணியாளர்கள் கொண்டுவந்து கொடுத்தார்கள். தீவனத்தைப் பெற்றுக்கொண்டு, ஆட்டுக் குட்டியை ஓட்டிக் கொண்டு வெளியேறினான். ஒரு மாதம் நாள் தவறாமல் ஆட்டுக்கு அந்த தீவனத்தைப் போட்டான்.

ஒரு மாதம் கழித்து அந்த ஆட்டை ஓட்டிக் கொண்டு அரண்மனைக் குப் போனான். மன்னன் அதை எடை போட்டுப் பார்த்தான். எடை அதிகரிக்கவில்லை.

அப்படியேதான் இருந்தது.

உடனே, போட்ட நிபந்தனைப்படி அந்த இளைஞனை விடுதலை செய்தான்.

மகிழ்ச்சியோடு வெளியே வந்தான் இளைஞன். அந்தப் பெரியவரைத் தேடிப் போனான். அவருக்கு நன்றி சொன்னான், அருமையான யோசனையைச் சொல்லிக் கொடுத்ததற்காக.

அது சரி... அவர் சொல்லிக் கொடுத்த யோசனை என்ன தெரியுமா?

அது வேறு ஒன்றும் இல்லை. அந்த ஆட்டுக்கு எதிரில் அதன் கண்ணில் படுகிற மாதிரி ஒரு ஓநாயைக் கட்டிப் போடச் சொன்னார். அவ்வளவுதான்.

ஆட்டுக்கும் ஓநாய்க்கும் பிறவிப் பகை.

ஓநாயைப் பார்த்தாலே ஆடு நடுங்க ஆரம்பித்துவிடும்.

அவ்வளவு பயம்.

தினமும் அந்த ஆடு பயந்துகொண்டே தீனி சாப்பிட்டது. அதன் காரணமாக அதன் எடை அதிகரிக்கவில்லை.

அதுதான் ரகசியம்!

சரி.... இந்த கதை இப்போது எதற்கு ?

இளைஞர்களே....

உடலும் மனமும் சரியாக இருக்க வேண்டுமானால் உணவு முக்கியம். சாப்பிடுகிற சமயத்தில் அமைதியாக இருக்க வேண்டும். அப்போதுதான் சாப்பிடுகிற சாப்பாடு உடம்பில் சேரும்.

அவசரத்திலும் பயத்திலும் சாப்பிடுகிற சாப்பாடு செரிக்காது.

எனவே உணவை உண்ணும்போது கவனமாக இருங்கள்.

அது உங்கள் வளர்ச்சிக்கு உதவும்.

இன்னொரு ராஜா இருந்தார்.

அவரும் ஓர் இளைஞனைச் சிறையில் அடைத்து விட்டார். அவனை விடுவிக்க வேண்டுமாயின் அவரும் ஒரு நிபந்தனை போட்டார்.

என்ன நிபந்தனை தெரியுமா?

"ஓர் ஆட்டுக்குட்டியை உன் முன்னாடி கொண்டு வந்து நிறுத்துவேன். நீ அதுக்கிட்ட ஒரு கேள்வி கேக்கணும். அது அதுக்குச் சரியா பதிலைச் சொல்லணும். அப்படிச் செஞ்சிட்டா உனக்கு விடுதலை."

இளைஞன் யோசித்தான்.

"சரி... மகாராஜா" என்று சம்மதித்தான். ஆட்டுக் குட்டியைக் கொண்டு வந்து நிறுத்தினார்கள். அவன் மெதுவாக அதன் அருகே போனான். அதன் காது ஓரமாகச் சத்தம் போட்டு... "ஏப்ரலுக்கு அடுத்த மாதம் என்ன?" என்று கேட்டான்.

அது உடனே பயந்து போய் "மே" என்று கத்தியது.

அவன் விடுதலையானான்!

மகிழ்ச்சியின் இரகசியம்

ஒரு மன்னர் இருந்தார். நாடு பூராவும் நிறைய மரங்களை நட்டு வளர்க்க வேண்டும் என்பது அவரது ஆசை. தாமே அதற்கு முன்மாதிரியாக இருக்க வேண்டும் என்று நினைத்தார். ஆகவே அரண்மனையைச் சுற்றி நிறைய மரங்களை நட்டு வளர்த்தார்.

அரசர் இப்படிச் செய்வதைப் பார்த்ததும் குடிமக்களும் அவ்வாறே செய்ய ஆரம்பித்தார்கள். அவரவர் வீட்டை சுற்றிலும் விதம்விதமான மரக்கன்றுகளை வைத்து வளர்க்கத் தொடங்கினார்கள்.

கொஞ்ச நாளில் ஊர் பூராவும் பசுமையாக மாறியது. மக்களுக்கும் மகிழ்ச்சி. மன்னருக்கும் மகிழ்ச்சி.

ஒரு நாள் அந்த மன்னர் தம் அரண்மனையை விட்டு வெளியே வந்தார். வளர்ந்திருக்கிற பலவிதமான மரங்களையும் பார்த்தார். அருகில் சென்று நலம் விசாரித்தார்.

ஒவ்வொரு மரத்தின் அருகேயும் போய் நின்று, "எப்படி இருக்கீங்க?" என்ற விசாரித்தார்.

எந்த மரமும் மகிழ்ச்சியாக இருப்பதாகத் தெரியவில்லை. ஒவ்வொரு மரத்துக்கும் மனசுக்குள் ஒரு குறை இருந்தது.

முதலில் ஓர் ஆலமரத்தை நெருங்கினார். அது சொல்லிற்று:

"மன்னா! நான் நல்லா பெரிசா வளர்ந்திருக்கேன். அடர்த்தியா இருக்கேன். கிளையெல்லாம் நாலு பக்கமும் நல்லா படர்ந்து இருக்கு. இருந்தாலும் என்ன பிரயோஜனம்? என்னுடைய கனிகள் ரொம்பச் சின்னதா இருக்கே... என் கண்ணுக்கே அது சரியாப் புலப்பட மாட்டேங்குதே... நான் இருக்கிற உருவத்துக்கு... என் கிளையிலே இருக்கிற பழம் எவ்வளவு பெரிசா இருக்கணும்? அது இத்துனூண்டு இருக்கிறது எனக்குப் பெரிய அவமானமா இருக்கு. இப்படி இங்கே நின்னுக்கிட்டிருக்கறதே ரொம்பக் கூச்சமா இருக்கு! ஒரு நல்ல புயல் வந்தா பேசாமே சாஞ்சுடலாமான்னு பார்க்கிறேன்...!"

இது ஆலமரத்தின் புலம்பல்.

இதைக் கேட்டுவிட்டு மன்னர் அப்பால் நகர்ந்தார். அங்கே இருந்த அத்தி மரம் பேச ஆரம்பித்தது:

"நான் கூடப் பெரிய மரம்தான். இலை அழகா இருக்கு... பழம் அழகாயிருக்கு.... இருந்தாலும் உள்ளே விஷயம் இல்லையே! 'அத்திப் பழத்தைப்பிட்டுப் பார்த்தா அத்தனையும் சொத்தை'ன்னு பழமொழியே உண்டாயிட்டுதே. இப்படி ஒரு கெட்ட பெயரோட நான் இருக்கணுமா?

இதையும் கேட்டு விட்டு மன்னர் அப்பால் நகர்ந்தார்.

அடுத்திருந்த வேப்பமரம் தன் வேதனையை வெளிப்படுத்தியது.

"எனக்கு எவ்வளவோ மருத்துவக் குணங்கள் இருக்கறதாகச் சொல்றாங்க... இருந்தாலும் என்ன பலன்? என்னுடைய பழத்தை மனிதர்கள் விரும்பிச் சாப்பிடறதில்லையே..!"

அரசர் அடுத்தாற்போல் இருந்த ஒரு பனை மரத்தை நெருங்கினார்.

"நான் நல்லா உயரமாகத்தான் வளர்ந்திருக்கேன். மற்ற மரங்கள் எல்லாம் என்னை அண்ணாந்துதான் பார்க்கணும். அந்த வகையில் எனக்கு பெருமைதான். இருந்தாலும் என் கிட்டே நிழலுக்காக யாரும் வந்து ஒதுங்கறதில்லை!"

□□

மனநிறைவுதான் மகிழ்ச்சியின் இரகசியம்.

□□

'என்ன இது... எந்த மரமும் மன நிறைவு இல்லாமலே வாழ்ந்து கொண்டிருக்கின்றனவே...! என்று நினைத்தபடியே மன்னர் அப்பால் சென்றார். அங்கே நின்று கொண்டிருந்தது ஒரு பைன் மரம். அது அழகாக இருந்தது. உயரமாக

இருந்தது. பசுமையாக இருந்தது. ஆனால் பழமோ, பூவோ கிடையாது. அதை நினைத்து அது வருந்திக் கொண்டிருந்தது.

அடுத்து ஓக் மரம் ஒன்று நின்று கொண்டிருந்தது.

"இலையுதிர் காலத்தில் என் மேல் உள்ள அத்தனை இலைகளும் உதிர்ந்துவிடுகின்றன. முடி கொட்டிய மனிதர்கள் மாதிரி மொட்டையாக நான் நிற்க வேண்டியிருக்கு! என்ன வாழ்க்கை இது." என்றது அது.

சரி... புளிய மரம் என்ன சொல்கிறது என்று பார்க்கலாம்.

"என்னுடைய நிழலில் யாருமே தங்கமாட்டார்கள். உடம்புக்குச் சூடு என்று ஒதுங்கிப் போய்விடுவார்கள். அடி மரத்தைப் பாருங்கள்... பட்டையெல்லாம் உதிர்ந்து பார்ப்பதற்கே கேவலமாக இருப்பேன்...!" என்று அது புலம்புகிறது.

முருங்கை மரம் என்ன சொல்லுகிறது தெரியுமா?

"என்னுடைய இலை, காய் எல்லாம் சாப்பிடுகிறவர்களுக்குச் சத்து கொடுப்பது உண்மைதான். ஆனால் என் உடம்பில் சத்தே இல்லையே! கொஞ்சம் வேகமாகக் காத்து அடிச்சாப் போதும்... முறிஞ்சு விழுந்துடறேன். என்ன வாழ்க்கை இது...!"

மன்னர் யோசித்தார்.

'என்ன இது? மரங்கள் பூமியின் வரங்கள் என்று சொல்கிறோம். மழை பொழிவதற்கே மரங்கள்தான் காரணம். பூமி செழிப்பாக இருப்பதற்கும் அவைதான் காரணம். வீடு கட்டவும் மரம் உதவுகிறது. மனிதனுக்கு உணவும் ஆகிறது. இப்படியெல்லாம் இருந்தும் எல்லா மரங்களும் நிம்மதி இல்லாமல் இருக்கின்றனவே....!'

இப்படி சிந்தித்துக் கொண்டே நகர்ந்த மன்னரின் முன்னால் ஒரு மகிழ மரம் தென்பட்டது. அது மட்டும் நிம்மதியாக மகிழ்ச்சியாக இருப்பது போலத்தான் தோன்றியது. அருகில் சென்றார்.

"உனக்கு மனசிலே ஏதும் குறை இல்லையா?"

"இல்லை, நான் மகிழ்ச்சியாகத்தான் இருக்கிறேன்."

"அப்படியா!"

"ஆமாம் மன்னா.... இந்த இடத்திலே ஒரு முருங்கை மரத்தையோ.... வேப்ப மரத்தையோ நடாமல், இந்த இடத்தில் நடுவதற்கு என்னைத் தேர்ந்தெடுத்தீர்களே... அதுவே எனக்குப் பெருமை. அதுவே எனக்குத் திருப்தி" என்றது மகிழ மரம்.

மகிழ மரம் சாதாரணமாகத்தான் இருக்கும். இளம் மஞ்சள் நிறத்தில் பூக்கள்... அது காய்ந்தும் மணம் வீசும். மகிழ மரம் மாதிரி மனநிறைவோடு வாழ நாம் கற்றுக் கொள்ள வேண்டும்.

நாம் இந்த உலகத்தில் ஒரு நாயாகவோ, நரியாகவோ கூடப் பிறந்திருக்கலாம். மனிதனாக பிறந்திருக்கிறோமே... அதுவே ஒரு பெருமையில்லையா?

இந்த நிறைவுதான் மகிழ்ச்சியின் இரகசியம்.

ஒரு பையன் அப்பாகிட்டே....

"அப்பா... நீங்க இந்த உலகத்துலே ஒரு மனுசனாப் பிறந்தது என்னோட அதிர்ஷ்டம்" என்றான்.

"ஏண்டா அப்படிச் சொல்லுறே?" என்றார் அப்பா.

பையன் சொல்கிறான்:

"நீங்க ஒரு கரடியாப் பிறந்திருந்தா இந்நேரம் நானும் ஒரு கரடிக் குட்டியாகத்தானே இருந்திருப்பேன்!"

∎

பார்வை உள்ளவர் யார்?

ஒரு தெருவில் சில சிறுவர்கள் விளையாடிக் கொண்டிருக்கிறார்கள். ஏதோ ஓர் உயரமான கல்லை நடுத்தெருவிலே நிறுத்தி வைத்து அதைச் சுற்றிச் சுற்றி ஓடிக் கொண்டிருக்கிறார்கள்.

அது என்ன விளையாட்டோ?

அவர்களுக்கே வெளிச்சம்.

கொஞ்சம் நேரம் அப்படியே விளையாடிக் கொண்டிருந்தார்கள்.

விளையாட்டு முடிந்தது. அந்தக் கல்லை அப்படியே நடுத்தெருவில் விட்டுவிட்டு அவரவர்கள் வீட்டுக்கு ஓடிப் போய்விட்டார்கள்.

அந்தக் கல் நடுத்தெருவில் அப்படியே நின்று கொண்டிருந்தது.

கொஞ்ச நேரத்தில்,

அந்த வழியாக இரு பெண்கள் ஏதோ பேசிக் கொண்டே வந்தார்கள். பேச்சு சுவாரஸ்யத்தில் கல்லைக் கவனிக்கவில்லை.

அது காலில் இடித்துவிட்டது.

வலி தாங்க முடியவில்லை.

காலில் இடித்துக் கொண்ட பெண் திட்ட ஆரம்பித்தாள்.

"வரவர ஊரு உலகம் ரொம்பக் கெட்டுப் போச்சு. யாருக்கும் கொஞ்சம் கூடப் பொறுப்பே கிடையாது. பாரு... இப்படி நடுத் தெருவில் பொறுப்பில்லாம இந்தக் கல்லைப் போட்டு வச்சிருக்காங்களே... இது நியாயமா? அக்கிரமம்.. அநியாயம்!"

இப்படியாக இந்தச் சமூகத்தைக் கடுமையாக விமர்சனம் செய்து கொண்டே அவர்கள் போய் விட்டார்கள்.

கொஞ்சம் நேரம் கழித்து ஓர் இளைஞன் அந்த வழியாக வந்தான். அந்தக் கல்லைப் பார்த்தான். நின்றான்.

ஒரு கணம் யோசித்தான்.

"என்ன பண்ணலாம்" என்று பார்த்தான். தன்னுடைய வீரத்தையும் உடல் வலிமையையும் காட்ட வேண்டும் என்று நினைத்தான்.

கொஞ்சம் பின்னால் போனான். பிறகு வேகமாக ஓடிவந்தான்.

ஒரு சின்னத் துள்ளல்... அப்படியே அந்தக் கல்லைத் தாண்டி அப்பால் குதித்தான்.

அதன் பிறகு விசிலடித்துக் கொண்டே ஒரு மாதிரியாக நடந்து போய்விட்டான்.

அடுத்தபடியாக ஒரு காதல் ஜோடி அந்தப் பக்கமாக வந்தது.

இருவரும் மிக நெருக்கமாக ஒருவர் மீது ஒருவர் சாய்ந்தபடி வந்து கொண்டிருந்தார்கள். நடுத்தெருவில் நின்று கொண்டிருந்த கல் அவர்கள் கண்களில் பட்டது.

அந்தக் கல் நடுவில் இருப்பதால் இருவரும் சற்று விலகி மறுபடி அந்தப் பக்கம் போய் இணைந்து செல்ல வேண்டும்.

"கொஞ்ச வினாடிகள் நாம் பிரிய வேண்டியிருக்கிறதே" என்று வருத்தத்தோடு முணுமுணுத்துக் கொண்டே விலகினார்கள். பின் மறுபடியும் சேர்ந்தார்கள். அதன் பிறகு அவர்கள் தங்கள் எதிர்காலக் கற்பனைகளைச் சுமந்தபடி நடந்து சென்றார்கள்.

கடைசியாக அந்த வழியாக பார்வையில்லாத ஒருவர் வந்து கொண்டிருந்தார். அவர் கையில் வழக்கமாக வைத்திருக்கிற அந்த வழிகாட்டும் ஊன்று கோல் இருந்தது.

கையில் இருக்கிற அந்த ஊன்றுகோலால் தனக்கு முன்னால் அப்படியும் இப்படியும் தட்டிப் பார்த்துக் கொண்டே அவர் மெதுவாக நடந்து கொண்டிருந்தார். வழியிலே இருக்கிற கல் அவர் குச்சியிலே தட்டுப்பட்டது.

உடனே அவர் நடுத்தெருவிலே ஒரு கல் இருக்கிறது என்பதைப் புரிந்து கொண்டார்.

உடனே குனிந்தார்.

அந்தக் கல்லைத் தடவிப்பார்த்தார். மெல்லத் தூக்கினார். பாதை ஓரமாகக் கொண்டு போட்டார். அதன் பிறகு நிம்மதியாக தன் வழியே அவர் நடந்து போனார்.

> □ □
> அந்தப் பாதையில் கொஞ்சம் நேரம் பலபேர் வந்து போனார்கள். அவர்களில் பார்வை உள்ளவர் யார்? பார்வை இல்லாதவர் யார்?
> □ □

நண்பர்களே....

இப்போது கொஞ்சம் சிந்தித்துப் பாருங்கள்.

அந்தப் பாதையில் கொஞ்ச நேரத்தில் பல பேர் வந்து போனார்கள். அவர்களில் பார்வை உள்ளவர் யார்? பார்வை இல்லாதவர் யார்?

இப்படி ஒரு கேள்வியைக் கேட்டால் நீங்கள் என்ன பதில் சொல்வீர்கள்?

இன்னைக்குப் பல பேர் அப்படித்தான் இருக்கிறார்கள்.

ஒரு பெரியவர் உபதேசம் செய்து கொண்டிருந்தார்.

"நாம் தினமும் ஒரு நல்ல காரியமாவது செய்ய வேண்டும்."

எதிரே இருந்தவர் சொன்னார்:

"ஐயா... நான் இன்றைக்கு இரண்டு நல்ல காரியங்கள் செய்தேன்."

"அப்படியா.... மகிழ்ச்சி. என்ன அது.... சொல்லுங்கள்."

"வருகிற வழியிலே ஒரு பாறாங்கல் கிடந்தது. அதை எடுத்து ஓரமாய்ப் போட்டேன்."

"மிக மிக நல்ல காரியம். அடுத்தது?"

"பாதை ஓரமாய் பெரியவர் ஒருவர் அடிபட்டுக் கிடந்தார். அவரைக் கொண்டு போய் ஆஸ்பத்திரியிலே சேர்த்தேன்."

"ஆகா...அற்புதம். அது சரி....அவருக்கு எப்படி அடிபட்டது?"

"நான் தூக்கிப் போட்ட கல் அவர் மேலேதானே விழுந்தது."

■

எங்கே அந்தப் ‘பரிவு?’

மாஸ்கோ நகரம். 24-வது சாலை.

அந்தப் பெரியவர் நடந்து போய்க்கொண்டிருக்கிறார். எதிரே ஒரு பிச்சைக்காரன் வருகிறான்.

“ஐயா... பிச்சை போடுங்க?”

அந்தப் பெரியவர் உடனே தன் சட்டைப்பைக்குள் கையை விட்டுத் தேடிப் பார்க்கிறார். அங்கே ஒரு காசுகூட இல்லை. உடனே அந்தப் பிச்சைக்காரனைப் பார்க்கிறார்.

“தம்பீ! கையிலே பணம் இல்லையே!”

இந்த வார்த்தைகளைக் கேட்டவுடன் அந்தப் பிச்சைக்காரனது முகம் வாடிப் போகவில்லை. அதற்கு மாறாக அங்கே ஒரு மலர்ச்சி!

என்ன காரணம்? ஆச்சரியத்தோடு அவன் முகத்தைப் பார்க்கிறார். அவன் சொல்கிறான்:

“ஐயா....நீங்க பிச்சை போடலேன்னாலும் பரவாயில்லை... இப்போ என் மனசு நிறைஞ்சிருக்கு. மகிழ்ச்சியா இருக்கு!”

பெரியவருக்கு மேலும் வியப்பு. அந்தப் பிச்சைக்காரன் தொடர்ந்து பேசுகிறான்:

□□

***பணத்தினால்
முடியாதது
பரிவினால்
முடியும்.
பணத்தினால்
கிடைக்காத
மகிழ்ச்சியும்
ஊக்கமும்
பரிவினால்
கிடைத்துவிடும்.***

□□

“ஐயா... நீங்க எனக்குப் பிச்சை கொடுக்கறதைவிட ஒரு பெரிய உதவியை எனக்கு இன்னைக்குச் செஞ்சிருக்கீங்க...! அதாவது என்னைத் தம்பீன்னு கூப்பிட்டீங்களே... எனக்கு அதுபோதும்.”

தன்னைக் கொஞ்சமும் மதிக்காத அந்த உலகத்திலே தன்னையும் ஒரு மனிதனாக மதித்து தம்பி என்று உறவு கொண்டாடிய அந்தப் பெரியவர் மீது அந்தப் பிச்சைக்காரனுக்கு அளவு கடந்த மதிப்பும் மரியாதையும் ஏற்பட்டு விட்டது.

கேவலம் பணத்தால் கிட்டாத மகிழ்ச்சியும், ஊக்கமும் பரிவினால் கிடைத்து விடும் என்பதற்கு இது ஓர் எடுத்துக் காட்டு.

அது சரி…''தம்பி'' என்று அழைத்த அந்தப் பெரியவர் யார் தெரியுமா? அவர்தான் இலக்கியமேதை லியோ டால்ஸ்டாய்.

இன்றைக்கு இந்த உலகத்திலே இருக்கிற பல வகையான துன்பங்களுக்கு அடிப்படையான காரணம் என்ன தெரியுமா?

ஒரு மனிதன் மீது இன்னொரு மனிதனுக்கு இருக்க வேண்டிய பரிவு உணர்ச்சி இல்லாமல் போனதுதான் அதற்குக் காரணம்.

பணத்தினால் முடியாதது பரிவினால் முடியும். பணத்தினால் கிடைக்காத மகிழ்ச்சியும் ஊக்கமும் பரிவினால் கிடைத்துவிடும்.

ஆனாலும் இந்தப் பரிவு இன்றைக்கு மிகவும் குறைந்து போய் விட்டது. அதனால்தான் நாம் துன்பங்களை அனுபவிக்க வேண்டி யிருக்கிறது.

டால்ஸ்டாய்க்கு ஏற்பட்ட பரிவுணர்ச்சி நமக்கு வரவேண்டும் என்றால் அதற்கு என்ன செய்ய வேண்டும்?

தினமும் கொஞ்ச நேரமாவது நம்மைப் பற்றிய சிந்தனையிலிருந்து விடுபட்டு மற்றவர்களின் இதயத்திலே அமர்ந்து அவர்களுடைய கண்கள் வழியாக இந்த உலகத்தைப் பார்க்க முயற்சி செய்ய வேண்டும். பெரியவர்கள் அப்படிப் பார்க்கிறார்கள்.

ஆல்பர்ட் ஷ்வைட்ஸர் அமெரிக்காவுக்குப் போயிருந்தார். அப்போது, அவரிடம் ஏற்கெனவே படித்த ஒரு மாணவர் அவரைச் சந்தித்தார்.

"ஐயா… என் கூடக் கொஞ்சம் வர வேண்டும்" என்று பணிவாக அழைத்தார். அவரை ஓர் உணவு விடுதிக்கு அழைத்துச் சென்றார். அழகான அறை அது. அங்கே…..

ஆல்பர்ட் ஷ்வைட்ஸருக்காக ஒரு ஸ்பெஷல் கேக் வரவழைக்கப் பட்டது. அவர் கையிலே கத்தியைக் கொடுத்தார்கள். கேக்கை வெட்டுவதற்கு முன்னால் அவர் அந்த அறையிலே உள்ளவர்கள் எத்தனை பேர் என்று எண்ணிப் பார்த்தார். 9 பேர் இருந்தார்கள்.

இவர் பத்துத் துண்டுகள் வெட்டினார்.

ஒன்பது பேர்தானே இருக்கிறோம்... எதற்காகப் பத்துத் துண்டுகள்...? என்று எல்லோரும் யோசித்தார்கள். அதைப் புரிந்து கொண்ட ஆல்பர்ட் ஷ்வைட்ஸர் சொன்னார்:

"மிகவும் பிரியமாக இந்தக் கேக்கை இங்கே கொண்டு வந்து வைத்த பணிப் பெண்ணுக்கு இந்தப் பத்தாவது துண்டு."

இதுதான் பரிவு.

மனிதன் மனிதனுக்காகக் காட்ட வேண்டிய பரிவு.

இந்தக் காலத்தில் எல்லாம்... ஒரு மனிதன் இன்னொரு மனிதனை எப்படி எடைபோடுகிறான் தெரியுமா?

ஒரு தொடர்வண்டி நிலையம். நடைமேடையில் ஓர் ஆள் நின்று கொண்டிருந்தான். அவனை நாடி ஒருத்தன் வந்தான்.

"சார் உங்களுக்கு மதுப் பழக்கம் உண்டா?" என்று கேட்டான்.

"அய்யய்யோ.... அதெல்லாம் எனக்குச் சுத்தமா கிடையாது சார்" என்றான் அந்த ஆள்.

"சரி...அப்படின்னா இந்த மதுப்பாட்டிலைக் கொஞ்ச நேரம் வச்சிக்குங்க. நான் போய் டிக்கெட் வாங்கிக்கிட்டு வந்துடறேன்" என்று சொல்லி அதை அவனிடம் கொடுத்துவிட்டு மிகவும் நம்பிக்கையோடு நடந்து போகிறான் அந்த ஆள்.

■

எது புனிதமான இடம்?

ஒரு ஊரிலே இரு சகோதரர்கள் இருந்தார்கள். அதாவது அண்ணனும் தம்பியும்.

அந்த இருவரில் அண்ணனுக்கு திருமணம் ஆகிவிட்டது.

தம்பிக்கு திருமணம் ஆகவில்லை.

வேண்டாம் என்று இருந்து விட்டான். அவர்கள் இருவருக்கும் சொந்தமாகக் கொஞ்சம் நிலம் இருந்தது. நன்றாக விளையக் கூடிய நிலம்.

அப்பா அவர்களுக்கென்று விட்டுப்போன சொத்து அந்த நிலம்.

அண்ணனும் தம்பியும் அந்த நிலத்தை இரு பிரிவாகப் பிரித்துக் கொண்டு விவசாயம் செய்து கொண்டிருந்தார்கள்.

அடுத்தடுத்த தெருக்களில் இரு வீடுகளில் அவர்கள் தனித்தனியே வாழ்ந்தார்கள்.

அண்ணன்காரன் கல்யாணம் ஆனவன். அவன் நினைப்பான்.

"எனக்கு மனைவி மக்கள் இருக்காங்க. அதனால கடைசிக் காலத்துல நம்மைக் காப்பாத்துறதுக்குப் பிள்ளைங்க இருக்காங்க. முதுமையில நமக்குப் பாதுகாப்பு உண்டு. ஆனா, தம்பிக்கு யாருமே இல்லை. அதனால் அவன்தான் அதிகமாப் பணம் சேர்க்கணும். அதுக்கு நாமதான் எப்படியாவது உதவி பண்ணணும்."

இப்படியாக அண்ணன்காரன் நினைப்பான்.

அதற்கு என்ன செய்யலாம் என்று யோசிப்பான்.

ஒரு நாள் இரவு-

ஒரு சாக்கு நிறைய நெல்லைக் கட்டி எடுத்துக் கொண்டான். தலையில் சுமந்துகொண்டு தெருவில் இறங்கினான். இரகசியமாகத் தம்பியின் வீட்டுக்குப் பின் பக்கம் இருந்த களஞ்சியத்தில் நெல்லைக் கொட்டிவிட்டு யாருக்கும் தெரியாமல் திரும்பி வந்து விட்டான்.

தம்பியிடம் அதை நேராகக் கொடுத்தால் அவன் வாங்கமாட்டான்.

ஆகவே இப்படி ரகசியமாக இந்த வேலையைச் செய்தான்.

இந்த மாதிரி அடிக்கடி செய்வதை இவன் வழக்கமாகக் கொண்டிருந்தான். இந்த நேரம்-

தம்பிகாரன் என்ன யோசனை பண்ணினான் தெரியுமா?

'நாமோ தனி ஆள். ஆனால் அண்ணன் குடும்பமோ பெரிசு. அதனாலே எனக்கு அதிகம் தேவையில்லை. அண்ணனுக்குத்தான் தேவை அதிகம். அவருக்கு நாமதான் ஏதாவது உதவி செய்யணும்' என்று நினைத்தான்.

ஆனால் என்ன செய்வது?

நேரில் கொடுத்தால் வாங்கிக் கொள்ள மாட்டாரே...

ஆகவே இவனும் இரவோடு இரவாக நெல் மூட்டையைத் தலையில் சுமந்து கொண்டு புறப்பட்டான்.

யாருக்கும் தெரியாமல் அண்ணன் வீட்டுக்குப் போனான். அங்கே பின்புறம் இருந்த களஞ்சியத்தில் கொட்டி விட்டுத் திரும்பி வந்து விட்டான்.

இதே மாதிரி இவனும் அடிக்கடிச் செய்து கொண்டிருந்தான்.

அதாவது-

அண்ணன் நல்லாயிருக்கணுமே என்று நினைத்துத் தம்பிக்காரன் கொண்டு வந்து தானியத்தைக் கொட்டுகிறான். தம்பி நல்லாயிருக்கணுமே என்று நினைத்து அண்ணன்காரன் கொண்டு வந்து தானியத்தைக் கொட்டுகிறான். இது ஒருத்தருக்கொருத்தர் தெரியாமல் தொடர்ந்து நடந்து கொண்டிருக்கிறது.

ஒரு நாள் என்ன ஆயிற்று தெரியுமா?

நடு இரவு...

அண்ணன்காரன் படுக்கையை விட்டு எழுந்தான்.

வழக்கம் போல் நெல் மூட்டையைத் தலையில் வைத்துக் கொண்டு தம்பி வீட்டுக்குப் போகிறான்.

அதே நேரம்...

தம்பியும் எழுகிறான். நெல் மூட்டையைத் தலையில் சுமந்து கொண்டு அண்ணன் வீட்டுக்குப் போகிறான். இரு தெருவும் சந்திக்கிற ஓர் இடத்திலே இருவரும் மோதிக் கொள்கிறார்கள். அப்போதுதான் ஒருவர் முகம் ஒருவருக்குத் தெரிகிறது.

"அடடே.... தம்பி நீயா...?"

"ஆமாண்ணே... நீங்களா?"

நீண்ட காலம் ரகசியமாய் நடந்து கொண்டிருந்த இச்செயல் இப்போது வெளிச்சத்துக்கு வந்தது. இருவருமே நடந்த உண்மையைப் புரிந்து கொண்டார்கள். அவர்கள் கண்கள் அன்பின் மிகுதியால் கலங்கின. அவர்களின் பாசம் மிகுந்த கண்ணீர்த் துளிகள் நிலத்தில் விழுந்தன.

இந்த நிகழ்ச்சி நடந்து வெகுகாலம் கழித்து அந்த ஊரில் ஒரு கோயில் கட்ட வேண்டியிருந்தது. அதற்கு இடம் தேடினார்கள்.

எந்த இடத்தில் ஆலயம் எழுப்புவது?

அதற்கு ஒரு புனிதமான இடம் தேவைப்பட்டது. ஊர்ப் பெரியவர்கள் கூடினார்கள். என்ன செய்வது என்று ஆலோசனை நடத்தினார்கள். இறுதியாக ஒரு முடிவுக்கு வந்தார்கள்.

அண்ணனும் தம்பியும் நடு இரவில் சந்தித்துக் கொண்டார்களே... அவர்களின் கண்ணீர் நிலத்தில் விழுந்ததே... அந்த இடம்தான் புனிதமான இடம் என்று முடிவு பண்ணினார்கள்.

அங்கே ஓர் அழகான ஆலயம் உருவாயிற்று.

சிறகை விரிக்க விரும்புபவர்கள் இந்தக் கதையைக் கொஞ்சம் சிந்தித்துப் பார்க்க வேண்டும். இந்தக் காலத்தில் சகோதர பாசம் இப்படியா இருக்கிறது?

ஒருத்தன் சொன்னான்...

"எங்க வீட்டில் பங்கு பிரிச்சப்போ... எனக்கு எதுவுமே வேண்டாம்... எல்லாத்தையும் எங்க அண்ணன்கிட்டயே கொடுத்துடுங்கன்னு சொல்லிப்புட்டேன்."

"பரவாயில்லியே.... உங்க அப்பா விட்டுட்டுப் போனது எவ்வளவு இருக்கும்?"

"அது சுமாரா ஒரு ஐம்பதாயிரம் இருக்கும்"

"என்ன சொத்தா?"

"இல்லீங்க... கடன்!"

எல்லாம் முடியும்!

ஒரு சின்னக் கிராமம். அங்கே இரண்டு பேர்.

இவர்கள் சின்ன வயதில் இருந்தே ஒன்றாக வளர்ந்தார்கள். அந்த இரண்டு பேரில் ஒருவன் மட்டும் கொஞ்சம் வசதி உள்ளவன். ஆகவே பள்ளிக்கூடம் போனான். படித்தான்.

அப்புறம் அந்தக் கிராமத்தை விட்டு நகரத்துக்குப் போனான்.

வியாபாரம் பண்ணினான். பணம் சேர்ந்தது. பட்டணத்திலேயே பங்களா கட்டிக் கொண்டு அங்கேயே தங்கிவிட்டான்.

இன்னொருத்தன்...

கிராமத்திலேயே மாடு மேய்த்துக் கொண்டு இருந்துவிட்டான். பள்ளிக்கூடம் போகவில்லை. படிக்கவில்லை. அந்த கிராமத்தை விட்டு அவன் வெளியே எங்கும் சென்றதுமில்லை. ஆகவே வெளியுலகம் பற்றி எதுவுமே தெரியாமலேயே அவன் வளர்ந்துவிட்டான்.

இவன் ஒரு நாள் பட்டணத்துக்குப் போக வேண்டியிருந்தது.

விவரம் தெரிந்தவர்கள் சில பேரின் துணையோடு அங்கே போய்ச் சேர்ந்து விட்டான்.

அதன் பிறகு மெதுவாக அங்கே இங்கே விசாரித்து தன்னுடைய பழைய நண்பன் இருக்கிற இடத்தையும் விசாரித்துக் கொண்டு அங்கே போய்ச் சேர்ந்துவிட்டான்.

அவன் கட்டியிருந்த பெரிய பங்களா இவனை அசர வைத்தது. அதைப் பார்த்து வாய் பிளந்து நின்றான்.

அப்போது, "வாப்பா" என்று குரல் கேட்டது. எதிரே இவனுடைய நண்பன்.

"உள்ளே வா" என்று அவன் இவனை அழைத்துக் கொண்டு போனான்.

உட்கார வைத்தான். கிராமத்து நண்பன் வியப்போடு அண்ணாந்து பார்க்கிறான்.

அங்கே இருக்கிற எதுவுமே இவனுக்குப் புரியாத சமாசாரங்கள்.

"நீ ரொம்பப் பெரிய ஆளாயிட்டே" என்றான் ஆச்சர்யத்துடன்.

"எல்லாத்துக்கும் காரணம் நான்தான்" என்றான் அவன் ரொம்பப் பெருமையாக.

"அது சரி... வெயில்ல வந்தது ரொம்பக் களைப்பா இருக்கு. ஒரு விசிறி மட்டை இருந்தாக் கோடேன்."

இதைக் கேட்டதும் அவன் சிரித்தான். "விசிறி மட்டையா...? அது எதுக்கு? தேவையே இல்லை. இதோ பார் இப்போ பார்.... காற்று வீசச் சொல்கிறேன் பார்."

இப்படிச் சொல்லிக்கொண்டே மின் விசிறிக்கான ஸ்விட்சைத் தட்டிவிட்டான்.

அது சுழல ஆரம்பித்துவிட்டது. உடனே அங்கே இதமான காற்று வந்தது.

இவன் அதை ஓர் அதிசயமாக அண்ணாந்து பார்த்தான்.

"என்ன பார்க்கறே... எல்லாம் என்னோட விரல் நுனியிலே... இதைத் தொட்டாப் போதும். அது சுத்த ஆரம்பிச்சுடும்" என்றான் அவன்.

"நீ உண்மையிலேயே பெரிய ஆளுதான். அது இருக்கட்டும். இருட்ட ஆரம்பிச்சுடுச்சே. ஒரு சின்ன விளக்கோ மெழுகுவர்த்தியோ இருந்தா கொண்டு வாயேன்."

அவன் மறுபடி சிரித்தான்.

"அது என்னதுக்கு... உனக்கு இப்போ என்ன வேணும்? வெளிச்சம்தானே வேணும். அதுவும் என்னோட விரல் நுனியிலே..."

"என்னது... வெளிச்சம்... விரல் நுனியிலேயா?"

"ஆமாம்... இப்ப பார்... நான் சொன்னா வெளிச்சம் வரும்!" என்று சொல்லி ஒரு ஸ்விட்சைத் தட்டினான். வெளிச்சம் வந்தது. கிராமத்து நண்பனுக்கு என்ன நடக்கிறது என்றே புரியவில்லை. எல்லாம் மந்திர வித்தையாகத் தோன்றியது. வியப்போடு எல்லாவற்றையும் பார்த்தான்.

"என்ன ஆச்சரியப்படறே.... இப்ப பார்" என்று சொல்லிக் கொண்டே வானொலியின் குமிழைத் திருகினான். அது பாட ஆரம்பித்தது. தொலைக்காட்சிப் பெட்டியைத் தொட்டான். காட்சிகள் அசையத் தொடங்கின.

"பார்த்தியா... என்னாலே எல்லாம் முடியும்! எல்லாம் என் விரல் நுனியிலே...!"

இப்படி அவன் சொல்லிக் கொண்டிருக்கும் போதுதான் அது நடந்தது.

ஆமாம்... திடீரென்று மின்சாரத் தடை.

எல்லாம் நின்று போனது. எங்கும் இருட்டு.

"ஏன் இருட்டாக்கிப்புட்டே.... வெளிச்சத்தைக் கொண்டு வா!"
"மின்சாரம் போயிட்டுது. அதனாலே விளக்கு எரியாது."
இது அவனுக்குப் புரியவில்லை.

"சரி...அப்படின்னா விசிறியை யாவது போடேன்."
"அதுவும் வேலை செய்யாது."
"ரேடியோவையாவது பாட வையேன்."
"அதுவும் முடியாது."
"என்ன இப்படிச் சொல்றே? எல்லாம் விரல் நுனியிலே...ன்னு சொன்னே. எல்லாம் முடியும்னு சொன்னே... எல்லாத்துக்கும் நான் தான் காரணம்னு சொன்னே.... இப்ப அந்த நான் எங்க போச்சு?"
அவன் தலையைத் தொங்கப் போட்டுக் கொண்டான்.

நண்பர்களே....! இன்றைக்கு நம்மவர்களில் பல பேரின் நினைப்பு இப்படித்தான் இருக்கிறது. அதனால் தான் அவ்வப்போது அல்லாடிக் கொண்டிருக்கிறோம்.

நம்ம ஆள் ஒருத்தன். மருத்துவமனையில் படுத்துக் கிடந்தான். உடம்பு பூராவும் கட்டு.

"என்ன ஆச்சு?" என்றார் அங்கே வந்த ஒருத்தர்.
இவன் தன்னுடைய விரல் நுனியைக் காட்டினான்.
"இதுதான் காரணம்" என்றான்.
அந்த ஆளுக்கு ஒன்றுமே புரியவில்லை.
"என்னப்பா சொல்றே....?"
அவன் சொன்னான்: "இந்த விரல் நுனியை எங்க வீட்டுச் சுவரிலே வச்சேன். உடனே என்னை இங்கே கொண்டாந்து போட்டுட்டாங்க."
"வீட்டுச் சுவரிலே விரலை வைக்கிறது தப்பா?"
"விரலை வைக்கிறது தப்பு இல்லை... அப்படி வைக்கிற இடத்திலே மின்சார வயர் அறுந்து தொங்கிக் கிட்டிருந்ததே அதைப் பார்க்காத நான் அதில் கையை வைத்ததுதான் தப்பு...!"

■

தேர்தல் பண்பாடு!

“அந்த ஆளைக் கண்டா ஏன் இப்படி முகத்தைத் திரும்பிக்கிட்டு வர்றீங்க?'' என்று கேட்டேன், என்னுடன் நடந்து வந்து கொண்டிருந்த ஒருவரிடம்.

“எலெக்ஷன்லே என்னை எதிர்த்து நின்னவன் சார் அவன்...! அவன் கூட நமக்கு என்ன பேச்சுவார்த்தை?” என்றார் மிகவும் கோபமாக.

“சரி..அந்த ஆள் யார்?” என்றேன்.

“என் கூடப் பிறந்த தம்பிதான் சார்!” என்றார் கோபம் குறையாமலேயே.

“சரி... தேர்தல்தான் முடிஞ்சு போச்சே. இனிமே என்ன பகை?”

“என்ன இருந்தாலும் அவன் எதிர்க்கட்சிக்காரன் சார்.”

“கட்சி மாறினா என்ன... தம்பிங்கற உறவு மாறிப் போயிடுமா?”

“நீங்க சொல்றது சரிதான். இருந்தாலும் என் தம்பிகூடப் பேசறது எங்க தலைவருக்கு தெரிஞ்சா அது எங்க தலைவருக்குப் பிடிக்காதே...!”

□□

நம்ம ஊர் அரசியல் குடும்பத்துக்குள்ளேயே குழப்பத்தை உண்டு பண்ணி விடுகிறது. ஓர் அண்ணன் - தம்பியைக் கூட அடிதடியில் இறங்கச் செய்து விடுகிறது.

□□

அவர் இப்படிச் சொன்ன பிறகுதான் நான் கொஞ்சம் யோசிக்க ஆரம்பித்தேன்.

நம்ம ஊர் அரசியல் எந்த அளவுக்கு நம்ம குடும்பத்துக்குள்யே குழப்பத்தை உண்டு பண்ணி விடுகிறது பார்த்தீர்களா? அரசியல் ஓர் அண்ணன்-தம்பியைக் கூட அடிதடியில் இறங்கச் செய்து விடுகிறது.

நம்ம ஊர் நிலவரம் இப்படி!

இங்கிலாந்தில் எப்படித் தெரியுமா?

அங்கே ஒரே மேடையில் போட்டியிடுகிற இரு வேட்பாளர்களும் பேசுவார்களாம், பட்டிமன்றம் மாதிரி.

ஒருவர் முதலில் பேச எழுந்து வருவார். நான் வெற்றி பெற்றால் என்னென்ன செய்வேன் என்பதை விவரமாகச் சொல்லி விட்டுப் போவார்.

இதன் பிறகு இவரை எதிர்த்துப் போட்டியிடுகிற வேட்பாளர் எழுந்து வருவார். அவர் தான் வெற்றி பெற்றால் மக்களுக்காக என்னென்ன செய்ய முடியும் என்பதையெல்லாம் சொல்லிவிட்டு உட்காருவார்.

இரண்டு பேர் பேசுவதையும் மக்கள் கவனமாகக் கேட்டுவிட்டு ஒரு முடிவுக்கு வருவார்கள். யாருக்கு ஓட்டுப் போடலாம் என்பதைத் தங்களுக்குள் தீர்மானித்துக் கொள்வார்கள். அதன்படி செயல்படுவார்கள். இதுதான் அங்கேயுள்ள நடைமுறை.

ஒரு முறை இது மாதிரி ஒரு கூட்டம் நடந்து கொண்டிருந்தது. குறிப்பிட்ட நேரத்தில் சரியாக ஒரு வேட்பாளர் அங்கே வந்து சேர்ந்துவிட்டார்.

மக்கள் தனக்கு ஏன் வாக்களிக்க வேண்டும் என்பதற்கான காரணங்களை வரிசையாகச் சொன்னார். தன் பக்கம் இருக்கிற நியாயங்களை விளக்கிப் பேசினார். ''ஆகவே எனக்கு வாக்களியுங்கள்'' என்ற வேண்டுகோளோடு பேச்சை முடித்துக் கொண்டு தன் இருக்கையில் வந்து அமர்ந்தார்.

இது வரையிலும் போட்டி வேட்பாளர் அங்கே வந்து சேரவில்லை. ஏனோ தாமதமாயிற்று. மக்கள் காத்திருந்தார்கள். முதலில் பேசிய வேட்பாளரும் காத்திருந்தார்.

கொஞ்ச நேரம் ஆயிற்று. அவர் இன்னும் வந்து சேரவில்லை.

□ □
இங்கிலாந்திலெல்லாம் ஓட்டுக் கேட்கும்போதே வெற்றியா - தோல்வியா? என்பதை ஓரளவுக்குப் புரிந்து கொள்ள முடியுமாம்.
□ □

இப்போது முதலில் பேசிய அந்த வேட்பாளரே மறுபடியும் ஒலிவாங்கி முன்னால் வந்து நின்றார். பேச ஆரம்பித்தார். எப்படித் தெரியுமா?

''என்னை எதிர்த்துப் போட்டியிடுகிற வேட்பாளர் ஏனோ இன்னமும் இங்கே வந்துசேரவில்லை. அதன் காரணமாக அவர் தன் பக்கமுள்ள நியாயங்களை எடுத்துச் சொல்லித் தனக்காக ஓட்டுக் கேட்கிற வாய்ப்பை இழந்து நிற்கிறார்... அதனாலே இப்போது அவர் சார்பாக நான் பேச விரும்புகிறேன். அவர் ஏன் தனக்கு வாக்களிக்கக் கோருகிறார் என்பதை விளக்குவதற்காக அவர் தரப்பு நியாயங்களையும், அவர் சார்பாக நானே உங்களுக்கு எடுத்துச் சொல்கிறேன்..''

என்று தொடங்கி... எதிர்த்தரப்பு வேட்பாளருக்காகவும் இவரே பேசி முடித்திருக்கிறார்.

எப்படி இருக்கிறது பாருங்கள் தேர்தல் பண்பாடு?

இன்னொரு விஷயம். இங்கிலாந்திலெல்லாம் ஓட்டுக் கேட்கும் போதே வெற்றியா, தோல்வியா? என்பதை ஓரளவுக்குப் புரிந்துகொள்ள முடியுமாம்.

எப்படித் தெரியுமா?

ஒரு வேட்பாளர் ஒரு வீட்டுக்கு முன்னால் வந்து நின்று,

'எனக்கு ஓட்டுப் போடுங்கள்' என்று கேட்பதாக வைத்துக் கொள்வோம்.

"அதுக்கென்ன... பார்த்துச் செய்யி றோம்...! போயிட்டு வாங்க" என்று சில வீடுகளில் வாசலிலேயே சொல்லி அனுப்பி வைத்து விடுவார்களாம்.

வேறு சில வீடுகளில்.... வேட்பாளரை வீட்டுக்குள்ளே கூப்பிட்டு உட்கார வைத்துவிடுவார்களாம்.

இதிலே எந்த வீட்டு ஓட்டு நிச்சயம் தெரியுமா?

வாசலிலேயே நின்று வழியனுப்பி வைத்து விடுகிறார்கள் பாருங்கள்...

□ □
இங்கிலாந்தில் யாருக்காவது நிறைய காபி சாப்பிட வேண்டும் என்று ஆசையிருந்தால் அவர்கள் தேர்தலில் நின்று தோற்றுப் போகத் தயாராயிருக்க வேண்டும்.
□ □

அவர்கள் ஓட்டு நிச்சயம்! உள்ளே கூப்பிட்டு காபி கொடுத்து அனுப்புகிறார்கள் பாருங்கள்... அவர்கள் ஓட்டு நிச்சயமில்லையாம்.

சரி... அப்புறம் எதற்கு அந்த உபசரிப்பு என்று கேட்டால் அது அனுதாபத்தைத் தெரிவிக்கிற ஒரு முறையாம்.

'ஐயோ பாவம் நாம இவருக்கு ஓட்டுப் போடப் போறதில்லை... இதையாவது செய்வோம். சாப்பிட்டு விட்டுப்போகட்டும்' என்பதற்காக அப்படிச் செய்வார்களாம்.

ஆக... அந்த ஊரில்... யாருக்காவது நிறைய காபி சாப்பிட வேண்டும் என்று ஆசையிருந்தால் அவர்கள் தேர்தலில் நின்று தோற்றுப் போகத் தயாராயிருக்க வேண்டும்.

ஒரு சமயம் ஓர் ஊரில் தேர்தல் நடந்ததாம். ஒரு தொகுதியிலே நின்று தோற்றுப்போன ஒருத்தர்... கையிலே ஒரு துப்பாக்கியோடு ஊருக்குள்ளே சுற்றிக் கொண்டிருந்தாராம்.

ஒரு போலீஸ்காரர் அவரைப் பார்த்துச் சந்தேகப்பட்டார். அதனாலே அவரைத் தடுத்து நிறுத்தி, ''என்ன இது துப்பாக்கியோடு சுத்தறீங்க?'' என்று விசாரித்தார்.

இதற்கு அவர் சொன்னாராம்:

"சார்! இந்தத் தொகுதியிலே மொத்தம் ஒரு லட்சம் வாக்காளர்கள். அதுலே எனக்குப் பத்தாயிரம் பேர் மட்டும்தான் ஓட்டுப் போட்டிருக்காங்க. அப்டின்னா எனக்கு வேண்டாதவங்க இந்தத் தொகுதியிலே 90 ஆயிரம் பேர் இருக்கிறாங்கன்னு அர்த்தம்! இப்படி ஒரு சூழ்நிலையிலே நான் என்னுடைய பாதுகாப்புக்கு ஆயுதம் இல்லாமல் நடமாடலாமா?'' என்று கேட்டாராம்.

எவ்வளவு எச்சரிக்கை பாருங்கள்.

நம்ம ஊரில் சில பேர் ஓட்டு கேட்கிற விதமே தனி. ஒருத்தர் ரொம்ப சாமர்த்தியமாக ஓட்டுக் கேட்பார். எப்படித் தெரியுமா?

ஒரு வீட்டுக்குப் போவார். அந்தச் சமயத்தில் அந்த வீட்டுக்காரர் என்ன வேலை செய்து கொண்டிருக்கிறாரோ அதே வேலையை இவரும் கொஞ்ச நேரம் அவருக்கு உதவுவது மாதிரி செய்வார். அப்புறம் மெதுவாகப் பேச்சுக் கொடுப்பார்... ஓட்டுக் கேட்பார். இது அவருடைய பாணி.

ஒரு தடவை இவர் போனபோது அங்கே ஒருவர் வீட்டுக்குப் பின்னாடி மாட்டுக் கொட்டகையிலே பால் கறந்து கொண்டிருந்தார்.

இவரும் ஓடிப் போய் ஒரு சொம்பை எடுத்துக் கொண்டு அதே மாட்டுக்கு இன்னொரு பக்கம்... அதாவது ஏற்கனவே பால் கறந்து கொண்டிருக்கிறாரே அவருக்கு எதிர்பக்கம் உட்கார்ந்து பால் கறக்க ஆரம்பித்தார்.

கொஞ்ச நேரம் ஆயிற்று. இவர் மெதுவாக அவரிடம் பேச்சுக் கொடுத்தார்...

"நான் எலெக்ஷன்லே நிற்கிறேன். நீங்க ஓட்டுப் போடணும்....!"

"அது முடியாதுங்களே...!"

"ஏன் அப்படிச் சொல்றீங்க?"

"நீங்க நினைக்கிற மாதிரி நான் இந்த வீட்டுக்காரன் இல்லீங்க....!"

"அப்புறம்?"

"நானும் உங்களை மாதிரி ஓட்டுக் கேட்க வந்தவன்தான்."

■

இயேசுவின் இருப்பிடம்!

அது ஒரு சின்ன கிராமம். அங்கே ஒரு பள்ளிக்கூடம். அதிலே நிறைய பிள்ளைகள் படித்துக் கொண்டிருக்கிறார்கள்.

அங்கே ஒவ்வொரு ஆண்டும் கிறிஸ்துமஸ் விடுமுறை வரும் சமயத்தில் கிறிஸ்து பிறப்பு விழாவைக் கொண்டாடுவது வழக்கம்.

பிள்ளைகள் எல்லாம் ஆளுக்கு ஒரு வேடம் போட்டுக் கொள்வார்கள். ஒரு நாடகம் மாதிரி நடித்துக் காட்டுவார்கள்.

மாதா, சூசையப்பர், ஆடு மேய்ப்பவர்கள், மூன்று ராஜாக்கள், காபிரியேல் தூதர்...

இப்படி எல்லோரும் அதிலே வருவார்கள்.

காபிரியேல் தூதர் வானத்தில் தோன்றுவார்.

"உங்களுக்காக இறைவன் மனுவாக அவதரித்துள்ளார்" என்று கூறுவார்.

வானத்திலே வால் நட்சத்திரம் தோன்றும். மூன்று ராஜாக்கள் பின் தொடர்ந்து வருவார்கள்.

இந்த நிகழ்வுகளையெல்லாம் அந்தப் பள்ளியின் மாணவர்கள் மேடையிலேயே நடித்துக் காட்டுவார்கள்.

ஒவ்வொரு ஆண்டும் இது நடைபெறும்.

ஒரு சமயம் கிறிஸ்துமஸ் விழாவை இது மாதிரி கொண்டாடுவதற்கு வேண்டிய முன்னேற்பாடுகள் எல்லாம் நடந்து கொண்டிருந்தன. நாடகத்தில் யார் யாருக்கு என்னென்ன வேடங்கள் என்பதை ஆசிரியர்கள் முன்கூட்டியே முடிவு செய்து அறிவித்தார்கள். மாணவர்கள் எல்லோருக்கும் ஆளாளுக்கு ஒரு வேடம் கிடைத்தது.

அந்த வகுப்பிலே மக்குப் பையன் ஒருத்தன் இருந்தான்.

விளையாட்டில் அந்தப் பையனை மற்றவர்கள் சேர்த்துக் கொள்வதில்லை. அவனுக்கு ஒரு வேடம் கொடுக்க வேண்டும். எந்த வேடம் கொடுப்பது?

ஆசிரியர்கள் மிகவும் தயங்கினார்கள். யோசித்தார்கள். கடைசியாக வேறு வழியின்றி ஒரு முடிவுக்கு வந்தார்கள்.

"இதோ பார்... நீ என்ன பண்றே... சூசையப்பரும் மாதாவும் ஒவ்வொரு விடுதியாக இடம் கேட்டுக் கொண்டு உன்கிட்ட வருவார்கள். நீ விடுதிக்குள்ளேயிருந்து வெளியே வந்து, இங்கே இடமில்லை என்று சொல்ல வேண்டும். அவ்வளவுதான் உன் வேலை." ஆசிரியர் சொன்னதைக் கேட்டுச் சரி என்று தலையாட்டினான் அந்தப் பையன்.

தினமும் தவறாமல் ஒத்திகை நடந்தது.

எல்லாம் முறையாக நடந்தது. விழா நாளும் வந்தது.

அரங்கிலே அமர்ந்திருக்கிற பார்வையாளர்கள் அனைவரும் மேடையை ஆர்வமாகப் பார்த்துக் கொண்டிருக்கிறார்கள்.

நாடகம் நடந்து கொண்டிருக்கிறது. நிறைமாத கர்ப்பிணியான தேவ மாதாவை அழைத்துக்கொண்டு வருகிறார் சூசையப்பர். ஒவ்வொரு விடுதியிலேயும் இடம் கேட்கிறார். நம்ம மக்குப் பையனிடமும் வருகிறார். இடம் கேட்கிறார்.

இவன் பதில் சொல்ல வேண்டும். "இல்லை.... இடம் இல்லை" என்று சொல்ல வேண்டும். ஆனால் அப்படிச் சொல்லவில்லை. பேசாமல் அவர்களைப் பார்த்துக்கொண்டு நிற்கிறான்.

மேடைக்குப் பின்னால் நின்று கொண்டிருந்த ஆசிரியர் இவன் பேச வேண்டிய வசனத்தை எடுத்துக் கொடுக்கிறார்.

இங்கே இடமில்லைன்னு சொல்லு... என்று மெதுவாகச் சொல்கிறார். அவன் அப்போதும் ஒன்றும் சொல்லாமல் சும்மா நிற்கிறான்.

கூட்டத்தில் சலசலப்பு. எல்லோரும் சிரிக்கிறார்கள்.

மேடையிலே இருக்கிற மாதாவுக்கும் சூசையப்பருக்கும் மேற்கொண்டு என்ன செய்வதென்று புரியவில்லை. தவிக்கிறார்கள்.

கடைசியாகப் பையன் வாயைத் திறந்தான்.

''ஐயா... இங்கே இடமில்லை. ஆனா எங்க வீட்டுக்கு வாங்க நிறைய இடமிருக்கு'' என்றான் தன் கண்களைத் துடைத்துக் கொண்டே.

எல்லோரும் அவனைக் கூர்ந்து கவனிக்கிறார்கள். அந்தச் சிறுவனின் கண்கள் கலங்கியிருக்கின்றன. முகம் மிகவும் சிவந்திருக்கிறது. நிஜமாகவே அழுதிருக்கிறான். அதனால்தான் அவனிடமிருந்து வார்த்தைகள் வரவில்லை.

கூட்டத்தில் சிரித்தவர்கள் எல்லோரும் இப்போது மௌனமாகி விட்டார்கள்.

தன்னையே மனுவாகத் தந்த இயேசு கிறிஸ்துவுக்கு உண்மையான பிறப்பிடம் எது?

இது மாதிரி கள்ளமில்லாத உள்ளங்கள்தாம். அது சரி... கள்ளம் உள்ள உள்ளங்கள் எப்படியிருக்கும் தெரியுமா?

இந்தக் கதையைக் கேளுங்கள்.

ஒரு பத்துப் பசங்க... ஒரு ஃபாதர் கிட்ட பாவமன்னிப்புக்கு வந்தார்களாம்.

அவர் ஒவ்வொருவராகக் கூப்பிட்டு பாவசங்கீர்த்தனம் கேட்டுக் கொண்டிருக்கிறார். முதலில் ஒரு பையன் வந்தான்.

"ஃபாதர் நான் ஒரு மட்டையைத் தூக்கிக் கிணற்றுக்குள் போட்டு விட்டேன். என் பாவத்தை மன்னியும்" என்றான்.

அடுத்தவன் வந்தான்.

"நானும் ஒரு மட்டையைத் தூக்கிக் கிணற்றுக்குள் போட்டுட்டுடேன். என் பாவத்தை மன்னியும்" என்றான்.

இன்னொருவன் வந்தான். அவ னும் இதையே சொன்னான். ஒன்பது பேரும் வரிசையாக இதையே சொல்லி மன்னிப்புக் கேட்டார்கள்.

கடைசியாகப் பத்தாவது பையன் வந்தான். ஃபாதர் முன் நின்றான்.

அவர் பார்த்தார். "ஏம்பா நீயும் மட்டையைத்தூக்கிக் கிணற்றிலே போட்டியா?" என்றார்.

"இல்லை ஃபாதர்"

"அப்புறம்?"

"அந்த மட்டையே நான்தான் ஃபாதர். என்னைத்தான் அந்த ஒன்பது பேரும் கிணற்றில் தூக்கிப் போட்டார்கள்."

■

ஓர் அற்புத மருந்து

அந்தக் குழந்தைகள் எல்லோரும் ஒரே பள்ளியில் படிக்கிறவர்கள். அவர்களிடம் அறிவியல்பூர்வமான ஒரு சோதனை நடத்திப் பார்த்திருக்கிறார்கள்.

அது என்ன சோதனை தெரியுமா?

அவர்களுக்கு ஒரு தேர்வு வைத்தார்கள். தேர்வு எழுதுவதற்கு முன்பாக அவர்களைக் கூப்பிட்டு ஆசிரியர் சொன்னார்:

"பிள்ளைகளே! நீங்கள் புத்திசாலிகள். ரொம்பக் கெட்டிக்கார பிள்ளைகள். உங்ககிட்ட நல்ல திறமை இருக்கு. இந்தப் பரிட்சை உங்களுக்கு ரொம்பச் சுலபமாக இருக்கும்."

இப்படிச் சொல்லி அவர்களைப் பரிட்சை எழுத அனுப்பி வைத்தார். இந்தப் புகழ் உரையைக் கேட்டுவிட்டு அவர்கள் தேர்வு எழுதப் போனார்கள். எழுதினார்கள். எல்லோருக்கும் நல்ல மதிப்பெண்கள். சராசரிக்கும் மேலாக இருந்தது அவர்கள் தகுதி. அந்தப் பள்ளியில் இன்னொரு தடவை ஒரு தேர்வு வைத்தார்கள். இதுவும் முதலில் நடந்தது மாதிரி சுலபமான தேர்வுதான்.

இருந்தாலும் இந்த முறை பரிட்சை எழுதப் போகிற பிள்ளைகளைப் பார்த்து ஆசிரியர் சொன்னார்.

"பிள்ளைகளே! இந்தப் பரிட்சை ரொம்பக் கஷ்டமாக இருக்கும். இதைத் திறமையாக எழுதுகிற அளவுக்கு உங்களுக்குப் புத்திசாலித்தனம் போதாது" என்று ஆரம்பித்து அவர்கள் குறை களையே அதிகம் சுட்டிக் காட்டிப் பேசிவிட்டு, அதன் பிறகு அவர்களைப் பரிட்சை எழுத அனுப்பி வைத்தார்.

□□

புகழ்ச்சி என்பது ஓர் அற்புதமான மருந்து என்று சொல்கிறார்கள் மன இயல் நிபுணர்கள். இந்த மருந்தை நாம் சுலபமாகத் தயார் பண்ணலாம். தாராளமாக மற்றவர்களுக்குக் கொடுக்கலாம்.

□□

இப்போது அந்த மாணவர்கள் அவ்வளவு சிறப்பாகத் தேர்வு எழுதவில்லை.

மதிப்பெண்கள் வெகுவாகக் குறைந்திருந்தன. இந்த வேறுபாட்டுக்கு என்ன காரணம்?

புகழ்ச்சிதான் இதற்குக் காரணம்.

நிறைகளைச் சுட்டிக்காட்டினால் நிறைய மதிப்பெண்கள். குறைகளை சுட்டிக்காட்டினால் குறைவான மதிப்பெண்கள்.

புகழ்ச்சி என்பது ஓர் அற்புதமான மருந்து என்று சொல்கிறார்கள் மன இயல் நிபுணர்கள். புகழ்ச்சி என்கிற மருந்தை நாம் சுலபமாகத் தயார் பண்ணலாம். தாராளமாக மற்றவர்களுக்குக் கொடுக்கலாம். இதற்குக் காசு பணம் செலவில்லை.

ஆனாலும் பலன் அதிகம்.

எம்.ஆர். காப்மேயர் என்கிற உளவியல் நிபுணர் என்ன சொல்கிறார் தெரியுமா?

பள்ளிக்கூடத்துக் குழந்தைகளுக்கு இந்த மருந்தைக் கொடுங்கள். அவர்கள் நன்றாகப் படிப்பார்கள்.

நிறைய மதிப்பெண்கள் பெறுவார்கள்.

வியாபாரத்திலே உங்கள் கூட்டாளிகளுக்கு இந்த மருந்தை நீங்கள் கொடுங்கள்.

அவர்கள் நன்றாக ஒத்துழைப்பார்கள். பணம் சம்பாதிக்க உங்களுக்கு உறுதுணையாக இருப்பார்கள்.

உங்கள் உறவினர்களுக்கு இந்த மருந்தைக் கொடுங்கள். உங்களிடம் பாசமாக இருப்பார்கள்.

இந்த மருந்து உங்கள் கைவசம் இருந்தால்....

நீங்கள் எங்கே போனாலும் மகிழ்ச்சியைப் பரப்ப முடியும்.

இந்த மருந்தை நீங்கள் இன்னொருவருக்குக் கொடுக்கும்போது உங்களுக்கும் அதுபோதுமான அளவுக்குக் கிடைக்கிறது.

உங்களை மகிழ்வடையச் செய்கிறது.

''பணமும்- புகழும் சேர அது உங்களுக்கு உதவுகிறது'' என்கிறார் அந்த உளவியல் நிபுணர்.

புகழ்ச்சி என்கிற மருந்துக்கு அவ்வளவு சக்தி உண்டு.

ஆல்பிரட் ஆட்லர் என்று ஒரு மனவியல் வல்லுநர். அவர் ஒரு டாக்டர். அவர் என்ன செய்வார் தெரியுமா? கவலையோடும் பயத்தோடும் இருக்கிற தன்னுடைய நோயாளிகளிடம் போவார். அவர்களைப் பார்த்துச் சொல்வார்:

"நீங்கள் எல்லாம் என்ன செய்யணும்னா நாம யாரையாவது திருப்தியடையச் செய்யணும் அல்லது யாருக்காவது மன மகிழ்ச்சியை உண்டாக்கணும் அப்படின்னு தொடர்ந்து நினைச்சுக்கிட்டு இருங்க... அப்படி இருந்தா 14 நாள்லே உங்கள் குறைபாடுகளெல்லாம் நீங்கிவிடும்"என்று சொல்வாராம். அவர் சொன்னது மாதிரியே குறைபாடுகள் சரியாகிவிடுமாம்.

□□

மனித இயல்பின் ஆழமான தத்துவம் என்னவென்றால் பாராட்டைப் பெறுவதற்காக ஏங்குவது தான். இந்த இரகசியத்தை நாம் புரிந்து கொண்டால் போதும். வாழ்க்கையிலே வெற்றி பெறுவது சுலபம்.

□□

அடுத்தவர்களைத் திருப்திப்படுத்த என்ன வழி?

பொதுவாக அடுத்தவர்கள் நம்மிடமிருந்து எதை எதையெல்லாம் எதிர்பார்க்கிறார்கள்.

நமது புகழ்ச்சியைத்தான் அதிகம் எதிர்பார்க்கிறார்கள்... பாராட்டைத்தான் எதிர்பார்க்கிறார்கள்.

வில்லியம் ஜேம்ஸ் என்று ஒருவர். அமெரிக்கத் தத்துவ ஞானி. மனோதத்துவ நிபுணர். அவர் என்ன சொல்கிறார் தெரியுமா?

''மனித இயல்பின் ஆழமான தத்துவம் என்னவென்றால் பாராட்டைப் பெறுவதற்காக ஏங்குவதுதான்'' என்கிறார். இந்த ரகசியத்தை நாம் புரிந்து கொண்டால் போதும். வாழ்க்கையிலே வெற்றி பெறுவது சுலபம். இந்த விவரங்களையெல்லாம் எனக்கு வேண்டப்பட்ட ஒருத்தர்கிட்டே சொல்லிக்கொண்டிருந்தேன்.

உடனே அவர், "சார்... நீங்க சொல்ற பிரகாரம் நடந்துக்கறதுக்கு இப்பவே ஆரம்பிச்சுடறேன்"என்று கூறி விட்டு உடனே ஒரு பேனாவையும் பேப்பரையும் எடுத்து வைத்துக்கொண்டு எழுத ஆரம்பித்துவிட்டார்.

நான் கேட்டேன்: "என்ன எழுதறீங்க?"
"பாராட்டுக் கடிதம் எழுதறேன்."
"எதுக்கு?"
"போன வாரம் இந்தப் பத்திரிகையிலே வந்திருந்த ஒரு சிறு கதையைப் பாராட்டி எழுதறேன்... கதாசிரியரைப் புகழ்ந்து நாலு வார்த்தை எழுதப் போறேன்."

"கதாசிரியர் யாரு?" என்றேன் ஆர்வமாக.

அவர் மெதுவாக என்கிட்டே வந்து என் காதோடு காதாகச் சொன்னார்:

"நான்தான் சார் அது!"

விலங்குகளிடமிருந்து கற்போம்!

ஒரு காடு. அங்கே ஒரு இடத்தில் வரிக்குதிரைகள் மேய்ந்து கொண்டிருந்தன.

இந்தச் சமயம் பார்த்துப் பசியோடு ஒரு சிங்கம் அந்த பக்கமாக வருகிறது. வரிக் குதிரைகளை அது பார்த்துவிட்டது. அவ்வளவுதான். விரட்ட ஆரம்பித்தது.

கூட்டம் சிதறி ஓடியது. அந்தச் சிங்கம் ஒரே ஒரு வரிக் குதிரையைப் பிடித்து கொண்டது. அவ்வளவுதான்.

அதன் பிறகு மற்ற வரிக் குதிரைகள் எல்லாம் கொஞ்சம் கூடப் பயமில்லாமல் வழக்கம்போல மேய ஆரம்பித்துவிட்டன.

பயந்து கொண்டு இடத்தையே காலி பண்ணிவிட்டுப் போய்விடவில்லை.

மனிதனுக்கு ஆறு அறிவு என்கிறோம். விலங்குகளுக்கு ஐந்து அறிவு என்கிறோம். இருந்தாலும் மிருகங்களிடமிருந்து மனிதன் கற்றுக் கொள்ள வேண்டிய பாடம் நிறைய உண்டு.

□ □
விலங்குகளுக்கு ஐந்து அறிவுதான் என்றாலும் ஆறறிவு மனிதன் மிருகங்களிடமிருந்து கற்றுக் கொள்ள வேண்டிய பாடம் நிறைய உண்டு.
□ □

முதல் பாடம்:

விலங்குகளுக்குப் பயம் என்பது மிகவும் குறைவு.

மனிதனுக்குப் பயம் அதிகம்.

மனிதன் எதற்கெடுத்தாலும் பயப்படுகிறான்.

நடந்ததை நினைத்து பயப்படுகிறான்.

மற்றவர்களைப் பார்த்து பயப்படுகிறான். மரணத்தை பார்த்துப் பயப்படுகிறான்.

ஆனால்... விலங்குகள் இப்படி இல்லை. தங்கள் உயிருக்கு ஆபத்து வருமோ என்ற நிலையில்தான் விலங்குகள் பயப்படுகின்றன.

ஆபத்துச் சூழ்நிலை விலகியவுடன் அவற்றின் பயமும் விலகி விடுகிறது.

அதன் பிறகு கவலைப்படாமல் எப்போதும்போல வாழ ஆரம்பித்து விடுகின்றன.

இது விலங்குகளிடமிருந்து மனிதன் கற்றுக் கொள்ள வேண்டிய முதல் பாடம்.

அடுத்தது...

விலங்குகள் தோல்வியைக் கண்டு பயப்படுவதில்லை. மனிதன் அப்படி யில்லை. தவறவிட்ட பேருந்துக்காக தலையில் கையை வைத்துக் கொண்டு வருந்துகிறவர்கள் உண்டு.

□□

விலங்குகள் தோல்வியைக் கண்டு பயப்படுவதில்லை. மனிதன்அப்படியில்லை. தவறவிட்ட பேருந்துக்காகத் தலையில்கையை வைத்துக் கொண்டு வருந்துகிறவர்கள் உண்டு.

□□

பரிட்சையில் தோல்வியா? - கவலை.

தேர்தலில் தோல்வியா? - கவலை!

ஏதாவது ஒரு வாய்ப்பு கை நழுவிப் போய்விடுகிறதா? உடனே கவலை.

ஒரு பூனை எலியைத் துரத்துகிறது . அந்த எலி சாமர்த்தியமாக ஒரு வளைக்குள் புகுந்து தப்பித்து விடுகிறது.

அதற்காக அந்தப் பூனை, ஐயோ... ஏமாந்து போனோமே என்று கூறி அழ ஆரம்பித்து விடுவதில்லை.

போகிறவர்கள் - வருகிறவர்களிடமெல்லாம் அதைச் சொல்லிப் புலம்புவதில்லை.

மறுபடியும் வேட்டையாடி தனக்குத் தேவையான எலியை பிடித்துக் கொள்ளும்.

மூன்றாவது பாடம்:

விலங்குகள் தங்களின் குழந்தைகளை முறையாக வளர்க்கின்றன.

இதுவும் ஒரு வியப்பான செய்திதான்.

விலங்குகள் அவற்றின் குட்டிகளுக்கு ஆரம்ப காலத்தில் உணவு கொண்டு வந்து கொடுக்கின்றன. குட்டி கொஞ்சம் வளர்ந்த பிறகு எப்படி வேட்டையாடுவது? எப்படி நீந்துவது? எப்படி ஓடுவது? என்பதையெல்லாம் கற்றுக் கொடுத்துவிடுகின்றன.

அதற்குப் பிறகு தன் குட்டி கள் தாமாகவே பிழைத்துக் கொள்ளட்டும் என்று முடிவு செய்து அவற்றைத் தனியே விட்டுவிடுகின்றன.

அதன் பிறகு குட்டிகளைத் திரும்பிக் கூடப்பார்ப்பதில்லை.

குட்டிகளும் தனித்துப் போராடி வாழ்ந்து காட்டும்.

மனிதன் அப்படியில்லை. மகனையும் விடமாட்டான். பேரனையும் விடமாட்டான்.

அப்படிச் செய்.... இப் படிச் செய்.... என்று ஏதாவது சொல்லிக் கொண்டே இருப் பான். கடைசிவரை அவர்கள் கூடவே இருக்க வேண்டும் என்று ஆசைப்படுவான்.

‘உனக்கு அனுபவம் பத்தாது. பெரியவங்க சொல்றதைக் கேள்’ என்பான்.

இப்படியாக அடுத்த தலை முறையின் சுயமான வளர்ச்சிக் கும் முயற்சிக்கும் முட்டுக் கட்டை போடுவது மனிதனின் இயல்பு.

நான்காவது பாடம்:

விலங்குகள் எதிர்காலத்தை நினைத்து அஞ்சுவதில்லை.

நாளைக்கு நல்லபடியாக விடிய வேண்டுமே என்ற கவலை நமக்குத்தான்.

எதிர்காலம்... அடுத்த தலை முறை... இப்படிக் கற்பனை பண்ணிப் பயந்து அதற்காகச் சேர்த்துவைக்க வேண்டுமே என்பதற்காக இன்றைக்குப் படாத பாடுபடுகிறவன் மனிதன்.

சிங்கம் பசி எடுத்த பிறகு தான் இரை தேடவே ஆரம்பிக் கிறது. அவ்வளவு தன்னம் பிக்கை.

□□

அடுத்த தலைமுறையின் சுயமான வளர்ச்சிக்கும் முயற்சிக்கும் முட்டுக்கட்டை போடுவது மனிதனின் இயல்பு.

□□

பறவைகள் மழைக்காலம் வந்துவிட்டால் தேவைப்படுமே என்பதற்காக மட்டும் கொஞ்சம் சேர்த்து வைப்பதுண்டு. எப்பவோ வரப்போகிற தேவையை எண்ணி இப்பவே நடுங்குகிற பழக்கம் விலங்குகளிடம் இல்லை.

''நிகழ்காலத்தில் வாழக் கற்றுக் கொள்ளுங்கள்'' என்று பெரிய ஞானிகளெல்லாம் நமக்கு புத்தி சொல்கிறார்கள்.

விலங்குகள் ஏற்கெனவே அப்படித்தான் வாழ்ந்து கொண்டிருக்கின்றன.

ஐந்தாவது பாடம்:

விலங்குகள் அவையும் வாழும் - அடுத்ததையும் வாழவிடும்.

எலியும் - பூனையும், சிங்கமும் - மானும் எதிரிகள்தான்.

இருந்தாலும் தேவைக்கு மீறி பசிக்கு அதிகமாக எந்த விலங்கையும் அவை கொல்வதில்லை.

காடுகளில் எல்லா விலங்குகளும் வாழ முடிவதற்கு இந்தச் சகிப்புத் தன்மைதான் காரணம்.

ஆக இவையெல்லாம் நாம் விலங்குகளிடமிருந்து கற்றுக் கொள்ள வேண்டிய பாடங்கள்.

இவ்வளவையும் கேட்டு விட்டு ஒருத்தன் சொன்னான்:

"**சா**ர்.... நான் நாய்கிட்டேயிருந்து ஒரு நல்ல பாடத்தைக் கத்துக்கிட்டேன்."

"என்ன?" என்றேன்.

அவன் தன்னுடைய காலில் போட்டிருந்த பெரிய கட்டை சுட்டிக் காட்டிச் சொன்னான்:

"இனிமே தனியா ஒரு நாய் நின்னுக்கிட்டிருந்ததுன்னா விளையாட்டாக் கூட அது மேல ஒரு கல்லைத் தூக்கிப் போடக் கூடாதுங்கிற பாடத்தைக் கத்துக்கிட்டேன் சார்!" என்றான்.

■

ஒரு மனிதரின் வெற்றி!

அர்ஜென்டினாவில் நடந்த ஒரு நிகழ்ச்சி இது. அங்கே ராபர்ட் டிவிக் சென்சோ என்று ஒருவர் இருந்தார். மிகச் சிறந்த கோல்ப் வீரர் அவர். கோல்ப் விளையாட்டுப் போட்டி ஒன்று நடந்தது. அதில் இவரும் கலந்து கொண்டார். அவர்தான் வென்றார்.

முதல் பரிசு. பல ஆயிரம் டாலர்கள். அதைப் பெற்றுக்கொண்டு மகிழ்ச்சியோடு தமது காரை நோக்கி நடந்தார். அவருடைய காரின் அருகே பரிதாபமாக ஒரு பெண் நின்று கொண்டிருந்தாள்.

சென்சோவைப் பார்த்ததும், ''உங்கள் ஆட்டம் மிகவும் பிரமாதமாக இருந்தது'' என்று புகழ்ந்தாள்.

''நன்றி!" என்றார் சென்சோ.

அதன் பிறகு அவள் தனது சோகக் கதையைச் சொல்ல ஆரம்பித்தாள்.

"ஐயா என் குழந்தை மருத்துமனையில் உயிருக்குப் போராடிக் கொண்டிருக்கிறது..."

"ஐயோ...அப்படியா....?"

"ஆமாம்... மருந்து வாங்கிக் கொடுக்க வேண்டியிருக்கிறது. கையில் பணமில்லை..."

சென்சோ துடித்துப் போனார். கையில் அவர் பெற்ற பரிசுத் தொகை இருந்தது. அவ்வளவையும் அப்படியே நீட்டினார்.

"அம்மா இந்தாங்க. இந்தப் பணத்தை வச்சிக்குங்க. குழந்தைக்கு வேண்டியதை வாங்கிக் கொடுங்க... எப்படியாவது அந்தக் குழந்தையைக் காப்பாற்றுங்க."

பணத்தைப் பெற்றுக் கொண்ட அந்தப் பெண் அவரை நன்றியோடு நிமிர்ந்து நோக்கினாள்.

அவர் சொன்னார்: "மேலும் உதவி தேவைப்பட்டா என்கிட்டே வாங்கம்மா..."

அந்தப் பெண் பணத்தைச் சுமந்து கொண்டு நடந்தாள். இவர் மனதில் நிம்மதியைச் சுமந்து கொண்டு காரில் ஏறினார்.

இது நடந்து சில நாள்கள் சென்ற பிறகு...

□□

நான் ஏமாற்றப்பட்டேன்
என்பதைவிட
ஒரு குழந்தை
துன்பப்படவில்லை
என்கிற சேதியைக்
கேள்விப்படுவது எனக்கு
ஆனந்தமாக இருக்கிறது.
அந்தச் செய்தி
பொய்யாகிப் போனதில்
எனக்கு மிகுந்த மகிழ்ச்சி.

□□

ஒரு நாள் தன்னுடைய நண்பர் ஒருவரைக் கடைவீதியில் சந்தித்தார். அப்போது அந்த நண்பர் ஓர் உண்மையைச் சொன்னார்.

"சென்சோ உனக்கு விஷயம் தெரியுமா?"

"என்ன சொல்றே?"

"போட்டியிலே பரிசு வாங்கினாயே...அந்த நாள் உனக்கு ஞாபகம் இருக்கா?"

"ஏன்....? நல்லா ஞாபகம் இருக்கு. எதுக்காகக் கேட்கிற?"

"அன்றைக்குப் பரிதாபமா ஒரு பெண் உன்கிட்டே பேசிக்கிட்டிருந்தாளே... ஞாபகம் இருக்கா?"

"ஓ... அதுவும் ஞாபகம் இருக்கு. குழந்தைக்கு மருந்து வாங்கப் பணமில்லேன்னு சொன்னாள். நான் வாங்கிய பரிசுத் தொகையை அவள்கிட்டே கொடுத்து எப்படியாவது குழந்தையைக் காப்பாத்துன்னு சொன்னேன். ஏன்....? அதுக்கு என்ன இப்போ?"

"அவள் ஒரு பித்தலாட்டக்காரி. அவள் உன்கிட்டே குழந்தைக்கு ஆபத்துன்னு சொன்னது பொய். அவளுக்குக் குழந்தையுமில்லே.... ஒண்ணுமில்லே. உன்னை ஏமாற்றுவதற்காகப் பொய் சொல்லியிருக்கா...! நீ நல்லா ஏமாந்து போயிருக்கே...."

சென்சோ இதைக் கேட்டதும் அதிர்ச்சி அடையவில்லை. அதற்கு மாறாக அவர் முகத்தில் மகிழ்ச்சி தெரிந்தது. மனநிறைவு தெரிந்தது.

"என்னப்பா இது...இந்தச் செய்தி உனக்கு வருத்தமா இல்லையா?"

"இல்லவே இல்லை. இதுதான் இந்த வாரத்தில் நான் கேட்ட மிகவும் மகிழ்ச்சியான செய்தி! இதை என்கிட்டே வந்து சொன்ன உனக்கு ரொம்ப நன்றி!"

செய்தி சொன்ன நண்பர் ஒன்றும் புரியாமல் சென்சோவின் முகத்தை நோக்கினார்.

சென்சோ சொன்னார்:

"நண்பரே நான் ஏமாற்றப்பட்டேன் என்பதைவிட ஒரு குழந்தை துன்பப்படவில்லை என்கிற சேதியைக் கேள்விப்படுவது எனக்கு ஆனந்தமாக இருக்கிறது. அந்தச் செய்தி பொய்யாகிப் போனதில் எனக்கு மிகுந்த மகிழ்ச்சி."

சென்சோ என்கிற அந்த மனிதர் விளையாட்டில் மட்டுமா வென்றார்? மனித பலகீனங்களையெல்லாம் வென்றவர் அவர்.

நாம் நம் செயல்களைத் தீர்மானிக்கிறோம். நம் செயல்கள் நம்மைத் தீர்மானிக்கின்றன.

சிந்தியுங்கள். சிறகுகள் விரியும்.

"அம்மா... இன்று நான் இரண்டு நல்ல காரியங்கள் செய்தேன்...!" என்றான் ஒரு சிறுவன்.

"அதுதான் நல்லது... என்ன செய்தாய்?"

"தண்ணீரில் விழுந்த ஒரு குருவியைக் காப்பாற்றினேன்!"

"ஆகா....அற்புதம்....?"

"அங்கே பசியால் வாடிக் கொண்டிருந்த ஒரு பூனைக்கு அதைக் கொடுத்தேன்!"

இதுவா நல்லா செயல்?

கழுதை மீது ஊர்வலம்!

ஓர் ஊரில் ஒரு ஆள் இருந்தான்.

அவனுக்கு வெளி நாட்டுக்கு போக வேண்டும் என்று ஆசை.

ஆனால் அவனுக்கு எந்த மொழியும் தெரியாது.

இருந்தாலும் சமாளித்துக் கொள்ளலாம் என்று முடிவு செய்து கொண்டு புறப்பட்டான்.

ஏதோ ஒரு தேசத்துக்குப் போய்ச் சேர்ந்தான்.

அங்கே அவனுக்கு யாரையும் தெரியாது. அவர்கள் என்ன மொழி பேசுகிறார்கள் என்பதும் தெரியாது.

என்ன செய்வது என்று யோசித்தபடி ஓர் இடத்தில் நின்று கொண்டிருந்தான்.

எதிரே ஒரு பெரிய கட்டடம்.

நிறைய பேர் உள்ளே போய்க் கொண்டிருந்தார்கள்.

இவனும் அவர்கள் பின்னாலேயே உள்ளே போனான்.

அங்கே ஒரு பெரிய அறை.

உள்ளே அழகாக அலங்காரம் பண்ணியிருந்தார்கள்.

நிறையப் பேர் அங்கே சாப்பிடுவதற்காக உட்கார்ந்திருந்தார்கள். இவனுக்கும் நல்ல பசி.

அவர்களோடு சேர்ந்து உட்கார்ந்தான்.

சாப்பாடு போட்டார்கள். சாப்பிட்டான்.

அன்பான உபசரிப்பு... இவன் மனசுக்குள் நினைத்துக் கொண்டர்ன்...

'இது ஏதோ அரசருடைய அரண்மனை போல இருக்கு... இன்றைக்கு ஏதோ விருந்து நடக்கும் போலிருக்கிறது. நல்ல வேளை... இந்த சமயம் பார்த்து நாமும் வந்தோம். வயிறார சாப்பிட்டோம். நம்ம பசியும் தீர்ந்தது.'

இப்படி நினைத்தபடி நிமிர்ந்தான். சாப்பாடு பரிமாறியவன் எதிரே ரொம்பவும் பணிவோடு முதுகை வளைத்து வணக்கம் தெரிவித்தான்.

இவனும் பதிலுக்கு எழுந்து நின்று முதுகை வளைத்து வணக்கம் தெரிவித்தான்.

"ரொம்ப நன்றி" என்றான்...

அவன் பணிவுடன் ஒரு சீட்டை இவன் கையிலே கொடுத்தான். இவன் அதை வாங்கிப் பார்த்தான். என்ன எழுதியிருக்கிறது என்று ஒன்றும் புரியவில்லை.

"சரி... இந்த நாட்டில் தங்களுடைய நன்றியைச் சீட்டிலே எழுதித்தான் கொடுப்பார்கள் போல இருக்கிறது, என்று நினைத்துக் கொண்டு மறுபடியும் "நன்றி" என்றான்.

ஆனால் அவன், "காசைக் கொடுங்க" என்றான்.

ஏனென்றால் அது ஒரு ஹோட்டல். இவன் சாப்பிட்டதற்கான பில் அது. இவன் அதைப் புரிந்து கொள்ளவேயில்லை.

நன்றி என்று சீட்டில் எழுதிக் கொடுக்கிறார்கள் போலிருக்கிறது என்று நினைத்துக் கொண்டு அதை வாங்கிச் சட்டைப் பையிலே பத்திரமாக வைத்துக் கொண்டு, ''பரவாயில்லீங்க...ரொம்ப மகிழ்ச்சி!" என்றான்.

"ஒரு வெளிநாட்டுக்காரனுக்கு இவ்வளவு தூரம் மரியாதை பண்றீங்களே... எங்க ஊருக்குப் போனதும் உங்களைப் பற்றிச் சொல்லுவேன்" என்றான்.

இவன் என்ன சொல்லுகிறான் என்று அவனுக்குப் புரியவில்லை.

இவனைக் கையைப் பிடித்து அழைத்துக் கொண்டுபோய் முதலாளி முன்னால் நிறுத்தினான்.

'நாம சொன்னதுலே இவனுக்கு ரொம்ப பெருமையா இருக்கும் போலிருக்கு. அதுதான் பெரிய இடத்துக்கு அழைச்சிட்டு வந்திருக்கிறான்' என்று இவன் நினைத்துக் கொண்டான்.

அவரும், "பில்லுக்கான பணத்தைக் கொடு" என்றார்.

"பரவாயில்லீங்க...ரொம்ப மகிழ்ச்சி" என்றான் இவன்.

அவர் பார்த்தார்.

இவனை நீதி மன்றத்துக்கு அனுப்பி வைத்தார். இவன் என்ன நினைத்துக் கொண்டான் தெரியுமா?

'நம்மளை இந்த ஊரு ராஜா முன்னாடி கொண்டு வந்து நிறுத்தியிருக்காங்களே... என்ன ஒரு பெருந்தன்மை' என்று நினைத்துக் கொண்டான்.

நீதிபதி சொன்னார்:

"நீ சாப்பிட்டதுக்கான பணத்தை உடனேகொடுத்துடு. இல்லைன்னா... அதுக்கான தண்டனையை அனுபவிக்க வேண்டியிருக்கும்."

ராஜாவே நமக்கு நன்றி சொல்லுகிறார் என்று நினைத்துக் கொண்டு, "என் மகிழ்ச்சிக்கு எல்லையே இல்லீங்க....!" என்றான்.

அவர் பார்த்தார்.

இவனுக்குத் தண்டனை கொடுப்பதைத் தவிர வேறு வழியில்லை என்று தீர்மானித்தார். உடனே தீர்ப்பு வழங்கினார்.

"இவனைக் கழுதையிலே பின்புறமாக உட்காரவையுங்கள். இவன் ஒரு மோசக்காரன் என்று ஒரு புறம் எழுதி அந்தக் கழுதையை ஊர் பூரா விரட்டி விடுங்க." என தீர்ப்பளித்தார்.

இவனுக்குத்தான் மொழி புரியவில்லையே அதனால் எல்லாவற்றையும் கேட்டுக் கொண்டு பேசாமல் நின்றான். ஆனாலும் ஏதோ நடக்கிறது என்று மட்டும் புரிகிறது.

எல்லோரும் சேர்த்து இவனைக் கழுதை மேலே உட்கார வைத்தார்கள்.

'ஓகோ... நம்மைப் பாராட்டி ஊர்வலம் நடத்துறாங்க போலிருக்கு' என்று நினைத்துக் கொண்டான். எல்லோரும் சத்தம் போட்டுக் கைதட்டிக் கொண்டு கழுதை பின்னால் ஓடி வருகிறார்கள். இவனுக்கு உற்சாகமாக இருக்கிறது.

எல்லோருக்கும் கை கூப்பி வணக்கம் தெரிவித்துக் கொண்டே போகிறான். கூட்டத்தின் நடுவே திடீரென்று ஒரு தெரிந்த முகம். அவனது

தேசத்தைச் சேர்ந்த ஓர் ஆள். அவனைப் பார்த்ததும் இவனுக்கு மேலும் உற்சாகம்.

'நம் ஊருக்குப் போனதும் இங்கு நமக்குக் கிடைச்ச மரியாதை எல்லாம் உண்மைதான் என்று சொல்வதற்கு ஒரு சாட்சியும் கிடைத்துவிட்டது' என்று நினைத்துக் கொண்டான்.

அவனைப் பார்த்துக் கத்தினான்:

"நல்லாப் பாத்துக்க... இந்த ஊர் மக்கள் எனக்கு எப்படிப்பட்ட வரவேற்பு கொடுக்கிறார்கள் என்று...!"

அவனுக்கு அவமானமாய் போயிற்று.

தலையைக் குனிந்துகொண்டே நழுவிப் போய்விட்டான். இவன் பார்த்தான். அவன் தலை தெரியவில்லை.

'ஆகா... அவனுக்கு நம்ம மேல பொறாமை... அதுதான் காணாமப் போய்விட்டான்' என்று நினைத்துக் கொண்டான்.

இப்படி ஒரு வேடிக்கைக் கதையைப் பெரியவர்கள் சொல்லுவது உண்டு. கதை வேடிக்கையாக இருந்தாலும் இதிலே உள்ள கருத்தைக் கொஞ்சம் சிந்திக்க வேண்டும்.

அந்தக் கழுதை மீது உட்கார்ந்திருக்கிறானே... அவன் மாதிரிதான் நாமும். அகங்காரம் என்ற கழுதையின் மீது உட்கார்ந்து கொண்டிருக்கிறோம். என்ன நடக்கிறது என்பதே நமக்குப் புரிவதில்லை.

அகங்காரத்தில் பேசுகிறவனுக்கும் சித்த சுவாதீனமில்லாமல் பேசுகிறவனுக்கும் அதிக வித்தியாசம் இருப்பதில்லை.

ஒருத்தன் தன்னுடைய வீட்டைச் சுற்றிச் சேற்றை வாரி இறைத்துக் கொண்டிருக்கிறான். அந்த வழியே வந்த பெரியவர் அதைப் பார்த்தார்.

"என்னப்பா பண்ணிக்கிட்டு இருக்க? என்று கேட்டார்.

"கழுதைகளை விரட்டிக்கிட்டிருக்கேன்" என்றான்.

"எங்கே கழுதைகளையே காணோமே...?" என்றார் அவர்.

"அதுதான் ஏற்கெனவே விரட்டிவிட்டேனே..." என்றான் அவன்.

◻ ◻
அகங்காரத்தில் பேசுகிறவனுக்கும் சித்தசுவாதீனமில்லாமல் பேசுகிறவனுக்கும் அதிக வித்தியாசம் இருப்பதில்லை.
◻ ◻

வேலை பிடிச்சிருக்கா?

என்னுடைய நண்பர் ஒருவர் இருக்கிறார்.

என்னைவிடப் பெரிய பதவியில் இருக்கிறார்.

என்றாலும் என்னைவிட மோசமாக இந்த உலக வாழ்க்கையில் பிடிப்பில்லாமல் பேசுவார்.

எந்த நேரம் பார்த்தாலும் முகத்தை வெறுப்பாகவே வைத்திருப்பார்.

"ஏன் சார் இப்படி இருக்கீங்க" என்று விசாரித்தேன்.

"ஏன்டா இந்த வேலைக்கு வந்தோம்னு இருக்கு" என்றார்.

"இந்த வேலை உங்களுக்குப் பிடிக்கலையா?"

"ஆமாம்... பிடிக்கலை" என்றார்.

அதற்கு மேல் அவரிடம் பேசவில்லை.

□□

வேலையை நேசிக்கத் தெரிந்தவர்கள் வெற்றி பெறுவார்கள்

□□

இப்படிப்பட்டவர்கள் வெற்றிகரமான வாழ்க்கை வாழ முடியாது. இது நிபுணர்கள் கருத்து.

"வேலையை நேசிக்கத் தெரிந்தவர்கள் வெற்றி பெறுவார்கள்" என்கிறார்கள் அவர்கள்.

எந்தத் துறையில் இருந்தாலும் சரி... அந்தத் துறையில் வெற்றிகரமாக விளங்குகிறவர்களை விசாரித்துப் பாருங்கள்.

"எனக்கு நான் செய்கிற வேலை ரொம்ப பிடிக்கும் என்று சொல்பவர்களாகத்தான் அவர்கள் இருப்பார்களாம்.

□□

ஒருவருக்குப் பிடித்தமான பொழுதுபோக்கே அவருடைய தொழிலாகவும் இருந்துவிட்டால் அவரை மாதிரிக் கொடுத்து வைத்தவர் வேறு யாரும் இல்லை.

□□

ஒருவருக்குப் பெரிதும் பிடித்த பொழுதுபோக்கே அவருடைய தொழிலாகவும் இருந்துவிட்டால் அவரை மாதிரிக் கொடுத்து வைத்தவர் வேறு யாரும் இல்லை" என்கிறார் பெர்னாட்ஷா.

ஒரு தடவை ஹுமாயூன் உயிரை, தண்ணீர் மொண்டு ஊற்றுகிற தொழிலாளி காப்பாற்றினாராம்.

"உனக்கு என்ன வேண்டுமானாலும் கேள்... தருகிறேன். உயர் பதவி வேண்டுமா? சொல்" என்று கேட்டாராம் ஹுமாயூன்.

"மன்னா! மக்களின் தாகம் தீர்க்கக் கூடிய இந்தப் பணியைவிட உயர்ந்தது உண்டா?" என்றாராம் அந்தத் தொழிலாளி. அவரால் அவருடைய வேலையை நேசிக்க முடிந்தது.

அதனால் அவரால் மகிழ்ச்சியாக வாழ முடிந்தது.

நம்மில் பலர் அப்படி இருப்ப தில்லை.

'வேலை கிடைக்கிற வரையில் கிடைத்தால் போதும்!' என்று இருப்பார்கள்.

'கிடைத்ததற்கு அப்புறம் ஏண்டா இந்த வேலைக்கு வந்தோம்' என்று அலுத்துக் கொள்வார்கள்.

'சரி... நாம் இருக்கிற இடத்தில் நாம் வெற்றிகரமாக வாழ வழியுண்டா?'

உண்டு!

□□

உங்கள் தோற்றத்துக்கு முக்கியத்துவம் கொடுங்கள். இது மனம், உடல் இரண்டும் சம்பந்தப்பட்டது. ஆகையால் மனசையும், உடம்பையும் ஆரோக்கியமாக வைத்துக் கொள்ளுங்கள்.

□□

அதற்கு முக்கியமான ஆறு வழிகளைச் சொல்கிறார்கள் மனவியல் நிபுணர்கள்.

நீங்கள் ஓர் அலுவலகத்தில் வேலை பார்க்கிறவரா? அப்படியானால் இதைக் கொஞ்சம் கேளுங்கள்.

உங்கள் மேலதிகாரியின் எதிர்பார்ப்புக்குத் தகுந்த மாதிரி உங்கள் வேலை இருக்கிறதா என்று பாருங்கள். அப்படி இல்லையென்றால் முதலில் உங்களின் வேலையின் தரம் உயரவேண்டும்.

உங்களுக்கு மேலே, கீழே வேலை பார்க்கிற பணியாளர்களிடம் நீங்கள் நல்ல விதமாகப் பேசிப் பழகுகிறீர்களா? அந்த உறவு முறையில் ஏதாவது குறையிருந்தால் அதை முதலில் கண்டுபிடித்து சரி செய்யுங்கள். நம்பிக்கைக்கு உரியவர் என்று நீங்கள் பெயர் எடுக்க வேண்டும்.

"இவர் எடுக்கிற முடிவு நல்ல முடிவாகத்தான் இருக்கும்'' என்று உங்களைப் பற்றி அடுத்தவர்கள் பேசிக் கொள்ள வேண்டும்.

உங்கள் தோற்றத்துக்கு முக்கியத்துவம் கொடுங்கள். இது மனம், உடல் இரண்டும் சம்பந்தப்பட்டது. ஆகவே மனசையும் ஆரோக்கியமாக வைத்துக் கொள்ளுங்கள்; உடம்பையும் ஆரோக்கியமாக வைத்துக் கொள்ளுங்கள்.

உங்களுடைய நிர்வாகம் செயல்படுகிற விதத்தை நன்கு புரிந்து வைத்துக் கொள்ளுங்கள். உங்களுடைய நிர்வாகம் இப்பொழுது ஒரு காரியம் செய்கிறது என்று வைத்துக் கொள்ளுங்கள்.

ஏன் அப்படிச் செய்கிறது? எதற்காக அப்படிச் செய்கிறது? அதனுடைய குறிக்கோள் என்ன? அது நீடிப்பதற்குக் காரணம் என்ன? இதையெல்லாம் தெரிந்து வைத்துக் கொள்ளவேண்டும்.

சிரிப்புக்கு வஞ்சகம் பண்ணாதீர்கள். நன்றாகச் சிரியுங்கள். அப்போதுதான் அது திரும்பக் கிடைக்கும். கடந்த காலத் தோல்வியைப் பற்றித் கவலைப்படாதீர்கள்.

முதலாளியின் விருப்பத்தை தெரிந்து நடந்து கொள்ளுங்கள். அதற்காக அவரைக் 'காக்கா' பிடிக்க வேண்டும் என்கிற அவசியம் இல்லை. உங்களுக்கு ஒரு பொறுப்பான வேலை கிடைக்கிறது என்று வைத்துக் கொள்ளுங்கள். உடனே சத்தம்... குழப்பம் என்று சூழ்நிலையை இறுக்கமாக ஆக்கிவிடக் கூடாது.

எந்தச் சூழ்நிலையையும் இயல்பாக கையாளக்கூடியவர் இவர் என்பதைக் காட்ட வேண்டும். இவையெல்லாம் உங்கள் துறையில் நீங்கள் வெற்றிகரமாக விளங்க... நிபுணர்கள் சொல்லுகிற யோசனைகள்! இவ்வளவு விவரமும் நான் சொல்லிவிட்டு ஒருத்தரைக் கேட்டேன்.

"இப்ப சொல்லுங்க.... நீங்க செய்கிற வேலை உங்களுக்குப் பிடிச்சிருக்கா?"

"ரொம்பப் பிடிச்சிருக்கு" என்றார்.

"சரி...என்ன செஞ்சிக்கிட்டிருக்கீங்க" என்று கேட்டேன்.

அவர் சொன்னார்: "சும்மாத்தான் இருக்கேன்!"

■

ஓர் அதிசய மோசடி!

அமெரிக்க வணிகர் ஒருவர். அவர் ஒரு நாள் காலையில் வழக்கம் போலச் செய்தித்தாளைப் புரட்டிக் கொண்டிருந்தார். அதிலே வெளியாகியிருந்த ஒரு விளம்பரம் அவர் கண்ணில் பட்டது.

அது என்ன தெரியுமா?

பாரீஸ் நகரில் 'ஈஃபில் டவர்' இருக்கிறதல்லவா? அந்த உயரமான கோபுரம் ஏலத்துக்கு வருகிறது என்பதுதான் அந்த விளம்பரம்.

வணிகர் யோசிக்க ஆரம்பித்தார்.

'அப்படின்னா... அதை ஏலத்துலே எடுத்து... பிரிச்சு வித்தோம்னா... நல்ல லாபம் கிடைக்குமே...!'

உடனே விளம்பரம் கொடுத்திருப்பது யார் என்று பார்த்தார். அவரோடு தொடர்பு கொண்டார்.

"உடனே புறப்பட்டு வர்றேன்!" என்றார் அவர்.

அடுத்த சில நிமிடங்களில் ஆடம்பரமான கார் ஒன்று வந்து நின்றது. அதிலேயிருந்து இறங்கினார் அவர். தன்னை அறிமுகப்படுத்திக் கொண்டார்.

"என் பெயர் ஸ்டானிலி லோ!" என்றார்.

"உங்களுக்காகத்தான் காத்துக்கிட்டிருக்கேன்."

"பாரீஸ் நகர அதிகாரிகளில் ஒருத்தன் நான்."

"மிக்க மகிழ்ச்சி!"

"வாங்க அந்த டவரைப் பார்க்கலாம்."

இரண்டு பேரும் அங்கே போனார்கள். பார்த்தார்கள்.

"உங்க மதிப்பு என்ன?" என்றார் இவர்.

"உக்காந்து பேசலாம் வாங்க !" என்றார் அவர்.

அங்கிருந்து ஓர் ஓட்டலுக்குப் போனார்கள். உட்கார்ந்தார்கள். பேசினார்கள்.

"இதோ பாருங்கள்... இந்த ஈபில் டவர் ஓர் உலக அதிசயம். இருந்தாலும் இரண்டாவது உலகப் போர் சமயத்தில் இது ரொம்பவும் சேதமாயிட்டது... அதனாலேதான் இதைத் துண்டு துண்டாகக் கழற்றி விற்றுவிடலாம்னு பிரெஞ்சு அரசாங்கம் முடிவு பண்ணிட்டுது... அது

சம்பந்தமான அதிகாரிதான் நான். அரசாங்கம் சார்பா இதை விலை பேசி விற்க வேண்டிய பொறுப்பு எனக்கு...!"

இரண்டு பேரும் பேசிக் கடைசியாக 25 ஆயிரம் டாலர் என்று ஒரு முடிவுக்கு வந்தார்கள்.

இவர் பணத்தை எடுத்துக் கொடுத்தார். அவர் அதை வாங்கிக் கொண்டார்.

அரசாங்க முத்திரையோடு பத்திரம் எழுதி அந்தப் பாரீஸ் நகர ஈபில் கோபுரத்தை வியாபாரி பெயருக்கு மாற்றம் செய்து கொடுத்து விட்டு அவர் புறப்பட்டார்.

மறுநாள்.

இந்த வியாபாரி ஆள்களையெல்லாம் அழைத்துக்கொண்டு கோபுரத்துக்கு வந்தார். கழற்ற ஆரம்பித்தார். அப்போது தான் யாரோ வந்து கழுத்தைப் பிடித்தார்கள். திரும்பிப் பார்த்தார்.

போலீஸ்!

"என்ன பண்ணிக்கிட்டிருக்க இங்கே?" என்றார்.

"இந்தக் கோபுரத்தை பார்ட் பார்ட்டா சுழற்றிக்கிட்டிருக்கேன்!" என்றார்.

"உன்னை பார்ட் பார்ட்டா சுழற்றிப் புடுவோம்!" என்றார்கள்.

"இந்தக் கோபுரத்தை நான் விலைக்கு வாங்கியிருக்கேன்!"

பத்திரத்தை எடுத்துக் காட்டினார். அதை விற்றவருக்கும் அரசாங்கத்திற்கும் எந்தச் சம்பந்தமும் இல்லை என்பதை அவருக்குப் புரிய வைப்பதற்குள் அவர்களுக்குப் போதும் போதும் என்றாகி விட்டது.

"ஆகா! நாம நல்லா ஏமாந்து போயிட்டோம்!" என்பது அவருக்குக் கடைசியாகத்தான் விளங்கியது.

"ஐயோ... ஏமாந்துட்டேனே....!" என்று புலம்ப ஆரம்பித்தார்.

பாரீஸ் போலீஸ் ரொம்பவும் தீவிரமாகத் தேட ஆரம்பித்தது.

ஆசாமியும் அகப்பட்டுக் கொண்டார். ஒன்பது மாதம் சிறைத் தண்டனை கிடைத்தது. அதன் பிறகு ஓர் உண்மையும் தெரிய வந்தது. அந்த ஆள் ஏற்கனவே பல பேரைப் பலவிதமாக ஏமாற்றியிருக்கிறான். ஐம்பது வயதுக்குள்ளாக சுமார் 16 ஆண்டுகள் சிறையில் இருந்திருக்கிறான்.

ஈஃபில் டவரை விற்பதற்கு முன்னரே லண்டனில் புகழ் பெற்ற செயின்ட் பால் சர்ச்சை ஒரு ஜப்பானியப் பணக்காரருக்கு விற்றிருக் கிறான் இதே ஆள்! சிறையில் அடைக்கப்பட்ட பிறகும் அவன் கொஞ்சம் கூட அலட்டிக் கொள்ளாமல் இருந்ததுதான் ஆச்சரியம்! பத்திரிக்கையாளர்கள் எல்லாம் ஓடி வந்தார்கள் பேட்டி காண!

"என்ன சார் இப்படிப் பண்ணிட டீங்க...?'' என்றாராம் ஒரு பத்திரிகை யாளர்.

இதற்கு அவன் சொன்ன பதில்: "நானே சும்மா ரோட்டுல போனாக்கூட பணக்காரங்க தானா வந்து என்கிட்ட ஏமாந்து போறாங்களே.... அதுக்கு நான் என்ன செய்யறது?'' அப்போது அவன் கொடுத்த பேட்டி உலகம் பூராவும் ரொம்பப் பிரபலம்.

ஐம்பது வயதுக்குப் பிறகு அந்த ஆள் ஏமாற்றும் வேலையையெல்லாம் விட்டு விட்டு உட்கார்ந்த இடத்திலேயே வாழ்க் கையை அனுபவித்துவிட்டுப் போய்ச் சேர்ந்தானாம்! இந்த உலகத்தில் எப்படியெல்லாம் நடக்கிறது பாருங்கள்.

□□

சிறகை விரிக்க வேண்டும் ; சிகரத்தைத் தொட வேண்டும் என்று சிந்திப்பதில் தவறில்லை. அதற்காக தேர்ந்தெடுக்கிற வழிமுறைகள் சரியாக அமைய வேண்டும்.

□□

சிறகை விரிக்க வேண்டும் - சிகரத்தைக் தொட வேண்டும் என சிந்திப்பதில் தவறில்லை. அதற்காகத் தேர்ந்தெடுக்கிற வழிமுறைகள் சரியாக அமைய வேண்டும்.

நம்ம ஊரில்கூட வேடிக்கையாக ஒரு கதை சொல்லுவார்கள்.

சித்த சுவாதீனமில்லாத இரண்டு பேர் பேசிக் கொண்டார்களாம்.

"நான் தஞ்சாவூர் பெரிய கோயிலை விலைக்கு வாங்கலாம் என்று பார்க்கிறேன்!" என்றானாம் ஒருவன்.

இதைக் கேட்டதும் கொஞ்சம் யோசித்துவிட்டு அடுத்தவன் சொன்னானாம்: "இப்போதைக்கு அதை நான் விற்பதாக இல்லை!"

■

பாவம்...
விருந்தினர்கள்!

கிரேக்க நாட்டிலே ஒரு மன்னர் இருந்தார். அவர் ஒரு மாதிரியான மன்னர். கொஞ்சம் பிடிவாத குணம், கொஞ்சம் கிறுக்குத்தனம் இரண்டும் அவரிடம் உண்டு.

அந்த மன்னர் ஓர் அழகான கட்டிலைச் செய்து வைத்திருந்தார். அது தங்கத்தால் ஆன ஒரு கட்டில். விலை உயர்ந்த வைரம் எல்லாம் அதிலே பதித்து வைத்திருந்தார்.

அதில் மரமே கிடையாது. எல்லாம் தங்க மயம்!

அவ்வளவு விலை உயர்ந்த கட்டில் வேறு எங்குமே கிடையாது. அப்பேர்பட்ட அபூர்வமான கட்டில்.

அந்த மன்னர் தனக்கென்று சில கொள்கைகளை வைத்திருந்தார். அரண்மனைக்கு யாராவது முக்கிய விருந்தினர்கள் வந்தால்.... அவர்களை அந்தக் கட்டிலிலே படுக்க வைப்பார்.

ஆனால் ஒரு விஷயம். வருகிற விருந்தினரின் உயரம் அந்தக் கட்டிலின் நீளத்திற்குச் சரியாக இருக்க வேண்டும். அதில் படுத்தால்... கூடுதலாகவோ, குறைவாகவோ இருக்கக் கூடாது.

அப்படி ஓர் ஒழுங்கு முறையை அவர் எதிர்பார்க்கிறார்.

யாராவது ஒரு விருந்தினர் வந்தால்... அன்றைக்கு இரவே அவர் அந்தக் கட்டிலில் படுக்க அனுமதி கொடுப்பார்.

வருகிற ஆசாமி அந்தக் கட்டிலை விட நீளமாக இருக்கிறார் என்று வைத்துக் கொள்ளுங்கள். கட்டிலுக்குத் தகுந்த மாதிரி காலை வெட்டிவிடச் சொல்லு வார்...!

ஏனென்றால் அந்தக் கட்டில் விலை உயர்ந்தது. அதை மாற்ற முடியாது. ஆகவே கட்டிலுக்குத் தகுந்த மாதிரி ஆளை மாற்றிவிடுவார்.

□ □
பல சமயங்களில் நமக்கு வாழ்வு முக்கியமாகத் தெரிவதில்லை. சட்டதிட்டங்கள்தான் முக்கியமாகத் தெரிகின்றன.
□ □

அங்கே கட்டில்தான் முக்கியம்; மனிதன் முக்கியமில்லை.

அதே போலத்தான்....

பல சமயங்களில் நமக்கு வாழ்வு முக்கியமாகத் தெரிவதில்லை. சட்ட திட்டங்கள்தான் முக்கியமாகத் தெரிகின்றன.

பொதுவாக ஓர் அளவை வைத்துத்தான் கட்டில் தயார் செய்ய முடியும். ஒரு சராசரி மனிதனின் அளவு அது.

சராசரி என்பது... ஓர் எடுத்துக்காட்டுக்குச் சொல்ல வேண்டுமென்றால்... பத்து மனிதர்களின் உயரத்தைக் கூட்டி, அதைப் பத்தால் வகுத்து வரக்கூடிய ஓர் அளவு. கணக்கின் ஒரு கற்பனை வடிவம் அது.

அந்தக் கணக்கின் அடிப்படையில்தான் அந்தக் கட்டில் உருவாக்கப்பட்டிருக்கிறது.

ஆனால்-

சராசரி உயரமுள்ள மனிதன் என்பவன் கணக்கிலே வேண்டுமானால் இருக்கலாம். நடைமுறையில் இருக்க முடியாது. அந்த கணக்கில் ஏற்பட்ட ஒரு கற்பனை அளவு. அந்தக் கற்பனை அளவுக்கு நூறு சதவீதம் சரியாக ஒரு விருந்தாளி வரவேண்டும் என்று எதிர்பார்ப்பது சரியாக இருக்குமா?

சரி.

அந்தக் கட்டிலைவிட நீளம் குறைவாக அதாவது உயரம் குறைவாக ஓர் ஆசாமி வந்து விடுகிறார் என்று வைத்துக் கொள்ளுங்கள். அப்போதும் அந்த மன்னர் சும்மா இருக்க மாட்டார். அதற்கென்றே

அரண்மனையில் சில பலசாலிகளை வைத்திருக்கிறார். அவர்களைக் கூப்பிடுவார். வந்த விருந்தாளி அவர்தான் என்று அவர்களுக்கு அடையாளம் காட்டி விடுவார்.

தலைப் பக்கம் நாலு பேர், கால் பக்கம் நாலு பேர் அவரைத் தூக்கிப் பிடித்துக் கொள்வார்கள். பலம் கொண்ட மட்டும் இருபுறமும் இழுப்பார்கள். அப்படி இழுத்துக் கட்டில் அளவுக்குச் சரியாகக் கொண்டுவருமாறு கட்டளை இடுவார்.

உடம்பு என்ன கம்பியா...தட்டி நீட்டுவதற்கு? வருகிற விருந்தினர் நல்ல முறையிலே படுத்து உறங்கி மகிழ வேண்டும் என்றுதான் அந்த மன்னர் நினைக்கிறார். ஆனால் கட்டில் நீளத்துக்கு வருகிறவரும் இருக்க வேண்டும் என்று எதிர்பார்ப்பதால் எவ்வளவு இடைஞ்சல்? இது அரசனின் தவறல்ல; ஒழுங்குமுறையின் தவறு என்கிறார் ஓஷோ.

□□

வாழ்வின் இயல்பு ஆனந்தம்... மகிழ்ச்சி. அந்த மகிழ்ச்சியை அடைய வேண்டுமென்றால் திறந்த மனதோடு செயல்பட வேண்டும். இது தெரியாத காரணத்தால் நம்மில் பல பேர் வாழ்க்கையின் முக்கியமான சில பகுதிகளை இழந்துவிடுகிறோம்.

□□

வாழ்க்கையை நெறிப்படுத்துவது என்பது வேறு; கட்டுப்படுத்துவது என்பது வேறு. ஒழுங்குமுறைளைத் திணிக்கிறேன் என்று சொல்லிக் கொண்டு பலபேர் வாழ்வையே இழந்து விடுகிறார்கள்.

வாழ்வின் இயல்பு ஆனந்தம்.... மகிழ்ச்சி. அந்த மகிழ்ச்சியை அடைய வேண்டுமென்றால் திறந்த மனதோடு செயல்பட வேண்டும். இது தெரியாத காரணத்தால் நம்மில் பலபேர் வாழ்க்கையின் முக்கியமான சில பகுதிகளை இழந்துவிடுகிறோம்.

நம்மில் சிலர் வேறு மாதிரியாக ஒழுங்கு படுத்துகிறவர்களாக இருக்கிறார்கள். அது எப்படித் தெரியுமா?

ஒரு மருத்துவமனையில் அறுவைச் சிகிச்சை நடந்து முடிந்தது. அதன் பிறகுதான் நர்ஸ் அவசரமாக ஓடிவந்தார்.

"டாக்டர்! இதோ இந்த பேஷண்ட்டுக்குக் கால்லேதான் கட்டி... ஆனா நீங்க மூளையிலே கட்டின்னு நினைச்சுகிட்டு தலையிலே ஆபரேஷன் பண்ணிட்டீங்க. மூளை ஆபரேஷன் பண்ண வேண்டிய நோயாளி. நீங்க ஆபரேசன் பண்ண வேண்டிய நோயாளி 15-ஆம் நம்பர் பெட்லே இருக்கார்!

"பரவாயில்லை... அதனாலே என்ன? கட்டிலை மாத்திட்டா போச்சி! இவரைக் கொண்டு போய் 15-ஆம் நம்பர் பெட்லே போட்டுடு.... சரியாப் போயிடும்!"

■

மூன்று
நண்பர்கள்...

ஓர் ஊரிலே ஓர் ஆள் இருந்தான். அவன் பேரில் ஏதோ ஒரு குற்றச்சாட்டு. ஆகவே அரண்மனையிலே இருந்து அழைப்பு வந்தது.

"உன்னை விசாரிக்க வேண்டியிருக்கிறது.... ஆகவே அரண்மனை விசாரணை மண்டபத்துக்கு வந்து சேர்!" என்றது அரசனின் ஆணை.

'நம்ம பேர்ல எந்தப் தப்பும் இல்லையே.... நாம் எந்தத் தவறும் செய்யலையே.....!' என்று நினைத்தான்.

ஆனாலும் அரசாங்க உத்தரவு. அதை அலட்சியம் செய்ய முடியுமா? போய்த்தான் தீர வேண்டும்.

தனியாகப் போக அவனுக்குத் தயக்கமாக இருந்தது. தன்கூட துணைக்கு யாராவது வந்து தனக்காகக் கொஞ்சம் வாதாடினால் தேவலை என்று நினைத்தான். வக்கீல் மாதிரி ஒருத்தர் தேவைப் பட்டார். 'யாரை அழைத்துக்கொண்டு போவது?' யோசித்தான்.

அவனுக்கு மூன்று நண்பர்கள் இருந்தார்கள். 'அவர்களில் ஒருவரை அழைத்துக் கொண்டு போகலாமே!' என முடிவு செய்தான்.

அந்த மூவரில் மிகவும் நெருக்கமான ஒரு நண்பரின் வீட்டுக்குப் போனான். கதவைத் தட்டினான். திறந்தது. நண்பனின் முகம் தெரிந்தது. அவனிடம் சொன்னான்.

"நண்பனே! என்னை விசாரிப்பதற்காக அரண்மனைக்கு வரச்சொல்லி உத்தரவு வந்திருக்கிறது....நீ கொஞ்சம் எனக்காக அங்கே வந்து வாதாட வேண்டும்!"

"என்னாலே வர முடியாது!" என்று சொல்லிவிட்டான் அவன் இவனுக்கு ஏமாற்றமாகப் போய்விட்டது.

"ரொம்பவும் நெருக்கமா நம்மகிட்டே பழகிக்கிட்டிருந்த இவனே இப்படிச் சொல்லிவிட்டானே..!" என்று வருத்தப்பட்டான்.

'சரி....பரவாயில்லை...இன்னொரு நண்பனிடம் போவோம்!' என்று முடிவு செய்துகொண்டு அந்த இரண்டாவது நண்பனைத் தேடிச் சென்றான். அவனிடம் விவரத்தைச் சொன்னான்.

முழுவதையும் கவனமாகக் கேட்டுவிட்டு அவன் என்ன சொன்னான் தெரியுமா?

வர முடியாது என்று சொல்லவில்லை.

"வருகிறேன்... ஆனால் அரண்மனை வரையில்தான் வருவேன். அங்கே நின்று கொள்வேன். அதற்கு மேல் வரமாட்டேன்!" என்று சொல்லிவிட்டான்.

அப்படி அதுவரைக்கும் வந்து என்ன பிரயோஜனம்? கடைசி வரைக்கும் நம்மகூட வந்து நமக்காக வாதாடணுமே... அதுதானே முக்கியம்! என்று நினைத்தான்.

எனவே அடுத்தபடியாக அந்த மூன்றாவது நண்பனிடம் போனான்.

□ □
**மனிதன் என்பவன் நல்ல செயல்களைச் செய்ய வேண்டும்; நற்செயல்கள்தாம் கூடவே வரும்.
நமக்குப் பின்னாலும் நம்மைப் பற்றிச் சொல்லிக் கொண்டே இருக்கும்**
□ □

அவன் அதிக நெருக்கம் இல்லை. இருந்தாலும் போனான். விவரத்தைச் சொன்னான்.

அவன் என்ன செய்தான் தெரியுமா?

ஒன்றுமே சொல்லவில்லை. உடனே சட்டையை மாட்டிக்கொண்டு புறப்பட்டுவிட்டான்.... 'வா போகலாம்!' என்று.

கூடவே வந்தான். கடைசி வரைக்கும் வந்தான். தன் நண்பனுக்காக வாதாடினான். பரிந்து பேசினான். விடுதலை வாங்கிக் கொடுத்தான்.

இது ஒரு யூதக் கதையாம். நண்பர் ஒருவர் என்னிடம் சொன்னார். இதிலே உள்ள கருத்து என்ன தெரியுமா?

ஒவ்வொரு மனிதனுக்கும் மூன்று நண்பர்கள் உண்டு.

முதல் நண்பருக்கு என்ன பெயர் தெரியுமா? பணம்!

இரண்டாவது நண்பன் யார் தெரியுமா? சொந்தம்!

மூன்றாவது நண்பன் அவன் செய்த நற்செயல்கள்!

கடைசியிலே...

பணம், கூட வராது.

சொந்தம், கல்லறை வரைக்கும் வரும்.

நற்செயல்கள்தாம் கூடவே வரும். அதாவது நமக்குப் பின்னாலும் நம்மைப் பற்றிச் சொல்லிக்கொண்டே இருக்கும்.

''மனிதன் என்பவன் நல்ல செயல்களைச் செய்ய வேண்டும்.'' என்கிற கருத்தை வலியுறுத்துவதற்காகச் சொல்லப்பட்ட கதை இது.

நம் ஆள் ஒருத்தன்.

ஒரு சிக்கலில் மாட்டிக் கொண்டான். ஒரு சைக்கிளை திருடிவிட்டதாக அவன் பேரில் வழக்கு.

ஒரு நண்பனைத் தேடிப் போனான்.

"எனக்குச் சாதகமாகச் சாட்சி சொல்ல வரவேண்டும்!" என்று கூப்பிட்டான்.

அவன் மறுத்துவிட்டான்.

"இதோ பாருப்பா... உனக்குச் சாதகமாக சாட்சி சொல்ல வர முடியாத நிலையிலே நான் இருக்கேன். அதுக்கு மூன்று காரணங்கள்.

முதல் காரணம்: இதுவரைக்கும் சாட்சி சொல்லி எனக்குப் பழக்கமில்லை.

இரண்டாவது காரணம்: பொய் சாட்சி சொல்றது தப்புன்னு பெரியவங்கல்லாம் சொல்லியிருக்காங்க!

மூன்றாவது காரணம்: நீ திருடிக்கிட்டு போனாயே சைக்கிள்... அந்த சைக்கிள் என்னோடது!"

வாழ்க்கையில் உயர வேண்டுமா?

ஒருத்தர் ஒரு தவறு செய்துவிடுகிறார் என்று வைத்துக் கொள்ளுங்கள். அதை அவருக்குச் சுட்டிக்காட்ட வேண்டிய நிலையில் நாம் இருக்கிறோம் என்றும் வைத்துக் கொள்ளுங்கள். என்ன செய்யலாம்? அதற்கு இரண்டு வழிகள் உண்டு.

ஒன்று...அவரிடம், "நீ செய்தது தவறு!" என்று சொல்வது.

இன்னொன்று... "எது சரி?" என்று அவர் புரிந்துகொள்ள உதவி செய்வது.

இந்த இரண்டாவது வழி இருக்கிறது பாருங்கள். இது நிர்வாக இயலில் ரொம்ப முக்கியம்.

அலுவலகத்திலே வேலை பார்க்கிறவர்கள் முக்கியமாகத் தெரிந்து கொள்ள வேண்டியது என்ன தெரியுமா?

உடன் பணியாற்றுகிற ஊழியர்களிடம் எப்படிப் பழக வேண்டும்?

உத்தரவு போடுகிற மேலதிகாரிகளிடம் எப்படிப் பழக வேண்டும்? தனக்குக் கீழே பணிபுரிகிறவர்களிடம் எப்படிப் பழக வேண்டும்?

வாடிக்கையாளர்களிடம் எப்படிப் பழக வேண்டும்?

இவை எல்லாமும்தான்.

சரி...

இவர்கள் எல்லாரிடமும் செம்மையான உறவை ஏற்படுத்திக் கொள்ள நான் தயார். அதற்கு நான் என்ன செய்ய வேண்டும் என்கிறீர்களா?

நிர்வாக இயலில் அதற்கென்று ஒரு தனிப் பாடமே நடத்துகிறார்கள். அந்தப் பாடம்தான் திறமையான உறவு என்பது. Inter personal skills என்று அதைச் சொல்லுகிறார்கள்.

□ □
எந்த வேலையில் இருந்தாலும் சரி... உறவுகளை வளர்க்கும் திறன் உள்ளவர்கள் சீக்கிரம் முன்னுக்கு வந்துவிடுகிறார்கள்.
□ □

□ □
மற்றவர்களிடம் உறவைப் பலப்படுத்திக் கொள்வது எப்படி என்பதைத் தெரிந்து கொள்ளுங்கள். பிறகு நீங்கள் எந்தத் தடையையும் சுலபமாகத் தாண்டிவிடுவீர்கள். செய்கிற தொழிலில் முன்னுக்கு வந்துவிடுவீர்கள்.
□ □

எந்த வேலையில் இருந்தாலும் சரி... இந்த உறவுகளை வளர்க்கும் திறன் உள்ளவர்கள் சீக்கிரம் முன்னுக்கு வந்து விடுகிறார்கள்.

எனவே -

மற்றவர்களிடம் உறவைப் பலப் படுத்திக் கொள்வது எப்படி என்பதைத் தெரிந்துகொள்ளுங்கள். அவ் வளவுதான். அதன் பிறகு நீங்கள் எந்தத் தடையையும் சுலபமாகத் தாண்டிவிடுவீர்கள். செய்கிற தொழிலில் முன்னுக்கு வந்துவிடு வீர்கள்.

இதை நான் சொல்லவில்லை. ஹார்வர்ட் பல்கலைக் கழகம் சொல்கிறது.

அங்கே இது பற்றி ஓர் ஆய்வு நடந்தது. அதற்காக ஒரு கணக் கெடுப்பு நடத்தினார்கள்.

'பார்க்கிற வேலையில் எது மாதிரி குணம் படைத்தவர்கள் வெகு வேகமாக முன்னுக்கு வருகிறார் கள்...?' என்பதை தெரிந்து கொள்வ தற்காக நடந்தது அந்தக் கணக் கெடுப்பு.

வெவ்வேறு துறைகளில் வேகமாக முன்னுக்கு வந்திருக்கிற பல பேரைச் சந்தித்து இந்த சர்வே ஒன்றை நடத்தியிருக்கிறார்கள். அவர்கள் கண்டுபிடித்துச் சொல்லி யிருக்கிற உண்மை என்ன தெரியுமா?

ஒருத்தர் ஒரு வேலையில் இருந் தால் அந்த வேலை சம்பந்தப்பட்ட அறிவு அவருக்கு 35 சதவீதம் இருந்தால் போதும்... ஆனால் உறவுகளை வளர்க்கும் திறன் 65 சதவீதம் வேண்டும். அப்படி உள்ளவர்கள் சீக்கிரம் முன்னுக்கு வந்துவிடுகிறார்கள்.

ஆகவே...

ஒருத்தருக்கு வேலை சரியாகப் புரியவில்லை என்றால் கூடப் பரவாயில்லை... விவரமாக மற்றவர்களிடம் பழகுவது எப்படி என்பது தெரிந்தால் போதும்! அவர் முன்னுக்கு வந்துவிடலாம்.

அலுவலகங்களில் மட்டும் அல்ல... எல்லா இடங்களுக்கும் இது பொருந்தும்.

இல்லங்களிலேகூட இந்தப் பழகும் தன்மை மிகவும் முக்கியம். அடுத்தவர்களிடம் பழகுவது எப்படி என்பதை அறிந்து கொள்ளாத வர்கள் வாழ்க்கையில் முன்னேற முடியாது.

இன்றைக்கு உலகத்தில் ஆயுதங்களால் காயப்படுத்திக் கொள்கிறவர் களைவிட வார்த்தைகளால் காயப்படுத்திக் கொள்கிறவர்கள்தாம் அதிகம். ஆகவே அளந்து பேசத் தெரிந்தவர்கள் அடுத்தவர்களிடம் உரச வேண்டிய அவசியம் இருக்காது.

சான்றோர்கள் என்ன சொல்கிறார்கள் தெரியுமா?

''நீங்கள் இந்தப் பூமியில் பிறந்ததன் அர்த்தம் பூர்த்தியாக வேண்டும் என்றால்... அடுத்தவருக்கு உதவி செய்யுங்கள்.

அடுத்தவருக்கு உதவி செய்ய முடியாவிட்டால்கூடப் பரவாயில்லை. ஆனால் யாரையும் புண்படுத்தி விடாதீர்கள்.''

இதுதான் பெரியவர்கள் நமக்குச் சொல்கிற அறிவுரை.

எனக்குத் தெரிந்த ஒரு நண்பர் இருக்கிறார். அவர் ஓர் அலுவலகத் திலே வேலை பார்க்கிறார். அவர் சொல்லுவார்:

எனக்கு இந்த Inter personal skills ரொம்ப அதிகம் சார்...சக ஊழியர் கள் கிட்டே மிகவும் சுமுகமாக நடந்துக்குவேன்!" என்பார்.

அது மட்டுமல்ல. இன்னும் சொல்வார்:

"என்கூட வேலை பார்க்கிற ஒருத்தருக்கு ஏதாவது ஒரு கஷ்டம்னா... அந்தச் சமயத்துலே அவர் செய்ய வேண்டிய வேலையை நான் செஞ்சுடுவேன் சார்!"

நான் அவரிடம் கேட்டேன்:

"சமீபத்துலே அப்படி ஏதாவது செஞ்சிருக்கீங்களா?"

''ஓ...செஞ்சிருக்கேன்!''

"என்ன?"

"போன வாரம் புதன்கிழமை எங்க ஆபீஸ்லே என் பக்கத்து சீட்டுக் காரருக்கு வயத்துவலி...உடனே நான் அவருக்கு முன்னாடி மெடிக்கல் லீவ் போட்டுட்டு எங்க வீட்டுக்குப் போயிட்டேன்!"

எது முக்கியம்?

உங்களுக்கு வாழ்க்கையில் எது முக்கியம்? இப்படி ஒரு கேள்வியை, நீங்கள் சந்திக்கிற ஒரு பத்து பேரிடம் கேட்டுப் பாருங்கள்.

எல்லோருமே ஒரே பதிலைச் சொல்லிவிட மாட்டார்கள்.

ஆளுக்கு ஆள் அந்தப் பதில் வித்தியாசப்படும்.

சில பேர் சொல்லுவார்கள்.

"எனக்குப் பணம்தான் முக்கியம்."

சில பேர் சொல்லுவார்கள்.

"வாழ்க்கையில அன்புதாங்க முக்கியம்."

வேறு சிலரின் பதில்:

"எனக்குப் புகழ்தான் முக்கியம்."

பணம் இருந்தால் போதும். மற்றதையெல்லாம் விலைக்கு வாங்கிவிடலாம் என்று சிலர் நினைக்கிறார்கள்.

அன்பு என்ற ஒன்று இல்லையென்றால் வாழ்க்கையே இல்லை என்று சிலர் நினைக்கிறார்கள்.

புகழ் பெறுவதற்காக எதையும் செய்யத் தயாராக இருக்கிறார்கள் சிலர்.

இந்த உணர்வு ஒவ்வொரு மனிதனி டமும் ஒவ்வொரு விதமாக இருக்குமாம். உளவியல் நிபுணர்கள் சொல்கிறார் கள்.

நம்மிடம் ஒரு கருத்து அல்லது உணர்வு இருக்குமாம்.

அதுதான் நம்முடைய எல்லா நடவ டிக்கைகளுக்கும் உந்துதலாக அமைகிற தாம்.

□ □
ஒரு மனிதனை நாம் ஆராய வேண்டுமென்றால் அவனுடைய முதலுணர்வு என்ன என்பதை நாம் கண்டுபிடிக்க வேண்டும்.
□ □

பணம்தான் முக்கியம் என்று வாழ்ந்து கொண்டிருக்கிறவர்கள் இன்றைய உலகில் பல பேருண்டு.

அவர்களுக்கெல்லாம் பணம்தான் எல்லாம்.

நிறையப் பணம் சம்பாதிக்க வேண்டும்... அதைச் செலவு செய்ய வேண்டும். இதுதான் அவர்களுடைய வாழ்க்கையின் முக்கிய குறிக்கோளாக அமையும்.

அப்படிப்பட்டவர்கள் இந்த உலகில் எல்லாவற்றையும் பணத்தைக் கொண்டுதான் எடை போடுவார்கள். மற்றதைப் பற்றியெல்லாம் கவலைப்பட மாட்டார்கள்.

இன்றைய உலகில் பணம் முக்கியமில்லை.

அன்புதான் முக்கியம் என்று நினைக்கிறவர்களும் இருக்கத்தான் செய்கிறார்கள்.

இப்படிப்பட்டவர்கள் அன்புக்காக எதையும் செய்யத் தயாராக இருப்பார்கள்.

இன்னும் சில பேர் எப்படி என்றால்...

அவர்களுக்குப் புகழ்தான் பிரதானம்.

எப்படியாவது வாழ்க்கையில் புகழ் பெறவேண்டும் என்பதுதான் அவர்களின் லட்சியமாக இருக்கும்.

இவர்கள் தாங்கள் புகழ் பெறுவதற்காக எதையும் செய்யத் தயாராக இருப்பார்கள்.

இப்படியாக ஒரு மனிதனுடைய எல்லாச் செயல்பாடுகளையும் பாதிக்கிற ஆற்றல் மிக்க ஓர் உணர்வு அவனிடம் இருக்கும்.

இதைத்தான் முதலுணர்வு என்று மன இயல் வல்லுனர்கள் குறிப்பிடுகிறார்கள்.

ஒரு மனிதனை நாம் ஆராய வேண்டுமென்றால் அவனுடைய முதலுணர்வு என்ன என்பதை நாம் கண்டுபிடிக்க வேண்டும்.

□ □
நம்முடைய முதலுணர்வைப் பொறுத்துத்தான் நம்முடைய விருப்பு வெறுப்புகள் அமையும்.
□ □

அதே போல நம்முடைய முதலுணர்வு என்ன என்பதையும் நாம் புரிந்து கொள்ள வேண்டும்.

அதைத்தான் தன்னை அறிதல் என்று குறிப்பிடுகிறார்கள்.

நம்மை நாம் ஆராய்ந்து பார்ப்பது இது.

அப்படிப் பார்த்து நம்முடைய முதலுணர்வைக் கண்டுபிடிக்க முடியும்.

"இப்படிக் கண்டுபிடித்து அதனால் என்ன ஆகப்போகிறது என்கிறீர்களா?"

நம்முடைய முதலுணர்வைப் பொறுத்துத்தான் நம்முடைய விருப்பு வெறுப்புகள் அமையும்.

ஆகவே நாம் எப்படிப்பட்ட ஆள் என்பதை நாமே புரிந்து கொள்வது நல்லது.

நண்பர்களே...

இப்போது நீங்கள் உங்கள் சிறகை விரிக்க விரும்புகிறீர்களா?

வாழ்க்கையில் உயர வேண்டும் என்கிற லட்சியம் உங்களிடம் இருக்கிறதா?

அப்படியானால் கொஞ்சம் இப்படி வாருங்கள். ஓர் இடத்தில் தனியாக உட்காருங்கள்.

கொஞ்சம் யோசித்துப் பாருங்கள்.

உங்களைப் பற்றியே கொஞ்சம் சிந்தித்துப் பாருங்கள்.

நீங்கள் பணத்துக்கு முக்கியத்துவம் கொடுக்கிற ஆளா?

அன்புக்கு முக்கியத்துவம் கொடுக்கிற ஆளா?

இந்த அடிப்படையில் சிந்தித்து உங்கள் முதலுணர்வு என்ன என்பதை முடிவு செய்து கொள்ளுங்கள்.

அது மட்டுமல்ல... தினமும் நாம் எத்தனையோ பேரிடம் பழக வேண்டியிருக்கிறது.

அவர்களுடைய முதலுணர்வு என்ன என்பதையும் புரிந்து கொண்டுவிட்டால் அவர்களிடம் பழகுவது நமக்குச் சுலபமாக இருக்கும்.

வாழ்க்கைப் பயணமும் சுகமாக அமையும்.

இன்றைய உலகில் சில மனிதர்களை இவர்கள் எந்த வகையைச் சேர்ந்தவர்கள் என்று கண்டுபிடிப்பதே கடினம்.

ஓர் ஆசாமி இருந்தார்.

அவர் லஞ்சம் வாங்கிவிட்டார்.

அவருக்குப் பணம்தான் முக்கியம் என்று முடிவு செய்தார்கள்.

ஆனால் அவர் ஒப்புக் கொள்ளவில்லை.

"எனக்கு அன்புதான் சார் முக்கியம். அன்புக்காக எதையும் செய்வேன்"என்றார் அவர்.

''அப்படீன்னா எதுக்காகப் பணம் வாங்கினீங்க?" என்று கேட்டார்கள். அவர் சொன்னார்.

"அந்த ஆள் வெறுமனே எங்கிட்ட வந்து, இந்தாங்க பணம்...என்று கொடுத்திருந்தால் அதை வாங்கியிருக்க மாட்டேன் சார். அதை ரொம்பவும் பணிவா அன்பா என்கிட்ட கொடுத்தார். அந்த அன்புக்கு மரியாதை குடுத்து நான் அதை வாங்கிக்கிட்டேன். அவ்வளவுதான்."

∎

நன்னயம் நல்லது செய்யும்!

புது தில்லியிலிருந்து புறப்பட்ட அந்தப் பேருந்து ஜெய்ப்பூரை நோக்கிப் போய்க்கொண்டிருந்தது.

ஓய்வு பெற்ற வங்காளப் பேராசிரியர் ஒருவர் அதிலே பயணம் செய்து கொண்டிருக்கிறார். அவருக்குப் பக்கத்தில் இருபது வயது இளைஞன் ஒருவன் உட்கார்ந்திருக்கிறான்.

பேராசிரியர் வெளிப்புற அழகைப் பார்த்துக்கொண்டு வருகிறார். அந்த இளைஞனோ, அவருடைய சட்டைப் பையையே கவனித்துக் கொண்டு வருகிறான்.

விலாப்புறத்தில் அமைந்திருந்த அந்தப் பையில் ஒரு பணப்பை இருப்பதுதான் அவனுடைய கவனிப்புக்கு காரணம்! எப்படி அதை எடுக்கலாம் என்பதே அவனது சிந்தனை.

பேருந்து முப்பது கல் தொலைவையும் கடந்து போய்க் கொண்டிருக்கிறது.

> □ □
>
> சந்தர்ப்பங்கள்தாம் நம்மைத் திசைமாறச் செய்கின்றன. அப்படி மாறுகிற திசை சரியாக அமைய வேண்டும். அதில்தான் நாம் கவனமாக இருக்க வேண்டும்.
>
> □ □

பேராசிரியர் மெல்லக் கண்ணயர்ந்த நேரம். இளைஞன் செயல்பட ஆரம்பித்தான். ஏற்கெனவே தன்வசம் தயாராக வைத்திருந்த ஒரு சிறு கத்தரிக்கோலை எடுத்தான். பக்கத்துப் பேராசிரியரின் சட்டைப் பையை... பணப்பையோடு சேர்த்துப் பக்குவமாகக் கத்தரித்தான்.

அப்படியே வெட்டியெடுத்துத் தன் கையிலிருந்த துணிப்பைக்குள் மறைத்துக் கொண்டான்.

பேராசிரியர் தூங்கிக் கொண்டிருந்தார். பேருந்து போய்க் கொண்டே இருந்தது. ஓரிடத்தில் யாரோ கை காட்டினார்கள். நின்றது. ஏறியவர் பயணச்சீட்டு பரிசோதகர். பேராசிரியர் மெல்ல விழித்துக் கொண்டார். பரிசோதகர் ஒவ்வொருவரிடமும் பயணச்சீட்டை வாங்கிப் பார்த்துவிட்டுத் திருப்பிக் கொடுத்துக் கொண்டு வருகிறார்.

பேராசிரியர் தன் பயணச்சீட்டை வெளியில் எடுக்கச் சட்டைப் பைக்குள் கையை விடுகிறார். அப்போதுதான் புரிகிறது அங்கே பை இல்லை என்பது.

யாரோ எடுத்துவிட்டார்கள். அது யாராக இருக்கும்? அவருக்குப் புரிந்தது. பக்கத்தில் இருக்கும் அந்த இளைஞன்தான் அதைச் செய்திருக்க வேண்டும். அவருக்குச் சந்தேகமில்லை.

என்ன செய்வது.....?

இதற்குள் பயணச்சீட்டுப் பரிசோதகர் நெருங்கி வந்துவிட்டார்.

"டிக்கெட்?" என்றார் பேராசிரியரிடம்.

பேராசிரியர் சொன்னார்:

"ஐயா... இதோ இந்த இளைஞன் எனக்கு மிகவும் வேண்டியவர். வழியில் ஓரிடத்தில் பேருந்து நின்ற போது தண்ணீர் குடிப்பதற்குக் கீழே இறங்கினேன். அப்போது என் மணிப் பர்சை இவரிடம் கொடுத்து வைத் தேன்... என் டிக்கெட் அதில் இருக் கிறது."

இதைக் கேட்டவுடன் அந்த இளைஞன் திகைத்துப் போனான். அவசரமாகத் தனக்குள் யோசித்துப் பார்த்தான்.

'இவர் பர்சை என்னிடம் கொடுக் கவே இல்லை என்று சொல்லி விடலாமா?'

'அது எப்படி...? இப்போ என்னைச் சோதனை போட்டால் உண்மை தெரிஞ்சிடுமே...!'

இளைஞன் எதுவும் பேசவில்லை. பேசாமல் பர்சை எடுத்துப் பேராசிரி யரிடம் கொடுத்தான். அவர் அதிலி ருந்த பயணச்சீட்டை எடுத்துப் பரி சோதகரிடம் கொடுத்தார். பிரச்சினை தீர்ந்தது.

கொஞ்ச நேரத்தில் அந்தப் பரிசோதகர் கீழே இறங்கிப் போய்விட்டார்.

பேருந்து ஜெய்ப்பூரை அடைந்தது. பேராசிரியர் இறங்கினார். கூடவே அந்த இளைஞனும் இறங்கினான். அவர் காலில் பொத்தென்று விழுந்தான்.

"ஐயா... என்னை மன்னிச்சிடுங்க...தெரியாமல் தப்பு செஞ்சுட்டேன். நீங்க நினைச்சிருந்தா என்னைப் போலீசில் கூட ஒப்படைச்சிருக்க லாம். என்னைக் காப்பாற்றினீர்கள்...இனிமே தப்பு செய்யமாட்டேன். என்னை மன்னிச்சிடுங்க...!" அவன் அழுதான். அவர் தேற்றினார்.

"தம்பி... கவலைப்படாதே. நான் உன்னைப் பிடிச்சுக் கொடுத்திருந் தால் உன்னோட வாழ்க்கை பாழாகியிருக்கும். சிறைக்குப் போய்விட்டு நல்லவனாகத் திரும்பி வந்தாலும் நம்மவர்கள் உன்னைச் சந்தேகத் தோடுதான் பார்ப்பார்கள். எனவே உன்னுடைய வாழ்க்கைப் பாதையும் திசைமாறிப் போயிருக்கும். இப்போது நீ உன் குற்றத்தை உணர்ந்திருக்கிறாய்... அதுபோதும். இனி நீ நல்லவன். எழுந்திரு. நிமிர்ந்து நில்!"

இளைஞன் எழுந்து நின்றான். ஆதரவோடு அவனது கைகளைப் பற்றினார் பேராசிரியர். பிறகு, அவனுக்கு ஜெய்ப்பூரில் ஒரு நல்ல வேலையையும் வாங்கிக் கொடுத்தாராம்.

இது நான் கேள்விப்பட்ட உண்மை நிகழ்ச்சி.

சந்தர்ப்பங்கள்தாம் நம்மைச் திசை மாறச் செய்கின்றன. அப்படி மாறுகிற திசை சரியாக அமைய வேண்டும். அதில்தான் நாம் கவனமாக இருக்க வேண்டும்.

கலைவாணர் என்.எஸ்.கிருஷ்ணன் ஒரு தடவை தன் நண்பர்களோடு உட்கார்ந்து சாவகாசமாகப் பேசிக்கொண்டிருக்கிறார். அப்போது ஓர் ஆள் அவர் முன்னால் வந்து பரிதாபமாக நிற்கிறான். "என்னப்பா சமாச்சாரம்?" என்று விசாரிக்கிறார்.

அந்த ஆள் சொல்கிறான்: "ஐயா... என் குழந்தை செத்துப் போச்சுங்க..."

உடனே கலைவாணர் நூறு ரூபாயை அவனிடம் எடுத்துக்கொடுத்து, இந்தா... இதை வச்சிக்கோ... அடக்கம் பண்ணு!" என்று சொல்லி அனுப்புகிறார்.

ஓராண்டுக் காலம் கழிந்தது...

மறுபடியும் அதே ஆள் கலைவாணர் முன்னால் வந்து நிற்கிறான். இவர் பழைய கதையை மறந்திருப்பார் என்ற நம்பிக்கையில், "அண்ணே! என் குழந்தை இறந்து போச்சு அண்ணே!" என்று அழுகிறான்.

கலைவாணர் இந்த தடவையும் நூறு ரூபாயை எடுத்து அவனிடம் கொடுக்கிறார். ஆறுதல் கூறி அனுப்பி வைக்கிறார்.

ஏழெட்டு மாதங்களுக்குப் பிறகு அதே ஆள் மறுபடியும் வருகிறான். கலைவாணர் முன்னால் நிற்கிறான்.

அவன் வாயைத் திறப்பதற்கு முன்னால் கலைவாணர் நூறு ரூபாயை எடுத்து அவனிடம் கொடுத்துவிட்டு சொல்கிறார்:

"போன ரெண்டு தடவைதான் குழந்தை செத்துப் போச்சு! இந்தத் தடவையாவது அதைச் சாகாமே காப்பாத்திப்புடு!"

அந்த ஆள் அதன் பிறகு அங்கே வருவதில்லை!

நன்னயம் நல்லது செய்யும்!

நல்ல பண்புகள்

ஒரு நண்பர் வந்தார்.

"நல்ல பண்புகள் -ன்னு சொல்லுறாங்களே... அப்படின்னா என்ன சார்" என்று கேட்டார்.

எனக்குத் தூக்கி வாரிப் போட்டது.

'இதுகூடத் தெரியாமல் இவ்வளவு நாள் இருந்துவிட்டாரே!' என்று நினைத்தேன்.

அதனால்தான் அவர் இதுநாள்வரை நமக்கு நண்பராக இருந்திருக்கிறார், என்றும் தோன்றியது.

□ □
நற்பண்புகள் எல்லா மனிதர்களிடமும் இருந்துவிடுமானால், உலகம் அமைதிப் பூங்காவாகத் திகழும். சண்டை சச்சரவே இருக்காது. சமாதானம் தழைத்தோங்கும்.
□ □

அதன் பிறகு அவரை அருகில் அழைத்து உட்கார வைத்துப் பேசிக் கொண்டிருந்தேன்.

நபிகள் நாயகம் சொல்லியிருப்பதையெல்லாம் அவரிடம் சொன்னேன்.

அவரும் அக்கறையாகக் கேட்டுக் கொண்டார்.

எது எல்லாம் நல்ல பண்புகள் என்பதைப் பற்றி அண்ணலார் சொல்லியிருக்கிறார்கள். அவர் நமக்கு சொல்லி இருக்கிற நற்பண்புகள் என்னென்ன தெரியுமா?

ஒற்றுமையுடன் இருப்பது, நல்ல காரியம் செய்வது, தர்மம் செய்வது, சலாம் சொல்ல முந்திக் கொள்வது, நோயாளிகளைச் சென்று காண்பது, நல்லவரா கெட்டவரா என்று பாராமல் பிரேத ஊர்வலத்தில் கலந்துக் கொள்வது, முஸ்லிமா முஸ்லிம் அல்லாதவரா என்று பார்க்காமல் அயலாரிடம் அன்புடன் நடந்து கொள்வது, முதியவர்களுக்கு மரியாதை செலுத்துவது, மன்னிப்பது, சண்டை - சச்சரவுகளைத் தீர்த்து வைப்பது, கோபத்தை அடக்குவது, உறவினர்களிடம் அன்பாய் நடந்துக் கொள்வது, கர்வம் கொள்ளாமல் இருப்பது...

இவையெல்லாம் நற்பண்புகள் என்று நபிகள் நாயகம் சொல்லி யிருக்கிறார். சிறகை விரிக்க விரும்புவோர் எல்லோரும் சிந்திக்க வேண்டிய கருத்துக்கள் இவை.

இந்த நற்பண்புகள் எல்லா மனிதர்களிடமும் இருந்துவிடுமானால், உலகம் அமைதிப் பூங்காவாகத் திகழும். சண்டைச் சச்சரவே இருக்காது. சமாதானம் தழைத்தோங்கும்.

ஒற்றுமையாய் இருப்பதை ஒரு பண்பாகவே வளர்த்துக் கொண்டோம் என்றால் அப்புறம் நீ வேறு, நான் வேறு என்ற நினைப்பே இல்லாமல் போய்விடும்.

நல்ல செயல்களை நாம் செய்ய வேண்டும். தீய எண்ணங்கள் வரவே கூடாது. தருமம் செய்ய வேண்டும். அதை ஒரு கடமையாகவே கருதவேண்டும்.

எதிரே நண்பர் வருகிறார் என்று வைத்துக் கொள்ளுங்கள். அவர் சொல்வதற்கு முன்னால் நாம் அவருக்கு வணக்கம் சொல்ல வேண்டும். அது சிறந்த பண்பு.

ஒருவர் உடம்பு சுகமில்லாமல் இருக்கிறார் என்று கேள்விப்பட்டால் அவரைப் பார்த்து ஆறுதல் கூறிவிட்டு வரவேண்டும். அது ஒரு பண்பு.

ஓர் இறுதி ஊர்வலம் போகிறது என்று வைத்துக் கொள்ளுங்கள். அவர் நல்லவரா, கெட்டவரா என்றெல்லாம் யோசித்துக் கொண்டிருக்கக் கூடாது. உடனே அந்த ஊர்வலத்தில் கலந்து கொள்ளவேண்டும். அதுவே சிறந்த பண்பு.

□□

அடுத்தவரிடம் அன்பாக நடந்து கொள்ளுங்கள். அவர் எந்த மார்க்கத்தைப் பின்பற்றுகிறவர் என்றெல்லாம் பார்த்துக் கொண்டிருக்காதீர்கள் என்கிறார் நபிகள் நாயகம்.

□□

'அந்த ஆள் நமக்கு வேண்டாதவன்... நாம என்னத்துக்குப் போகணும்?' என்றெல்லாம் நினைத்துக் கொண்டு சும்மா இருந்துவிடக் கூடாது.

அடுத்தவரிடம் அன்பாக நடந்துக் கொள்ளுங்கள். அவர் எந்த மார்க்கத்தைப் பின்பற்றுகிறவர் என்றெல்லாம் பார்த்துக்கொண்டி ருக்காதீர்கள் என்கிறார் நபிகள் நாயகம்.

வயதானவர்களை அலட்சியப்படுத்தக் கூடாது. அவர்களுக்கு மரியாதை கொடுக்கவேண்டும். அவர்களிடம் பணிவாக நடந்து கொள்ள வேண்டும். அவர்களை மதிக்கவேண்டும். மன்னிக்கும் பண்பு மனிதனுக்கு அழகு. சண்டை சச்சரவுகளைத் தீர்த்து வைப்பதும் ஒரு சிறந்த குணம். கோபப்படக்கூடாது. கோபத்தை அடக்கவேண்டும். வேண்டாதவற்றையெல்லாம் விட்டுவிட வேண்டும். அதாவது, விலக்கப்பட்டவற்றையெல்லாம் தவிர்க்க வேண்டும். உறவினர்களிடம் அன்பாய் நடந்துக் கொள்ளவேண்டும். அது ஒரு சிறந்த பண்பு. எந்த நிலையிலும் கர்வம் கொள்ளக்கூடாது. இவையெல்லாம் நல்ல பண்புகள் என்று நபிகள் நாயகம் அடையாளம் காட்டுகிறார்.

நாமெல்லாம் அதைப் புரிந்துக் கொண்டுவிட்டால் இந்த உலகத்தில் நல்லவிதமாக வாழலாம். இல்லையென்றால் அடிக்கடி துன்பங்களைச் சந்தித்துக் கொண்டே வாழவேண்டிய நிலைமைதான் நீடிக்கும்.

சண்டைகளைத் தீர்த்து வைப்பது ஒரு நல்ல பண்பு என்று சற்று முன் பேசிக் கொண்டிருந்தோம் அல்லவா?

அது இன்றைய சூழ்நிலையில் எப்படி நடக்கிறது என்பதற்கு ஓர் உதாரணம் சொல்லுகிறேன் கேளுங்கள்.

ஒரு தெருவின் நடுவில் அடிதடி சண்டை நடக்கிறது. சுற்றிலும் ஏகப்பட்ட கூட்டம். அந்தக் கும்பலின் நடுவிலிருந்து ஓர் ஆள் தப்பி வெளியே வருகிறான். அவன் துணிமணி எல்லாம் கிழிந்து தொங்குகிறது.

வசமாக அடி வாங்கியிருப்பான் போலிருக்கிறது.

அவனைக் கூப்பிட்டு ஒரு பெரியவர் கூறினார்:

"ஏம்பா இப்படிச் சண்டை போட்டுக்கிறீங்க? சமாதானமாப் போங்க. அதுதான் நல்லது!"

அதற்கு அவன் சொன்னான்:

"அட போய்யா... நான் சண்டைப் போட்டவன் இல்லை... சண்டையைத் தீர்த்து வைக்கப் போனவன்...இப்படி ஆயிட்டேன்!"